खुजाबा

डॉ. संजय ढोले

मेहता पब्लिशिंग हाऊस

Please contact us at **Mehta Publishing House Pvt. Ltd.**
✆ +91 020-24476924 / 24460313 / Mob. No. 9545000513
Email : production@mehtapublishinghouse.com
Website : www.mehtapublishinghouse.com

- *या पुस्तकातील लेखकाची मते, घटना, वर्णने ही त्या लेखकाची असून त्याच्याशी प्रकाशक सहमत असतीलच असे नाही.*

KHUJABA by Dr. SANJAY DHOLE

खुजाबा : डॉ. संजय ढोले / विज्ञानकथासंग्रह
author@mehtapublishinghouse.com

संस्थापक : सुनील मेहता

प्रकाशक : मेहता पब्लिशिंग हाऊस प्रा. लि.
१९४१, सदाशिव पेठ, माडीवाले कॉलनी, पुणे - ३०

मुद्रक : ट्रिनिटी ॲकॅडमी फॉर कॉर्पोरेट ट्रेनिंग लिमिटेड, पुणे - ४१

मुखपृष्ठ : चंद्रमोहन कुलकर्णी

प्रथमावृत्ती : नोव्हेंबर, २०२२

किंमत : ₹ ३३०

P Book ISBN 9789395477819
E Book ISBN 9789395477826
E Books available on : amazonkindle Apple Books Google Play Books

---

ज्यांनी विज्ञानसाहित्य व विज्ञान क्षेत्रात पावलं टाकण्यास बळ दिलं ते
मार्गदर्शक, सुप्रसिद्ध विज्ञानलेखक व संशोधक प्रा. डॉ. पंडित विद्यासागर
ज्यांनी वाङ्मयीन व एकूणच सामाजिक जीवनाला आकार दिला ते माझे स्नेही,
मित्र, प्रसिद्ध समीक्षक व कवी प्रा. डॉ. मनोहर जाधव
सतत शैक्षणिक, संशोधन व वैयक्तिक जीवनात पाठीशी उभे राहून छत्रछाया
देणारे संशोधक, प्रशासक व शिक्षक मित्र प्रा. डॉ. शंकर पाटील
माझ्या विद्यार्थी दशेपासून मला नेहमीच पाठीशी घालणारे व
बंधुवत प्रेम करणारे हाडाचे संशोधक व शिक्षक मित्र प्रा. महेंद्र मोरे
या चौघा दिग्गजांना माझा हा विज्ञानकथासंग्रह सादर्पण

मनोगत

रूढार्थाने 'खुजाबा' हा माझा सातवा विज्ञानकथासंग्रह वाचकांच्या हाती देताना विशेष आनंद होतो आहे. यापूर्वी 'प्रतिशोध', 'प्रेमाचा रेणू', 'अश्मजीव', 'संकरित', 'अंतराळातील मृत्यू' व 'डिंभक' हे विज्ञानकथासंग्रह प्रसिद्ध झाले आणि वाचकांनी त्यांना भरघोस असा प्रतिसादही दिला. विशेष म्हणजे या विज्ञानकथा संग्रहांना महाराष्ट्र शासनाबरोबरच, इतर सन्माननीय पुरस्कारही लाभले. 'प्रेमाचा रेणू' व 'अश्मजीव' या दोन कथासंग्रहांना महाराष्ट्र शासनाच्या साहित्य व संस्कृती संचालनालयातर्फे वाङ्मयीन पुरस्कार मिळाले. तसेच, महाराष्ट्र साहित्य परिषद, पुणे यांचाही मानाचा गो. रा. परांजपे पुरस्कार लाभला. याशिवाय 'संकरित', 'डिंभक' या विज्ञानकथा संग्रहांना इतर साहित्य संघ व वाचनालयांचे पुरस्कारही लाभले आहेत. म्हणजे, एक वेगळ्या प्रकारचा हुरूप वाचकांनी प्रतिसादाच्या माध्यमातून मनाला दिलाच; पण या अशा पुरस्कारांनी विज्ञानकथांची दखल घेतल्याची पोचपावतीच मिळाली. म्हणूनच पुन्हा 'खुजाबा'सारखा विज्ञानकथासंग्रह लिहिला गेला व तो तुमच्या भेटीला आणताना आनंद होतो आहे.

कथाप्रकारांत आता विज्ञानकथांनाही विशिष्ट स्थान प्राप्त होत असून, मराठीमध्ये ग्रामीण, दलित, नागरी साहित्याबरोबरच आता विज्ञानकथांचाही विविध अभ्यासक्रमांमध्ये अंतर्भाव होतोय, ही जमेची बाजू म्हणायला हवी. आज आपण एकविसाव्या शतकाच्या पूर्वार्धात वाटचाल करीत आहोत आणि मूलभूत विज्ञानाबरोबरच, त्यावर आधारित तंत्रज्ञानाची वाटचाल जोमाने सुरू आहे. म्हणूनच विज्ञानकथेत विज्ञान व तंत्रज्ञानाचे वेगवेगळे विषय व संकल्पना येणे अपरिहार्य आहे. त्यामुळे कदाचित विज्ञानकथा या मानवी जीवनाशी निगडित असाव्यात. मानवी जीवनच मुळी विज्ञान व तंत्रज्ञानाने व्यापले असल्याने, विज्ञानकथांमध्ये त्यांचे प्रतिबिंब पडणे साहजिकच

आहे. म्हणूनच मला वाटते, की एकविसाव्या शतकात जसे विज्ञान प्रगत होत जाईल, तसे विज्ञानसाहित्यही समृद्ध होत जाईल. विशेषत:, विज्ञानकथा व कादंबऱ्यांमुळे. सद्य:स्थितीत विज्ञानकथा अभ्यासल्या जात आहेत, ही निश्चितच उत्साहवर्धक बाब आहे आणि त्यातील वाङ्मयीन दर्जाबरोबरच विज्ञानाचीही चर्चा भाषा अभ्यासकांमध्ये होत आहे. माझ्या काही विज्ञानकथा, विज्ञानकथासंग्रह हे विविध विद्यापीठं व स्वायत्त महाविद्यालयांमध्ये अभ्यासले जात आहेत. यात प्रामुख्याने 'अंतराळातील मृत्यू' ही विज्ञानकथा सावित्रीबाई फुले पुणे विद्यापीठाच्या अंतर्गत येणाऱ्या एस.वाय.बी.एस्सी., बी.कॉम. व बी.ए.साठी किमान दहा वर्षं अभ्यासली गेली आणि त्यानिमित्ताने विद्यार्थ्यांची व शिक्षकांची चर्चाही घडवून आणली गेली. या शिवाय 'प्रेमाचा रेणू' हा विज्ञानकथासंग्रह सावित्रीबाई फुले पुणे विद्यापीठाच्या मराठी विभागात पदव्युत्तर वर्गासाठी विशेष विज्ञान साहित्यप्रकार म्हणून अभ्यासला गेला. पुणे विद्यापीठाव्यतिरिक्त इतर विद्यापीठं म्हणजे पुण्यश्लोक अहिल्याबाई होळकर सोलापूर विद्यापीठ व शिवाजी विद्यापीठ, कोल्हापूर येथील मराठी विभागामध्ये 'डिंभक' व 'प्रेमाचा रेणू' हे विज्ञानकथासंग्रह पदव्युत्तर वर्गाला अभ्यासिले जात आहेत. फर्ग्युसन महाविद्यालय, पुणे, मुळजी जेठा महाविद्यालय, जळगाव यांसारख्या स्वायत्त संस्थांमध्येही 'संकरित' व 'अंतराळातील मृत्यू'सारख्या विज्ञानकथासंग्रहांचा अभ्यास होतो आहे.

या निमित्ताने जेव्हा विविध महाविद्यालये व विद्यापीठांमध्ये व्याख्यानासाठी जातो, तेव्हा विज्ञानकथांविषयी विद्यार्थी व शिक्षक सखोल चर्चा करून प्रश्न विचारतात, विज्ञान व त्यातील संकल्पना समजावून घेतात आणि त्यातील एकूणच पार्श्वभूमी, वातावरण व पात्रांचीही चर्चा करतात; तेव्हा या वाङ्मयीन शाखा बदलत व कात टाकत असल्याची प्रचिती येते; कारण किमान, ज्या विज्ञानाचा आपण उपभोग घेतो त्या त्या विज्ञानाची मूलभूत प्रक्रिया व त्याच्या चांगल्या-वाईट परिणामांची दखल हे विद्यार्थी घेतात, तेव्हा निश्चितच वाङ्मयीन क्षेत्रात एक आशादायी चित्र निर्माण होताना दिसते. आपणही विज्ञानाचा एक भाग आहोत, याचा आत्मविश्वास त्यांच्यात येतो. त्यामुळे एकविसाव्या शतकात नुसते विज्ञान-तंत्रज्ञानच नाही, तर सामाजिक प्रवाहही बदलत असल्याच्या या सकारात्मक खुणा वाटतात. यात विद्यार्थी व शिक्षकांकडून येणारे प्रश्न म्हणजे विज्ञानकथा कशी सुचली? आणि यातील विज्ञान हे खरे की खोटे? भविष्यातील त्याची उपलब्धता काय? असे प्रश्न प्रामुख्याने असतात. यातील पहिला प्रश्न सोडला, तर इतर दोन प्रश्न मला खूप महत्त्वाचे वाटतात. विद्यार्थ्यांच्या मनामध्ये प्रश्न येणे हीच मुळी विज्ञानकथेची विशेषता व यशस्विता आहे, असे मी मानतो; कारण त्यातील प्रश्नांचे तरंग त्यांच्या मनात उमटू शकतात. मी त्यांना सांगतो, की कथा ही काल्पनिक असू शकते; पण त्यातील विज्ञान हे काल्पनिक नसून, प्रस्थापित विज्ञानाशी जोडलेले असते. त्याला

'फॅक्च्युअल विज्ञान' असेही म्हणतात. कथेत कल्पनाविहार करता येतो; पण विज्ञानात नाही. होऊ घातलेल्या प्रयोगांवर थोडीफार कल्पना करणे शक्य आहे; पण अवास्तव कल्पना विज्ञानात मांडता येत नाहीत. प्रस्थापित विज्ञानाचा आधार घेऊनच पुढे जावे लागते. ज्या विज्ञानावर आजचे तंत्रज्ञान उभे आहे त्याला धक्का देता येत नाही. ज्या परिनियमांचा आधार आजच्या विज्ञानाला आहे ते मोडता येत नाहीत आणि त्याची चौकटही ओलांडता येत नाही; कारण आज मानव विज्ञानाच्या जोरावर अतिसूक्ष्म जगातच वावरत नसून, या अशा विशाल अंतराळात विहार करत आहे व विविध आकाशगंगांचा वेधही घेत आहे. हे सगळं वस्तुस्थितीला धरून आहे आणि आजही भौतिक, रसायन, वनस्पती, अंतराळ, वातावरण शास्त्रासोबतच जीवशास्त्र, जैवतंत्रज्ञान, जैवभौतिकी, जैवरसायन, जैवमाहिती, जनुकीयसारख्या आंतरप्रणाली शाखांमध्ये विविध प्रयोग होत आहेत आणि मानव शरीराचाच नाही, तर अवघ्या समाजाचा भाग होत आहेत. यात कल्पनातीत असे प्रयोग होत आहेत. आणि अशाच प्रयोगांची दखल विज्ञानकथा घेत आहे. म्हणून त्यातील विज्ञान हे खरे असून, आज चालू असलेला प्रयोग कदाचित उद्या एक वेगळी तंत्रज्ञान क्रांती घडवून आणू शकतो. म्हणूनच या विज्ञानकथा भविष्यातील विज्ञान आहे, असे म्हणायला हरकत नाही; कारण आज नाही; पण पाच-दहा वर्षांनंतर एखाद्या विज्ञानकथेतील विज्ञान हे निश्चितच खरे ठरू शकते आणि ते भविष्यातील एका वेगळ्या तंत्रज्ञानाला गवसणी घालू शकते. म्हणूनच विज्ञानकथा या भविष्यवेधी ठरतात, हेच खरे या प्रश्नाचे उत्तर आहे. त्यामुळे विद्यार्थ्यांमध्ये व वाचकांमध्ये विज्ञानकथांविषयी एक आपुलकी निर्माण व्हायला मदत होते.

सावित्रीबाई फुले पुणे विद्यापीठाच्या मराठी विभागाने एक चर्चासत्र आयोजित केले होते. त्याचा विषय होता 'मराठी साहित्यातील प्रवाह.' यात विज्ञानकथा व एकूणच, विज्ञानसाहित्याच्या अनुषंगाने मते मांडण्यासाठी मला निमंत्रित करण्यात आले होते. यात मी, मराठी विभागाने, एकूणच संशोधक व अभ्यासकांनी संशोधनामध्ये वेगवेगळे विषय धुंडाळायला हवेत. तोचतोपणा टाळायला हवा. ग्रामीण, दलित, नागरी, मुस्लीम, ख्रिस्ती व इतर समाजांशी निगडित असणाऱ्या प्रवाहांबरोबरच, विज्ञानसाहित्याचाही विचार व्हायला हवा. त्यावर जोमाने संशोधन व्हायला हवे. कुणीतरी वेगळे विषय घेऊन संशोधनाचे शिवधनुष्य पेलून धाडस करायला हवे. त्यामुळे विज्ञान साहित्यालाही झळाळी येऊन ते प्रवाहित होऊ शकेल, अशी आग्रही भूमिका मांडली होती. त्याला दोन अभ्यासक व संशोधकांनी हरकत घेतली होती व मराठी वाङ्मयाने दलित, ग्रामीण व साहित्याचा मूळ बाज व गाभा सोडता कामा नये. विज्ञान हे आपले क्षेत्र नाही. त्यामुळे असे विषय घेऊन आपण मराठीतील मूळ प्रवाहापासून लांब जाऊ, अशी शंका व्यक्त करून, विज्ञानप्रवाहाला त्यांनी विरोधच

दर्शविला होता; पण त्याच वेळी मराठीचे जाणकार, संशोधक व ज्येष्ठ प्राध्यापक डॉ. मनोहर जाधवांनी हा मुद्दा पटवून देत अतिशय समर्पक भूमिका मांडली. ते म्हणाले, ''आपण स्वत: व भाषा आता विज्ञानाचा एक भाग आहोत, हे मराठीतील अभ्यासकांनी आता स्वीकारायला हवं. जसे विज्ञानात वेगवेगळे प्रवाह व विषयांचा अभ्यास होऊन विज्ञान प्रगल्भ होते, विषय हाताळून तंत्रज्ञान विकसित होते, अगदी तसेच भाषा व मराठी साहित्यात विज्ञानसाहित्याचा अंतर्भाव झाला तर आपले संशोधन, भाषा व साहित्य अधिक समृद्ध होईल, यात शंका नाही. म्हणूनच विज्ञान-साहित्य व त्यातील विज्ञानाचा अभ्यास हा मराठी संशोधकांनी करायलाच हवा आणि ते धाडस आता दाखवायलाच हवे; कारण जसे एकविसाव्या शतकात विविध विज्ञानाची क्षेत्रे प्रगतिपथावर आहेत, तसेच भाषेलाही त्यांची कास धरून साहित्याला व स्वत:ला समृद्ध करावे लागणार आहे. म्हणूनच विज्ञानाला भाषेपासून वेगळे करता येणार नाही.''

अतिशय समर्पक, छान व पूरक अशी भूमिका डॉ. मनोहर जाधव यांनी अभ्यासकांपुढे मांडली होती. त्याचाच परिपाक म्हणून माझ्या विज्ञानकथांवर आता विद्यापीठांमध्ये सर्वांगाने संशोधन होत आहे. असे धाडस मनोहर जाधव यांनीच दाखवले. 'प्रेमाचा रेणू' या विज्ञानकथा संग्रहावर कु. ज्योत्स्ना खंडागळे हिने एम.फिल. पदवी तर घेतलीच; पण पुढे पीएच.डी.साठी जाधव सरांच्या मार्गदर्शनाखाली माझ्या समग्र विज्ञान साहित्यावर संशोधन करत आहे आणि ते पूर्णत्वासही येत आहे. याव्यतिरिक्त श्री. शिरोळे या विद्यार्थ्याने प्रा. डॉ. वाडकर यांच्या मार्गदर्शनाखाली 'प्रतिशोध' या विज्ञानकथासंग्रहाचा अंतर्भाव करून, वेगवेगळ्या विज्ञानकथांवर संशोधन करून पीएच.डी. मिळवलीय. तसेच, डॉ. अविनाश आवलगावकर यांनी 'प्रतिशोध' संग्रहातील कथांवर विविध विद्यार्थ्यांकडून पदव्युत्तरसाठी प्रकल्प करून घेतले. सावित्रीबाई फुले पुणे विद्यापीठाव्यतिरिक्त कवयित्री बहिणाबाई चौधरी उत्तर महाराष्ट्र विद्यापीठातील प्रा. डॉ. माधव कदम यांच्या मार्गदर्शनाखाली, श्री. संतोष पाटील हा संशोधक, माझ्या समग्र विज्ञानकथांवर पीएच.डी. करत आहे, ही निश्चितच जमेची व धाडसाची बाब आहे, असे म्हणायला हवे; कारण या दोन्हीही अभ्यासकांनी विज्ञानकथांतील सामाजिक कारणमीमांसाच नाही, तर विज्ञानावर व त्यातील संकल्पनांवरही भाष्य करण्याचा प्रयत्न केला आहे. हा खऱ्या अर्थाने भाषा परिवर्तनाचा प्रवाह आहे. यापुढे इतर विज्ञानकथा व कादंबरीकारांवरही अभ्यासक संशोधन करण्यास पुढे येत आहेत, ही त्यानिमित्ताने अतिशय सुखावह अशी घटना आहे. मनोगताच्या निमित्ताने विज्ञान साहित्याबाबतची भूमिका मांडण्याचा प्रामाणिक प्रयत्न मी केला.

– डॉ. संजय ढोले

आभार

या माझ्या लेखनप्रवासास खूप लोकांचे सहकार्य लाभलेले आहे. डॉ. मनोहर जाधव, डॉ. मिलिंद कसबे, डॉ. अविनाश आवलगावकर, डॉ. प्रभाकर देसाई, डॉ. तुकाराम रोंगटे, डॉ. विकास मठे यांसारख्या दिग्गज अभ्यासक, संशोधक व प्राध्यापकांचे मोलाचे साहाय्य माझ्या विज्ञानकथांना वेळोवेळी झाले आहे. डॉ. पंडित विद्यासागर हे माझे मार्गदर्शक आहेतच; पण त्याच वेळी त्यांनी माझ्या कथांना विशेष स्थान प्राप्त करून द्यायला बळ दिले आहे.

संशोधक विद्यार्थी ज्योत्स्ना खंडागळे, सिद्धार्थ लांडे व संतोष पाटील या अभ्यासक व जाणकारांनी वेळोवेळी या कथांविषयी चर्चा करून, टिप्पण्या काढल्या. ते करत असलेल्या विज्ञानकथांवरील संशोधनाने मला स्वत:लाही हुरूप तर आलाच; पण एक वेगळी दिशा मिळायलाही मदत झाली. या तिन्ही अभ्यासकांचे मी व्यक्तिश: आभार मानतो.

माझी पत्नी सौ. सिंधू ढोले हिचे योगदान मी मोठे मानतो; कारण कथा लिहायला एक विशिष्ट वातावरणनिर्मिती लागते आणि ती तिच्याशिवाय केवळ अशक्य आहे. म्हणूनच तिच्यामुळे बऱ्याच कथा आकाराला येऊ शकल्या. माझा मुलगा जयंत व मुलगी तनिष्का व आई सौ. गोकुळबाई यांचेही वातावरणनिर्मितीचे योगदान मला विसरता येणार नाही.

हा कथासंग्रह प्रकाशित करण्यासाठी मेहता पब्लिशिंग हाऊसचे संचालक अखिल मेहता यांचे आभार मानावे तेवढे थोडेच आहेत. शिवाय, मेहता पब्लिशिंगच्या सौ. राजश्री देशमुख या नेहमीच प्रोत्साहनपर बळ देतात; पण त्याच वेळी चर्चेतून दिशाही मिळते. तसेच योजना यादव, अंजली पटवर्धन या सर्वांचे आभार. माझे सहकारी श्री. सुजित लोळगे हे न थकता कथांचे मुद्रण करतात, म्हणून त्यांचे विशेष

आभार.

वाचकांचे आभार मानणे ही केवळ औपचारिकता नाही; कारण त्यांच्या पाठिंब्याशिवाय पुढचे लिखाण होणेही शक्य नाही. म्हणून त्यांचा प्रतिसाद मोलाचा ठरतो. 'खुजाबा' त्यांच्या हाती सोपवताना निश्चितच मनात एक हुरहूर आहे. तुमचा टीकात्मक प्रतिसाद असला तरी मला तो वंदनीय आहे.

– डॉ. संजय ढोले

अनुक्रमणिका

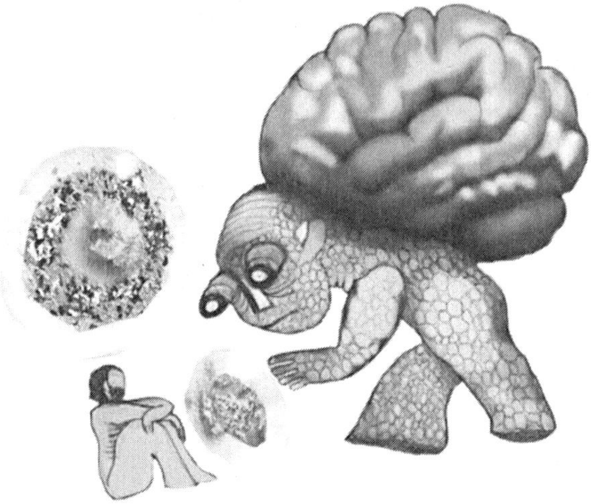

अपहरण

"तुषार बेटा, आटप लवकर..." तुषारची आई त्याचा सकाळचा डबा पॅक करत पुढे म्हणाली, "चल, जा लवकर– बस येण्याची वेळ झाली आहे. सुटली तर विनाकारण मधल्या सोसायटीतनं मोठं दप्तर घेऊन पायी जावं लागतं. सॉक्स घातलेस का?"

"हो आई, घातलेत." बुटांची लेस बांधत तुषार म्हणाला. बेल्ट पुन्हा एकदा ठाकठीक करत त्यानं दप्तराची सॅक पाठीवर लटकवली.

आई लागलीच डबा व पाण्याची बाटली हातात देत म्हणाली,

"नीट जा बाळा... आणि वेळेवर खाऊन घे. नुसतं खेळत नको बसू." – आईचा काळजीचा स्वर.

"हो! ठीक आहे आई... येतो मी. बाय–" तुषार सवयीने म्हणाला व जिना उतरून खाली गेला.

सकाळची ही गडबड नेहमीचीच. तुषारचे वडील शशांक बोराडे हे सॉफ्टवेअर इंजिनिअर, तर आई गृहिणी. शशांक सकाळीच कंपनीच्या कामानिमित्त बाहेर पडला होता... आणि नेहमीच्या सवयीप्रमाणे तुषार गेल्यानंतर ममता घरकामाला लागली होती.

परवा तिची किटी पार्टी असल्याने तिला घर आवरायचं होतं. तुषार गोरा, नाकेला, चुणचुणीत मुलगा. बारा-तेरा वर्षांचा. सातवीत शिकत होता. हुशार असल्याने शाळेत वर्गशिक्षकांच्या तो नेहमीच नजरेत राहत असे. शशांक-ममता या दाम्पत्याचा तो एकुलता एक मुलगा होता.

हल्ली तो स्वतंत्र अभ्यास करीत असल्याने, ममताला त्याचा अभ्यास घेण्याची

काळजी नव्हती. तुषार तसा सिन्सीअर मुलगा होता. आईला घरकामातही मदत करीत असे. ममता कामात मग्न झाली होती. घरकाम करणारी बाईही आली होती. याचाच अर्थ–दहा वाजून गेले होते.

तेवढ्यात घरातला टेलिफोन वाजला. ममता केसांच्या बटा मागे सारत, रिसीव्हर कानाला लावत म्हणाली,

"हं, मी ममता बोराडे बोलते."

"हॅलोऽऽ मॅडम, मी मिसेस नंदिता शर्मा. तुषारची वर्गशिक्षिका. तुषारला बरं नाही का?" शर्मा मॅडमनी विचारलं.

"नाही. तो तर चांगला आहे!" –ममताचा कापरा स्वर.

"मग तो आज आला का नाही?" शर्मा मॅडमनी पुन्हा विचारलं.

"नाही मॅडम, तो तर सकाळीच शाळेला गेला!" ममताचं हृदय धडधडलं.

"पण तो इथे आलाच नाही, मिसेस बोराडे... म्हणूनच मी फोन केला. म्हटलं, तुम्हाला विचारावं." शर्मा मॅडमनी वस्तुस्थिती सांगितली.

"काय म्हणता मॅडम! असं कसं होईल? मीच त्याला खाली सोडून बाय केलं." ममताचा स्वर घाबरलेला व रडवेला झाला होता.

"डोन्ट वरी मिसेस बोराडे, आय विल सी. मी पाहते– इथे कुठे खेळत असेल तर!" शर्मा मॅडम दिलासा देत म्हणाली.

"मॅडम... तुमचा वर्ग चालू आहे ना?" ममतानं विचारलं.

"हो!.. म्हणूनच मी फोन केला; कारण तो एक हुशार मुलगा आहे."

"पण मॅडम, तो असा वर्ग बुडवून खेळणार नाही." ममता पुन्हा काळजीने म्हणाली.

"आय नो, मिसेस बोराडे. तो खूप सिन्सीअर मुलगा आहे; पण तरीही मी पाहते. डोण्ट वरी." –मॅडम शर्मांचा पुन्हा दिलासा देणारा स्वर. "मला कळलं तर, मी लागलीच तुम्हाला सांगते. ओके?" पलीकडून फोन ठेवला गेला.

ममता थोडा वेळ काळजीने सुन्न झाली. तुषार न सांगता कुठंही गेला नसल्याचं तिला आठवलं. तिनं तत्काळ डायरी काढली अन् एक नंबर डायल केला. पलीकडून रिंग वाजत होती. ममता बोलायला आतुर झाली होती.

"शिवा, मी मिसेस बोराडे बोलते."

"हं, बोला ताई."

"तुषार बसमध्ये आला होता ना?" –ममताचा अगतिक स्वर.

"नाही! बस आली तेव्हा तो स्टॉपवर नव्हता. बहुधा त्याला आज उशीर झाला असावा, असं मला वाटलं." शिवानं सांगितलं.

"काऽऽय! स्टॉपवर नव्हता? मग गेला कुठं?" ममताचा धीर सुटत चालला

होता.

"काय झालं ताई?" –शिवाचा काळजीचा स्वर.

"तो शाळेत पोहोचला नसल्याचा त्याच्या मॅडमचा फोन होता." ममता काकुळतीला आली होती.

"ताई, तुम्ही घाबरू नका. कधीतरी बस चुकली– तर ते मधल्या सोसायटीतून शाळेत जातात. मी शाळेत व परिसरात बघतो. कुठंतरी गेला असेल; येईल तो. मला कळलं, तर मी लागलीच सांगतो." शिवानं धीर देत फोन ठेवला होता.

ममता सुन्न झाली होती. काय करावं, तिला सुचत नव्हतं. आजपर्यंत तुषार न सांगता कुठंही जात नसे आणि एवढ्या सकाळी तो कुठं गेला असेल?

ममताचं मन विषण्ण झालं. तिचं कामात लक्षच लागत नव्हतं. मोलकरीण काम करून गेली होती.

ममतानं अजून थोडी वाट पाहायचं ठरवलं; पण शिवा किंवा शर्मा मॅडमचाही फोन येत नव्हता. दुपार उलटून चालली होती. ममताने शर्मा मॅडमला पुन्हा एकदा फोन करून तुषारची चौकशी केली; पण तो शाळेत नसल्याचं सांगताच, तिचा धीर सुटला होता. आवेगाने तिने मोबाइल उचलला व शशांकचा नंबर प्रेस केला.

"हॅलोऽऽ शशांकऽ" ममताचा रुद्ध व जड आवाज.

"हं, बोल ममता. तुझ्या आवाजाला काय झालं?" शशांकनं सवयीचा आवाज न आल्याने विचारलं.

"अरे, आपला तुषार सकाळपासनं शाळेतच पोहोचला नाही म्हणे...!" ममताचा कंठ दाटून आला होता.

"काय?... अगं, मग त्यात एवढं काय? मित्राकडे गेला असेल." शशांकनं सहजपणे घेतलं.

"अरे, पण तो शाळा सोडून मित्रांकडे जाईलच कसा? त्याचे सर्व मित्र शाळेतच आहेत." ममतानं वस्तुस्थिती सांगितली. एव्हाना तिचा हुंदका बाहेर पडला होता.

पलीकडून क्षणभर स्तब्धता... कदाचित गांभीर्याची जाणीव झाली असावी.

"ममता, होल्ड ऑन. तू विचारलंस कुणाला?"

"हो, शर्मा मॅडमचा फोन होता, शिवाय मी बस ड्रायव्हर शिवालाही विचारलं." ममतानं सांगितलं.

"मग ते काय म्हणाले?" शशांकचाही स्वर जड होत चाललेला.

"दोघंही म्हणाले, तुषार बसमध्ये अन् शाळेतही नव्हता."

"काऽय?" –शशांकचा काळजीचा उद्गार.

"अरे, तेच मी तुला सांगतेय. आता चार वाजून गेलेत!" ममतानं वस्तुस्थिती

विशद केली.

वस्तुस्थितीची व गांभीर्याची कल्पना येताच शशांक म्हणाला,

''ममता, धीर धर. मी अर्ध्या-पाऊण तासातच घरी पोहोचतो.'' या वेळी शशांकचा आवाज काळजीसोबतच कापरा झाल्याचं ममताला जाणवलं, त्यामुळे तिला जास्तच उन्मळून आलं.

शाळा सुटली होती. चार वाजेपर्यंत सर्वच मुलं घरी आली होती. ममताने तुषारच्या मित्र-मैत्रिणींकडे जाणीवपूर्वक फोन करून चौकशी केली; पण तो सकाळपासून शाळेतच आला नसल्याचं त्यांच्याकडून कळलं. ममतानं अशा मित्रांकडेही चौकशी केली, की जिथे तो जाणं शक्य नव्हतं. तिथूनही निराशाच झाली होती.

शशांक घरी येताच ममताचा बांध फुटला. शशांकनं तिला कवेत घेतलं व थोपटत म्हणाला,

''ममता, शांत हो... अजून वेळ गेलेली नाही. तो येईल. आपण थोडा वेळ वाट पाहायला हवी.'' शशांकचाही कंठ दाटून आला होता, त्याचाही धीर सुटत चालला होता.

एव्हाना शेजारी व सोसायटीतील मित्रमंडळींना कल्पना येताच, त्यांनी शशांकच्या घरी धाव घेतली. प्रत्येक जण आपापल्या परीने प्रयत्न करत होता. मित्र, मित्रांचे मित्र अशी सगळीकडे चौकशी सुरू होती; पण एकच उत्तर होतं : तुषार आज दिसलाच नाही.

शशांकने पुन्हा एकदा सर्व परिचित व मित्रांना फोन केले होते. शिक्षकांनी शहानिशा केली होती; पण उत्तर नव्हतं. शेजारच्या सोसायटीत जाऊन शशांक व त्याचे काही मित्र चौकशी करून आले. तिथे मात्र एका-दोघांना सकाळी तो शाळेकडे जाताना दिसला होता; पण शाळेपर्यंत मात्र पोहोचला नव्हता. म्हणजे, मधल्या रस्त्यावरच काहीतरी झालं असावं, अशी शंका शशांकला आली... आणि तो नुसत्या विचारानेच हादरला.

त्याचाही धीर आता पूर्णपणे सुटत चालला होता. आता मात्र वेळ घालवायला नको होता. रात्रीचे अकरा वाजून गेले होते; पण तुषारचा पत्ता नव्हता.

शशांक व त्याचे सोसायटीमधील मित्र पुन्हा एकदा तुषारच्या सर्व मित्रांकडे जाऊन आले होते; पण पदरी निराशाच पडली.

शेवटी पोलिसांत तक्रार देण्याचं ठरलं. या वेळी रात्रीचे बारा वाजून गेले होते.

शशांक, ममता व इतर दोघं-तिघं चतु:शृंगी पोलीस स्टेशनात आले. रात्रीचे तुरळक पोलीस उपस्थित होते. एका पोलिसाने डावीकडच्या ऑफिसमध्ये जायला सांगितलं, तसे शशांक व ममता आत शिरले. समोर पोलीस इन्स्पेक्टर आपल्या कार्यात मग्न होते. ते कुठलीतरी फाइल चाळण्यात मग्न होते. मध्यरात्र होती, तरी

चेहरा फ्रेश होता. वय साधारण बत्तीसच्या आसपास असावं. शरीर दणकट व मजबूत होतं. गौरवर्ण होता. शशांक अजिजीने म्हणाला,

"इन्स्पेक्टर, आत येऊ का?"

इन्स्पेक्टरनं आवाजाच्या दिशेने पाहिलं. समोर तिशीतीलच जोडपं होतं. सोबत दोघं-तिघं होते.

"येसऽऽ"

"सर, मी शशांक बोराडे – सॉफ्टवेअर इंजिनिअर आहे. ही माझी पत्नी ममता अन् हे माझे मित्र." शशांकनं ओळख करून दिली.

"बसा ना! मी इन्स्पेक्टर सुनील नखाते. आपणही बसा!"

शशांक, ममता व त्यांचे दोघं मित्र समोरच्याच खुर्चीत बसले. शशांकनं दीर्घ श्वास सोडला. त्या वातावरणात श्वासाच्या आवाजाने अस्वस्थता जाणवली. शशांक म्हणाला,

"इन्स्पेक्टर, माझा मुलगा तुषार सकाळपासून बेपत्ता आहे."

"कसा?" –इन्स्पे. नखातेचा सहज प्रश्न.

ममता मध्येच अजिजीने म्हणाली,

"सर, माझे मिस्टर सकाळीच कंपनीत गेल्यानंतर, माझा मुलगा नेहमीप्रमाणे शाळेत गेला... पण, शिक्षकांचं म्हणणं आहे, की तो तिथे पोहोचलाच नाही... आणि बस ड्रायव्हर म्हणाला, की तो स्टॉपवर नव्हताच. साहेब, आता सोळा तास उलटून गेले; पण तो सापडत नाहीये..." ममताला पुढे बोलवेना. तिचा कंठ दाटून येऊन तिला रडू कोसळलं.

खोलीत क्षणभर शांतता पसरली. इन्स्पेक्टर नखाते म्हणाले,

"त्याचे मित्र, नातेवाइकांकडे चौकशी केली?"

"हो सर! खरं तर दोन-तीन वेळा आम्ही प्रत्यक्ष जाऊन चौकशी केली, कुठेही सापडला नाही. किंबहुना, कुणालाच माहीत नाही तो कुठं आहे." शशांकनं सांगितलं.

"कुणाविषयी तुम्हाला शंका? शत्रुत्व?" इन्स्पेक्टर नखाते.

"नाही सर, हे दाम्पत्य अतिशय पापभीरू आहे. ते अजातशत्रूच आहेत म्हणा ना!" एका मित्राने सांगितलं.

"सर, आमचा कुणीही शत्रू नाही किंवा कुणाशी व्यवहारही नाही. आम्ही अतिशय साधी-सरळ माणसं आहोत. कुणाचंही घेणं आणि देणं नाही." शशांकनं स्पष्टीकरण दिलं.

"याचा अर्थ, ही अपहरणाची केस असावी!" –इन्स्पेक्टर नखातेंची शंका.

"काऽऽय?" –शशांक व इतरांचाही आश्चर्यकारक प्रश्न.

“हो! कदाचित पैशांसाठी? समाजात अराजक व विषमता असल्याने अशा गोष्टी घडण्याची शक्यता असते.” इन्स्पेक्टर नखाते म्हणाले.

“पण सर, आम्ही तर मध्यमवर्गीय... आमच्याकडे द्यायला काय आहे?” शशांकने सांगितलं.

“मि. बोराडे, अपहरणकर्ता हा विचार कधीच करीत नाही. त्याचा हेतू काय, हे अजूनपर्यंत आपल्याला ठाऊक नाही. गेल्या सोळा तासांत कुठला फोन आला का?” इन्स्पेक्टर नखातेंनी विचारलं.

“नाही सर, अद्याप तरी नाही आला.” शशांकनं सांगितलं.

“ठीक आहे. आपण केस फाइल करून घेऊ. मुलाचा फोटो आहे का?” इन्स्पेक्टर नखाते.

ममता फोटो तत्काळ पुढ्यात ठेवत म्हणाली,

“आहे ना साहेब, हा घ्या–” फोटो देताना ममताचा हात कमालीचा थरथरला. ती पुढे म्हणाली, “साहेब, आमचा एकुलता एक मुलगा आहे होऽऽ प्लीजऽ शोधा त्याला. आमचं भविष्यच धूसर होतंय...” ममताचा बांध पुन्हा एकदा फुटला. ती ढसाढसा रडू लागली. रात्रीच्या त्या शांत वातावरणात तिचं रडणं करुणा उत्पन्न करत होतं. शशांकनं लागलीच तिला सांभाळलं व धीर दिला. इन्स्पेक्टर नखाते मुलाचा फोटो हातात घेऊन शांत होते. त्यांना हे सवयीचं होतं; पण कुठंतरी माणूस म्हणून ते पण हेलावून जात होते. फोटोकडे पाहत ते म्हणाले,

“ताई, मी प्रयत्न करीन. थोडं थांबा. येत्या काही दिवसांत तुमचा मुलगा तुमच्या कुशीत असेल.” पुढे शशांककडे पाहत म्हणाले, “हे बघा मि. बोराडे, कुणाचाही फोन आला तरी आम्हाला लागलीच कळवायचं... आणि या क्षणापासूनच तुमचा घरातील फोन, परिसर सर्वच पोलिसांच्या निरीक्षणाखाली असेल. तुम्ही काळजी करू नका. हे अवघड आहे; पण तुम्हाला सांभाळलं पाहिजे.” इन्स्पेक्टर नखातेंनी छान समजावलं होतं.

“ठीक आहे सर, आम्ही तुम्हाला कळवू.”

शशांक व ममता हात जोडीत उठले होते आणि इन्स्पेक्टर नखातेंचे आभार मानून, अपेक्षा बाळगून ते मित्रांसमवेत पोलीस स्टेशनच्या बाहेर पडले.

इन्स्पेक्टर नखाते क्षणभर दाराकडे पाहत राहिले आणि मग त्यांनी डोळे मिटून घेतले. पुढचे काही दिवस आता वेगाने हालचाली करून पाठलाग सुरू करावा लागणार होता.

अपहरणकर्त्यांचा अजूनपर्यंत कुठलाही फोन न आल्याने इन्स्पेक्टर नखाते चिंतेत होते. त्यांचा हेतू काय होता, हे अजूनतरी स्पष्ट होत नव्हतं, म्हणून इन्स्पेक्टर नखाते गोंधळात होते. सुरुवात नेमकी कुठून करावी याचाच ते विचार करत होते.

रात्रीच त्यांनी त्यांच्या काही सहकाऱ्यांशी याविषयी चर्चा केली होती.

शशांक व ममताला रात्रभर झोप नव्हती. तुषारचा चेहरा डोळ्यांपुढे सारखा येत होता. ममताचे डोळे रडून रडून सुजले होते.

तुषारची वाट पाहणं म्हणजे एक जीवघेणा प्रवास सुरू होता. दुसऱ्या दिवशीही काहीच माहिती मिळाली नाही, की निनावी फोन आला नाही. प्रत्येक जण चातकासारखी वाट पाहत होता. मध्येच फोन घणघणला, की ममता व शशांक आशेने झेपावत असत; पण नातेवाइकाचा चौकशीचा फोन पाहून ते निराश होत असत.

चार दिवस झाले होते; पण तुषारचा ठावठिकाणा लागत नव्हता. एव्हाना मित्रपरिवारासोबतच अवघ्या नातेवाइकांनाही तुषारचं अपहरण झाल्याची बातमी कळली होती, त्यामुळे त्यांच्या फोनमुळे शशांक व ममता जेरीस आले होते. काही नातेवाईक सांत्वनासाठी घरीच आले होते.

इन्स्पेक्टर नखाते मात्र शशांकच्या नियमित संपर्कात होते. काही ठिकाणी त्यांनी पोलिसांची पथकं पाठवली होती. अजूनतरी अपहरणाची बातमी जाहीरपणे दिली गेली नव्हती.

आठ दिवस झाले होते. आता मात्र शशांक व ममताचा धीर सुटत चालला होता. शशांकच्याही डोळ्यांत अश्रू होते. जेवण जात नसल्याने दोघांच्याही प्रकृतीवर परिणाम होत होता. सांभाळायला कुणीही नव्हतं.

अपहरणकर्त्यांचा फोन न आल्याने आताशा शशांकचा धीर सुटत होता. तोच एकमेव आशेचा किरण असल्याचं त्याला माहीत होतं; पण संपर्कच होत नव्हता.

... आणि कुणाशी संपर्क करणार? शशांकनं अपहरणकर्त्यांना पैसे देण्याचीही तयारी ठेवली होती. त्यासाठी त्याची कंपनी मात्र पाठीशी खंबीरपणे उभी होती; पण अपहरणकर्त्यांचा फोन येत नसल्याने सगळंच ठप्प होतं.

दरम्यान, इन्स्पेक्टर नखातेंनी मित्र, शाळा, नातेवाईक यांची चौकशी करून सर्व पिंजून काढलं होतं; पण कुठेच धागादोरा मिळत नव्हता. तेही हवालदिल झाले होते. अपहरणकर्त्यांचा मनसुबाच कळत नव्हता.

दहा दिवसांनंतर मात्र इन्स्पेक्टर नखातेंनी स्थानिक वर्तमानपत्र, महाराष्ट्र व भारतातील आघाडीची वर्तमानपत्रे, न्यूज चॅनल्स, टीव्ही, भित्तिपत्रके या सर्वांचा वापर करून तुषार बेपत्ता असल्याची बातमी ठळकपणे दिली होती. काही तुरळक फोन सोडले, तर यात प्रगती होत नव्हती.

तीन आठवडे होऊन गेले. तुषारचा पत्ता नव्हता. किंबहुना, अपहरणकर्त्यांनी संपर्क साधला नव्हता. पोलिसांनी घातपात झाला का– म्हणूनही दिशा बदलली होती; पण काहीच माग लागत नव्हता.

चौथ्या आठवड्यात मात्र इन्स्पेक्टर नखातेंचा शशांकला फोन आला,

''हंऽ मि. बोराडे, मी इन्स्पेक्टर नखाते बोलतो.''

''हं सर, बोला ना!'' –शशांकचा अधीर व अजिजीचा स्वर.

पलीकडून इन्स्पेक्टर नखाते क्षणभर अंतर्मुख झाले आणि म्हणाले,

''सॉरी! मि. बोराडे, एक शहानिशा म्हणून फोन केला. खडकवासला परिसरात एक मृतदेह सापडला आहे. १२-१३ वर्षांचाच मुलगा आहे– तुम्ही दिलेल्या वर्णनाशी जुळणारा. आपण ससूनमध्ये जाऊन खात्री करून घेता का?'' शशांक मटकन खालीच बसला. पलीकडून इन्स्पेक्टर नखातेंचा नुसताच आवाज येत होता. ममता धावतपळतच आली. तिने शशांकला सावरलं.

मोठ्या जड अंत:करणने शशांक, ममता व इतर मित्र ससून हॉस्पिटलला जाऊन आले.

शवागारात तो लहान मुलाचा मृतदेह पाहून शशांक व ममताला भडभडून आलं. तो तुषार नव्हता याची त्यांना खात्री झाली; पण त्यात त्यांना तुषार दिसल्याने दोघंही उन्मळून पडले. मित्रांनी दोघांनाही सावरलं होतं. तो मृतदेह तुषारचा नसल्याचं कळताच इन्स्पेक्टर नखातेंना हायसं वाटलं. म्हणजे, अजूनही आशा होती. या केसमध्ये तेही आता भावनिकरीत्या गुंतले होते आणि म्हणूनच प्रयत्नांची पराकाष्ठा करीत होते. इन्स्पेक्टर नखाते कुठंही थोडासा सुगावा जरी लागला तरी पोलीस पथक पाठवीत असत; पण प्रत्येक वेळी निराशाच पदरी पडत होती.

कुठलाही संपर्क होत नसल्याने तुषारचा शोध घेणं, हे पोलिसांसमोर एक आव्हानच ठरलं होतं.

शहरात व महाराष्ट्रात तुषारच्या अपहरणाची केस चांगलीच गाजत होती. त्यासाठी वरिष्ठ पातळीवर बैठकही झाली होती. त्यात इन्स्पेक्टर नखातेंच्या तपासावर विश्वास दर्शविला होता; कारण इन्स्पेक्टर नखातेंवर शशांक व ममताचाही विश्वास होता. ते प्रामाणिक अधिकारी होते.

शशांक व ममताचं जीवन विस्कळीत झालं होतं. दोघंही रात्री दचकून उठत असत. फोनची चातकासारखी वाट पाहत.

उभा महाराष्ट्र ढवळून निघाला होता; पण तुषारचा शोध मात्र अद्याप लागत नव्हता; कारण कुठलाही संपर्क अथवा क्लू मिळण्याची शक्यताच नव्हती. पोलिसांच्या दृष्टिकोनातून हीच खरी शोकांतिका होती.

आणखी एक आठवडा जीवघेण्या प्रतीक्षेत गेला. अपहरणकर्त्यांचा फोन येईल, या भाबड्या आशेत गेला. या वेळी मात्र इन्स्पेक्टर नखातेंना अपहरणकर्त्यांची वेगळी योजना असल्याची चाहूल लागली; पण त्यांच्यापर्यंत पोहोचायचं कसं–

याचाच ते विचार करीत होते. त्यांना फक्त एखाद्याच क्लूची गरज होती आणि तोच मिळत नव्हता.

रात्रीचे आठ वाजून गेले होते. तुषार अपहरणाची केस फाइल काढून इन्स्पेक्टर नखाते बसले होते. त्या संदर्भातील आतापर्यंतचा प्रोग्रेस रिपोर्ट वाचत होते. अजूनपर्यंत निष्पन्न काहीच नव्हतं. आजच पाच आठवडे पूर्ण झाले होते. कुणीही आय विटनेस सापडत नव्हते. कुणीच पुढे येत नव्हतं. इन्स्पेक्टर नखातेंचं मन विषण्ण झालं. सर्व मार्ग चाचपडून झाले होते; पण हाती काहीच आलं नव्हतं.

इन्स्पेक्टर नखातेंनी टेबलावर असलेलं बिसलेरीचं पाणी घटाघटा प्यायलं. तुषारच्या आई-वडिलांची त्यांना मोठीच काळजी होती. ज्यांचा मुलगाच नाहीसा झाला, अशा माता-पित्याची काय मन:स्थिती असेल याची इन्स्पेक्टर नखातेंना चांगलीच कल्पना होती.

फाइल तशीच टेबलावर ठेवून, ते थोडे मागे रेलले अन् डोळे मिटून घेतले... शांतपणे.

तेवढ्यात शिपाई दारात येत म्हणाला.

''साहेब... कुणीतरी आपल्याला भेटायला आलंय.''

इन्स्पेक्टर नखातेंनी डोळे उघडले. समोर पस्तिशीतला एक तरुण उभा होता. तो आत येत म्हणाला,

''सर, मी डॉ. आदित्य अभ्यंकर. पुणे विद्यापीठाच्या तंत्रज्ञान विभागात संशोधक-प्राध्यापक आहे.''

न समजून इन्स्पेक्टर नखाते म्हणाले,

''हं, बसा ना–''

डॉ. अभ्यंकर स्थानापन्न झाले.

डॉ. अभ्यंकर शरीरानं किडकिडीत होते. रंग गोरा, चेहरा उभट, त्याच्यावर शोभून दिसणारी दाढी. अशा साधा बुशशर्ट व पॅन्ट घातलेल्या डॉ. अभ्यंकरांकडे इ. नखाते क्षणभर पाहत राहिले.

इन्स्पेक्टर नखाते म्हणाले,

''बोला ना सर, काय काम आहे?''

डॉ. अभ्यंकर थोडे चुळबुळले. डोळे बारीक करीत म्हणाले,

''काम तसं किरकोळ आहे... पण, तेवढंच महत्त्वाचंही आहे, असं मला वाटतं.''

''सांगा ना, सर!'' –इन्स्पेक्टर नखातेंचा उत्सुक स्वर.

''गेले पाच-सहा आठवडे आपण तुषार बोराडे या मुलाच्या अपहरण प्रकरणाचा छडा लावण्याच्या प्रयत्नात आहात. काही प्रगती?'' –डॉ. अभ्यंकरांचा सहज प्रश्न.

इन्स्पेक्टर नखाते दीर्घ श्वास सोडत म्हणाले,

"नाही सर, कुठलाच क्लू मिळत नसल्याने आणि अपहरणकर्तेही संपर्कात नसल्याने मागोवा घेणं (तपास करणं) कठीण जात आहे. ते खूपच स्मार्ट आहेत. पण, आपण हे का विचारत आहात? आपला काय संबंध?"

डॉ. अभ्यंकरांनी निरखून पाहिलं व स्मित करीत म्हणाले,

"तसा नाही; पण शहराचा एक जागरूक नागरिक म्हणून माझा तसा संबंध येतो. गेले काही दिवस मीही या केसचा अभ्यास करतो आहे. तर, ही गुंतागुंत झालेली केस सोडवायला मी मदत करू शकतो."

"कशी काय?" – इन्स्पेक्टर नखातेंचा उत्सुकतेचा स्वर. त्यांना मार्ग हवाच होता. ते पुढे म्हणाले, "तुम्हाला काही एव्हिडन्सेस मिळालेत का? तुषार तुम्हाला दिसला का? ठिकाण माहीत झालं का?"

डॉ. अभ्यंकर वाक्य खंडित करीत मध्येच म्हणाले,

"इन्स्पेक्टर नखाते, तसं काहीही झालेलं नाही. तुम्ही त्यासाठी सक्षम आहात, याची मला खात्री आहे. मी एक शास्त्रज्ञ व तंत्रज्ञ आहे. तंत्रज्ञानाचा उपयोग करून, आपण अपहरणकर्त्यांपर्यंत पोहोचण्याची माझी योजना आहे."

इन्स्पेक्टर उत्साहित झाले. त्यांना नेमका मथितार्थ कळला नाही. ते उद्गारले,

"म्हणजे?"

"म्हणजे हेच इन्स्पेक्टर नखाते, की तुषार अपहरणाचा अभ्यास केल्यानंतर मी स्वत: यात रात्र-दिवस संशोधन करून एक यंत्र बनविलं आहे. त्याच्याच साह्याने आपण अपहरणकर्त्यांना शोधून काढू शकतो." डॉ. अभ्यंकरांनी दिशा स्पष्ट केली.

"काऽऽय?... यंत्राच्या साह्याने? पण, डॉ. अभ्यंकर, आपल्याजवळ कुठलाही क्लू नाही. अपहरणकर्ता कोण, हेच आपल्याला ठाऊक नाही. मग त्यांना या असंख्य लोकसंख्येच्या शहरात वा राज्यात कसं शोधणार?" –इन्स्पेक्टर नखातेंचा सहज व साशंक प्रश्न.

"तेच तर संशोधन आहे, इन्स्पेक्टर नखाते! मला कसलीच गरज नाही, तरीही आपण त्यांच्यापर्यंत पोहोचू आणि पर्यायाने तुषारला वाचवू शकतो." डॉ. अभ्यंकरांनी सांगितलं.

"ते कसं काय?" –इन्स्पेक्टर नखातेंचा अगतिक होऊन प्रश्न.

"मी जरूर सांगतो; पण मला वाटतं, तुषारच्या आई-वडिलांनाही बोलावून घ्यावं, म्हणजे मला माझं यंत्र व योजना समजावून सांगता येईल; कारण त्यांच्याही जिव्हाळ्याचा प्रश्न आहे." डॉ. अभ्यंकरांनी विनंती केली.

इन्स्पेक्टर नखाते तत्काळ उत्तरले,

"शुअरऽऽ सर! जरूर. त्यांनाही हे कळलंच पाहिजे. मी त्यांना आत्ताच

बोलावतो.''

इन्स्पेक्टर नखातेंनी लागलीच टेबलवरचा फोन डायल केला. पलीकडून आवाज आला,

''हॅलोऽ मी शशांक बोराडे...'' आवाजात चैतन्य नव्हतं.

''हॅलोऽऽ मी इन्स्पेक्टर नखाते.''

''हं, बोला सर... काही कळलं का? माझा मुलगा कसा आहे?'' आवाजात शिथिलता व करुणा होती, असंख्य प्रश्नही होते.

इन्स्पेक्टर नखाते म्हणाले,

''शांत व्हा मि. बोराडे. त्याचाच प्रयत्न चालू आहे. तुम्ही या वेळी पोलीस स्टेशनात येऊ शकता? थोडं तातडीचं आहे. पुढची दिशा ठरवायचीय.''

''येतो सर!'' शशांकने फोन ठेवला. हल्ली शशांक व ममता यंत्रासारखे स्तब्ध झाले होते.

शशांक व ममता दोघंही अर्ध्या तासातच पोलीस स्टेशनात होते. या वेळी रात्रीचे दहा वाजले होते. डॉ. अभ्यंकरांशेजारीच ते दोघं बसले. दोघांचेही चेहरे निस्तेज होते. न झोपल्यासारखे. इन्स्पेक्टर नखाते दोघांकडे पाहत म्हणाले,

''शशांक, हे डॉ. आदित्य अभ्यंकर. पुणे विद्यापीठात शास्त्रज्ञ आहेत.''

इन्स्पेक्टर नखातेंनी डॉ. अभ्यंकरांच्या योजनेविषयी इत्थंभूत कल्पना दिली. त्या वेळी दोघांचेही चेहरे प्रथम उजळले होते. डॉ. अभ्यंकरांनीही मध्ये माहिती पुरविली. शेवटी डॉ. अभ्यंकर म्हणाले,

''हे बघा– या यंत्राची संकल्पना खरं तर खूप पूर्वीपासूनच माझ्या डोक्यात होती; पण तुषारच्या अपहरणाने त्यास गती मिळाली. 'जर अपहरणकर्त्यांनी संपर्कच केला नाही, तर काय?' हा प्रश्न मला पडला होता. अंधारात तर गोळी मारता येत नव्हती. मी त्याचाच पाठपुरावा करू लागलो.''

''सर, माझं बाळ मला सापडेल ना?'' –ममताचा आर्त स्वर. तिच्या खांद्यावर हळूच हात ठेवत शशांकनं सांत्वन केलं. तो डॉ. अभ्यंकरांकडे पाहत म्हणाला,

''सर, ते कसं काय? मला उत्सुकता आहे. आम्हाला आमच्या तुषारपर्यंत पोहोचायचंय!'' शशांकही अगतिक झाला.

डॉ. अभ्यंकरांनी सर्वांकडे एकवार पाहिलं, थोडासा विचार केला आणि म्हणाले,

''आपण अपहरणकर्त्यांपर्यंत जरूर पोहोचू मि. बोराडे. मी जे यंत्र तयार केलंय, त्याच्या साह्यानेच.'' ते विचार करीत पुढे म्हणाले, ''मी जेव्हा या सगळ्याचा विचार केला– तेव्हा माझ्या असं लक्षात आलं, की अपहरणकर्त्याकडे मोबाइल असावा; पण त्यांनी तो वापरलाच नाही, तर त्याच्यापर्यंत पोहोचणं केवळ अशक्य होतं; कारण संपर्कातून त्याचा ठावठिकाणा हुडकणं सहज शक्य होतं. आय थिंक, दे आर

व्हेरी स्मार्ट. त्यांना मागे कुठलाही पुरावा ठेवायचा नाही, शिवाय हे पैशांसाठी नसावं, हाही विचार मी केला. यामागे कदाचित वेगळं कारण असावं; पण अपहरणकर्त्यांजवळच्याच मोबाइलचा छडा लावला किंवा वेध घेतला तर... अगदी त्यांच्या नकळत?''

''तो कसा काय डॉ. अभ्यंकर?'' –इन्स्पेक्टर नखातेंचा सहज प्रश्न.

''अपहरणकर्त्यांकडे मोबाइल असेल, तर तो कुठल्या न कुठल्या कंपनीचा जरूर असेल, यात शंका नाही. पोलिसांच्या इन्व्हेस्टिगेशनचा भाग म्हणून, सर्व कंपन्यांना त्यांच्या ग्राहकांची यादी, नंबर व संपर्क लाइन उपलब्ध करून देणे बंधनकारक आहे; ते नाकारणार नाहीत. जर ते उपलब्ध झाले तर, आपलं काम सोपं होईल.'' डॉ. अभ्यंकरांनी सांगितलं.

''पण सर, प्रत्येक कंपनीचे कोट्यवधी ग्राहक आहेत. त्यातनं अचूक मोबाइल शोधणं म्हणजे समुद्रात गोटी शोधण्यासारखं होईल!'' शशांक स्वाभाविकपणे बोलला.

''बरोबर आहे तुमचं; पण ते काम माझं यंत्र व उपकरण करेल. त्याचा वेग प्रचंड असल्याने मिनिटाला लाख मोबाइलची स्क्रुटिनी करेल. एक ते दीड तासात कोट्यवधी मोबाइलची चाळण होऊ शकेल.'' डॉ. अभ्यंकरांनी पुनश्च विश्वास दिला.

''पण सर, हे कसं होईल, हेच आमच्या लक्षात येत नाही. तुम्ही सविस्तर सांगता का प्लीज?'' –इन्स्पेक्टर नखातेंचा नकळत प्रश्न. ममताला काहीच आकलन होत नव्हतं; पण डॉ. अभ्यंकर आशावादी असल्याचे पाहून, तिचं मन भरून आलं होतं.

इन्स्पेक्टर नखातेंकडे पाहत डॉ. अभ्यंकर म्हणाले,

''सांगतो. काय आहे– आपल्या मोबाइल दळण-वळणाची पद्धत अतिशय गमतीशीर आहे. एका मोबाइलवरून दुसऱ्या मोबाइलशी संपर्क करायचा झाल्यास सूक्ष्म तरंगांचा वापर केला जातो. यात विविध वारंवारितेचे बॅन्ड आहेत. या वारंवारिता असलेल्या बॅन्डचा वापर खुबीने केला जातो. समजा– मी इथून तुमच्याशी संपर्क करीत असलो, तर मुख्यत्वे माझ्या मोबाइलमध्ये अतिसूक्ष्म फोन आहे, स्पीकर आहे, बॅटरी आहे आणि मुख्यत्वे सूक्ष्म ॲन्टेना असून, तो ट्रान्समीटरचे कार्य करतो. यात माझा आवाज किंवा चित्र किंवा माहिती ही एनकोड (Encode) माध्यमातून संकेतरूपाने प्रसारित होते आणि वातावरणात चोहोबाजूंनी जाते. हा संकेत वातावरणात लांबपर्यंत पसरतो आणि त्यातील सूक्ष्म भाग दुसऱ्या मोबाइलमधील रिसीव्हरचा ॲन्टेना काबूत घेऊन, तो संकेत डी-कोड (Decode) करून त्यातील माहिती व चित्र आपल्याला दिसू शकते. ही साधी व सरळ दळणवळणाची क्रिया. ती रेडिओ व टीव्ही प्रसरणामध्येही केली जाते. यात मात्र रेडिओ लहरींचा प्रभावी

वापर होतो; कारण त्या प्रकाशाच्या वेगाने जातात आणि सूक्ष्म तरंगांचीही तीच अवस्था आहे.''

''पण सर, ही तर नित्याचीच बाब आहे. हे तंत्र व शास्त्र ज्ञात आहे, प्रचलित आहे.'' शशांक उत्तरला; कारण तो स्वत: सॉफ्टवेअर इंजिनिअर असल्याने त्याला कळत होतं.

''बरोबर आहे; पण याच प्रत्येक मोबाइल दळणवळणाचा उपयोग मी करून घेतला. बेस स्टेशनवरून प्रसारित होणाऱ्या या सूक्ष्म तरंग लहरींवरच मी माझा स्वत:चा आणखी एक सिग्नल सुपरइम्पोज किंवा मॉड्युलेट करू शकतो. ते कार्य माझं उपकरण करतं आणि त्याची वारंवारिता तीन गिगा हर्ट्झ एवढी आहे. हाच माझा सिग्नल नियमित चालू असलेल्या मोबाइलमधील सूक्ष्म अ‍ॅन्टेनाच्या साह्याने पकडला जाऊन, त्यातील अ‍ॅप्लिकेशनची स्वतंत्रपणे निवड करतो आणि मोबाइलमधील कॅमेरा ग्राहकाच्या नकळत चालू होऊन २० ते २५ मीटर परिसरातील चित्रण करतो. आणि ते चित्रण माझं उपकरण पुन्हा पकडून, माझ्या स्क्रीनवर दर्शवितं.'' डॉ. अभ्यंकरांनी त्यांची मूर्त कल्पना शेवटी सांगितली होती.

''काय म्हणता, सर! माझा मोबाइल आता खिशात असतानादेखील तुम्ही माझ्याच मोबाइलमधील कॅमेऱ्याच्या साह्याने चित्रीकरण करू शकता?'' इन्स्पेक्टर नखाते आश्चर्याने म्हणाले.

''अगदी बरोबर! मी ते सप्रयोग केलंय आणि करून दाखवू शकतो. हा सगळाच अतिसूक्ष्म तरंगांचा खेळ आहे. त्यात मॉड्युलेट केलेला हा सिग्नलच हे सर्व घडवून आणतो.'' डॉ. अभ्यंकर ठामपणे म्हणाले.

''सर, माझ्याही लक्षात आलं. खूपच अ‍ॅमेझिंग संशोधन आहे तुमचं! म्हणजे, माझ्या नकळत तुम्ही माझ्या मोबाइलमधून माझ्या आजूबाजूचं चित्रण नकळत करू शकता... वंडरफुल इमॅजिनेशन!'' शशांक उत्साहित झाला होता.

''एक्झॅक्टली!... अपहरणकर्ता कुठंही लपलेला असेल, तरीसुद्धा त्याच्या आजूबाजूचं चित्रण आपण करू शकतो... जर का त्याचा मोबाइल सुरू असेल तर! मोबाइल बहुधा कुणीही बंद करून ठेवत नाही.'' डॉ. अभ्यंकर आत्मविश्वासाने उत्तरले.

ममताच्या चेहऱ्यावर आशावाद निर्माण झाला. तुषारचा ठावठिकाणा लागेल, म्हणून ती भारावून गेली.

''डॉ. अभ्यंकर, आपण इथे प्रात्यक्षिक करू शकतो– आत्ताच्या आत्ता?'' इन्स्पेक्टर नखातेंची विचारणा.

''जरूर! मी उपकरण सोबतच आणलेलं आहे. जस्ट अ मोमेन्ट–''

डॉ. अभ्यंकर उठले व गाडीतून उपकरण घेऊन आले. ते छोटंसंच; पण प्रभावी

उपकरण होतं. त्याच्यात सूक्ष्म तरंग निर्माण करणारे घटक व इलेक्ट्रॉनिक सारणी वापरली होती. ते म्हणाले,

"शशांक, तुम्ही तुमचा मोबाइल नंबर द्या आणि दुसऱ्या रूममध्ये जाऊन बसा. आय विल डू दिस एक्सपरिमेन्ट विदिन अ फ्रॅक्शन ऑफ सेकंद."

शशांक व ममता दुसऱ्या रूममध्ये गेले.

डॉ. अभ्यंकरांनी उपकरण चालू केलं. त्यांनी आपल्या मोबाइलवरनं शशांकचा नंबर फीड केला व संपर्क केला. सूक्ष्म तरंग व उपकरणातील ठरावीक वारंवारितेच्या संकेतांची सरमिसळ होऊ लागली आणि क्षणात चित्रण होऊ लागलं. शशांक व ममता बसले होते त्या खोलीतील इत्थंभूत माहिती व चित्रण दिसत होतं.

इन्स्पेक्टर नखाते पाहतच राहिले. त्यांनी शशांक व ममताला बोलावलं. त्यांना ती चित्रफीत दाखवताच शशांक आश्चर्यचकित झाला. डॉ. अभ्यंकरांचे हात हातात घेऊन तो सद्‌गदित झाला.

इन्स्पेक्टर नखाते तत्काळ उत्तरले,

"डॉ. अभ्यंकर... आता दिशा ठरली. आत्ताच्या आत्ता मी मोबाइल कंपन्यांच्या वरिष्ठांशी संपर्क साधतो. ते सर्व सुविधा उपलब्ध करून देतील. वेळ खूप कमी असल्याने आज आणि आत्ताच आपल्याला हे करावं लागणार आहे."

"जरूर! इन्स्पेक्टर नखाते, मी तयार आहे. इनफॅक्ट, मी ही योजना घेऊनच आलो आहे. आता मला फक्त परिणाम मिळवायचे अन् अपहरणकर्त्यांच्या तावडीतून तुषारला सोडवायचं!" डॉ. अभ्यंकर ठामपणे म्हणाले.

ममताच्या डोळ्यांत अश्रू तरळले होते. शशांक व ममता दोघांनीही डॉ. अभ्यंकरांकडे पाहून हात जोडले. शशांकचे हात पकडत डॉ. अभ्यंकर म्हणाले,

"नाही मि. बोराडे, आता नाही... तुषार आपल्या हाती आल्यानंतर खऱ्या अर्थाने माझा हा प्रयोग मी यशस्वी मानेन, तोपर्यंत नाही. मला खात्री अन् विश्वास आहे– वुई विल गेट तुषार व्हेरी सून!" डॉ. अभ्यंकर स्मित करीत म्हणाले.

सगळेच बाहेर पडले होते. इन्स्पेक्टर नखातेंच्या अंगात आता वेगळाच उत्साह संचारला होता.

एकाच बेस स्टेशनवरून सगळ्या उपलब्ध कंपन्यांच्या ग्राहकांचे मोबाइल नंबर डाउनलोड केले होते आणि तिथूनच संपर्क करायला सुरुवात झाली होती. या वेळी रात्रीचे दोन वाजले होते. डॉ. अभ्यंकर सफाईदारपणे काम करीत होते. कॉम्प्युटरमध्ये त्यांचा हातखंडा होता. इन्स्पेक्टर नखाते, शशांक व ममता त्यांच्या कृतीकडे भारावून पाहत होते.

भारतातील किमान २०-२५ कोटी ग्राहक तपासून पाहायचे होते, त्यासाठी उपकरणाची क्षमता व वेग त्यांनी वाढवला होता.

सलग चार तास डॉ. अभ्यंकर काम करत होते. शशांक-ममता तिथेच होते. इन्स्पेक्टर नखाते अधनंमधनं बाहेर जाऊन येत होते. या वेळी पहाटेचे साडेपाच वाजले होते. बाहेर वातावरणात नीरव शांतता होती.

...आणि डॉ. अभ्यंकरांचा चेहरा खुलला होता. शशांकचं त्यांच्याकडे लक्ष होतं. तोही सावरून बसला. डॉ. अभ्यंकर आवेगाने म्हणाले,

"मि. बोराडे, हा बघा– हा तुमचाच मुलगा आहे का?" असं म्हणताच ममता व शशांक झेपावले आणि ते पाहतच राहिले.

ती एक खोली होती... आणि तिथे तुषार झोपला होता. त्याच्या बाजूला दोघं होते– क्रूर दिसणारे. ममताचा ऊर भरून आला. तिच्या तोंडून चीत्कार बाहेर पडला. ती हर्षोल्हासित झाली; कारण तुषार जिवंत होता.

डॉ. अभ्यंकरांनी दोघा-तिघांचे मोबाइल नंबर शोधून हे चित्रीकरण सिद्ध केलं होतं. अपहरणकर्ते कदाचित एकूण पाच जण असावेत. त्यात तिघांकडे मोबाइल होते आणि तिघांच्या मोबाइलमध्ये तुषारची छबी दिसत होती. डॉ. अभ्यंकर म्हणाले,

"इन्स्पेक्टर नखाते, हे घ्या तीन मोबाइल नंबर. नाऊ यू हॅव दी जॉब. कुणाचे आहेत, ते शोधा. ॲण्ड कॅच देम... ब्लडी बास्टर्डऽऽ" डॉ. अभ्यंकर राग व्यक्त करत पुढे म्हणाले. "तोपर्यंत मी यांच्यावर वॉच ठेवतो. इथून पुढे आता ते काय करतात याची इत्थंभूत माहिती मी तुम्हाला क्षणाक्षणाला देईन. जस्ट गो अहेड!"

"पण सर, हा परिसर कुठला आहे?" शशांकचा प्रश्न.

"ती खोलीच असल्याने एवढ्यात कळणार नाही; पण जसे ते बाहेर पडतील, तसं आपल्याला कळून येईल." डॉ. अभ्यंकरांनी सांगितलं.

इन्स्पेक्टर नखाते आता वेगाने कामाला लागले होते. ममताला घरी पाठविण्यात आलं. शशांक मात्र अभ्यंकरांच्या जवळच होता. इन्स्पेक्टर नखाते मात्र भल्या सकाळीच चार-पाच पथकांसह बाहेर पडले होते. अपहरणकर्त्यांचे पत्ते त्यांना सापडले होते.

मुंबईतील धारावी झोपडपट्टीत त्यांची घरं होती. तिथे छापा टाकल्यावर, कुणीही सापडलं नाही; मात्र बरेच दिवस ते गायब असल्याचं कळलं.

धाडीचं सत्र सुरूच होतं; पण अपहरणकर्ते हाती लागत नव्हते. इन्स्पेक्टर नखाते मागावरच होते आणि क्षणाक्षणाला डॉ. अभ्यंकरांच्या संपर्कात होते.

डॉ. अभ्यंकर व शशांक मोबाइलच्या बेस स्टेशनवरच ठाण मांडून होते. अपहरणकर्त्यांचे मोबाइल लोकेट झाल्याने व ते सुरू असल्याने, त्यांची इत्थंभूत ऑनलाइन माहिती व चित्रण स्क्रीनवर येत होतं. त्यामुळे तुषारची शारीरिक अवस्थाही कळत होती. तो ग्लानीत राहत असल्याने त्याची नुसतीच हालचाल होत होती. जोखीम नको म्हणून कदाचित अपहरणकर्ते त्याला झोपेचं इंजेक्शन देत असावेत.

अजूनही डॉ. अभ्यंकरांना स्थळाचा शोध लागत नव्हता, म्हणून त्यांना इन्स्पेक्टर नखातेंनाही कळवणं कठीण जात होतं.

त्यातील दोघं जण उठले. डॉ. अभ्यंकर व शशांक सावरून बसले. दोघांनी तुषारला उचलून बाहेर आणलं आणि एका कारमध्ये त्याला झोपवलं. शेजारीच दोघं बसले. ते पूर्णत: जंगल होतं. आजूबाजूचा परिसर ओळखीचा होता... पण, कुठला तेच डॉ. अभ्यंकरांच्या लक्षात येत नव्हतं.

उपकरण आता भ्रमणध्वनी (mobile) सोबतच सॅटेलाइट मोडवर केलं होतं. तो श्रीवर्धनचा परिसर होता; कारण डॉ. अभ्यंकरांचं मूळ गाव श्रीवर्धन असल्याने, त्यांच्या ते तत्काळ लक्षात आलं होतं.

डॉ. अभ्यंकरांनी लागलीच इन्स्पेक्टर नखातेंना मोबाइल कॉल करून, श्रीवर्धनच्या दिशेने जायला सांगितलं. इन्स्पेक्टर नखाते मुंबईहून परस्परच तीन तासांत श्रीवर्धनला पोहोचले .

समुद्रकिनारी एका निर्जन पोर्टवर कार येऊन थांबली. डॉ. अभ्यंकरांच्या तत्काळ लक्षात आलं. तिथं एक बोट उभीच होती. डॉ. अभ्यंकरांनी इन्स्पेक्टर नखातेंना त्या स्थळाकडे तातडीने जाण्यास सांगितलं. आता वेळ घालवून चालणार नव्हतं.

शशांकची अस्वस्थता वाढत होती. तुषारचे प्राण महत्त्वाचे होते. डॉ. अभ्यंकर त्यांना आधार देत होते.

अर्धवट ग्लानीत असलेल्या तुषारला त्यांनी बाहेर काढलं आणि तो लडखडत चालू लागला. त्याच्या आजूबाजूला दोघं-तिघं होते. ते हळूहळू बोटीकडे जाऊ लागले. आजूबाजूचा परिसर शांत व निर्जन होता. तिथे चिटपाखरूही नव्हतं. भयाण शांतता होती.

तेवढ्यात झुडपातून इन्स्पेक्टर नखाते व त्यांचं पथक बाहेर पडताना दिसलं आणि डॉ. अभ्यंकर व शशांकला हायसं वाटलं.

इन्स्पेक्टर नखातेंनी विजेच्या वेगाने दोघातिघांना पकडलं. तुषारचा ताबा काही पोलिसांनी अलगद घेतला. धाड पडल्याचं लक्षात येताच बोट सुरू झाली; पण पोलिसांनी वेळीच उड्या मारून बोटीवरच्या खलाश्यांना पकडण्यात यश मिळवलं.

अपहरणकर्ते चौघं होते... आणि एक खलाशी. त्या सर्वांनाच जेरबंद करण्यात आलं.

श्रीवर्धनच्या दवाखान्यात तुषारवर उपचार करण्यात आले. दोन तासांत तो पूर्णत: शुद्धीवर आला अन् भयभीत होऊन इन्स्पेक्टर नखातेंना बिलगला... आणि रडू लागला.

इन्स्पेक्टर नखातेंनी त्याला जवळ घेतलं आणि म्हणाले, ''बेटा, तू शूर आहेस. तू खूप मोठं काम केलं आहेस. आय ॲम प्राउड ऑफ यू!'' त्यांनी त्याला

आवेगाने आलिंगन दिलं.

इन्स्पेक्टर नखाते, पोलीस पथके, तुषार व अपहरणकर्ते पुण्यातील चतु:शृंगी पोलीस स्टेशनात पाच तासांनी पोहोचले.

शशांक, ममता व डॉ. अभ्यंकर आधीच तिथे होते. इन्स्पेक्टर नखातेंच्या गाडीतून तुषार उतरताच ममताने हंबरडा फोडला. ती वेगाने त्याच्याकडे झेपावली. तुषारही "आईऽऽ" करीत आवेगाने झेपावला... आणि दोघंही एकमेकांच्या बाहुपाशात होते. शशांकही मागोमाग धावला. दोघांनाही कवेत घेत शशांकनेही डोळ्यांतील अश्रूंना मुक्त वाट करून दिली.

तो हृदयद्रावक प्रसंग पाहून डॉ. अभ्यंकर व इन्स्पेक्टर नखातेंच्याही डोळ्यांच्या कडा ओलावल्या.

सोसायटीतील उपस्थित मित्र व पोलिसांनी टाळ्या वाजवल्या. सगळ्यांच्या डोळ्यांतून आनंदाश्रू वाहत होते.

पोलिसी खाक्या दाखवताच अपहरणकर्ते पोपटासारखे बोलू लागले. मुलांना पळवून परदेशात त्यांच्या अवयवांची तस्करी करत असल्याचं समजताच उपस्थित सगळे सुन्न होऊन नखशिखांत हादरले होते. आतापर्यंत भारतातील विविध राज्यांमधून त्यांनी वीस मुलांना पळवून त्यांची हत्या आणि अवयवांची तस्करी केली होती.

ही एक टोळीच होती, हे ऐकून शशांक व ममता मटकन खालीच बसले. ममता आवेगाने तुषारला पुन:पुन्हा कवेत घेऊन पटापटा मुके घेऊ लागली. तिच्या डोळ्यांतून अश्रुधारा सतत वाहत होत्या. त्यांचा तुषार मृत्यूच्या दाढेतून परत आला होता.

शशांक, ममता व तुषार तिघंही डॉ. अभ्यंकरांकडे झेपावले. नकळत तिघंही त्यांच्या पायांवर झुकले. शशांकला उठवत सद्‌गदित होत डॉ. अभ्यंकर म्हणाले,

"हे काय शशांक? मी एक शास्त्रज्ञ आहे. हे माझं कर्तव्यच होतं. तुमच्या मुलात मी माझा मुलगा पाहिला... आणि तेव्हाच मला तुमच्या भावना कळून या संशोधनात मी स्वत:ला झोकून दिलं. खऱ्या अर्थाने तुषारनंच मला माझ्या प्रयोगाचे व उपकरणाचे परिणाम मिळवून दिले. सो, थँक्स बेटा..." त्याला जवळ घेत ते पुढे म्हणाले, "तुझ्यासारखी शूर मुलं भारतात असतील, तर आपल्याला काळही रोखू शकणार नाही. बेस्ट लक."

इन्स्पेक्टर नखाते त्वरेने म्हणाले,

"सर, अभिवादन करतो." आणि त्यांनी सॅल्यूट ठोकला. "सर, तुमचं उपकरण पोलिसांना खूपच उपयुक्त आहे. आम्हाला गुन्हेगारांचा सहज शोध घेता येईल."

डॉ. अभ्यंकर थोडा वेळ स्तब्ध झाले आणि म्हणाले,

"नाही, इन्स्पेक्टर नखाते; पण मी ते आता नष्ट करणार आहे!" सर्वच जण आश्चर्याने पाहत राहिले. शशांक, ममता गोंधळले.

"पण का?" इन्स्पेक्टर नखातेंचा प्रश्न साहजिक होता; कारण डॉ. अभ्यंकरांच्या निर्णयाचं त्यांना आश्चर्य वाटलं.

"कारण इन्स्पेक्टर नखाते, हे उपकरण साधं नाही; हे व्यक्तिस्वातंत्र्य हिरावणारं आहे. उद्या कुणीही उठून या उपकरणाच्या साह्याने कुणाच्याही खासगी आयुष्यात डोकावतील, चित्रीकरण करून धमकी देतील, ब्लॅकमेल करतील, गैरव्यवहार करतील... त्यामुळे समाजात हाहाकार माजेल. व्यक्तिस्वातंत्र्य हिरावणे हे निसर्गाविरुद्ध आहे आणि तेच मला होऊ द्यायचं नाही. शेवटचे परिणाम मिळतानाच माझ्या हे लक्षात आलं होतं. निसर्गाने घालून दिलेले नियम आपण पाळलेच पाहिजेत. इन्स्पेक्टर नखाते, सो प्लीजऽऽ एक्स्क्यूज मी..."

डॉ. अभ्यंकरांनी प्रत्येकाला नमस्कार केला. उपकरण हाती घेतलं व माघारी वळले. इन्स्पेक्टर नखाते व उपस्थितांनाही परिस्थितीची जाणीव झाली. त्यांच्याही लक्षात आलं होतं. संशोधनाची दुसरी भयानक बाजू त्यांना आधी माहीतच नव्हती.

पाठमोऱ्या डॉ. अभ्यंकरांकडे सर्व जण पाहतच राहिले. नकळत सर्वांचेच हात जोडले गेले होते. त्यात भक्तिभाव होता, शिवाय वैज्ञानिक दृष्टिकोनही होता.

❖

आगंतुक

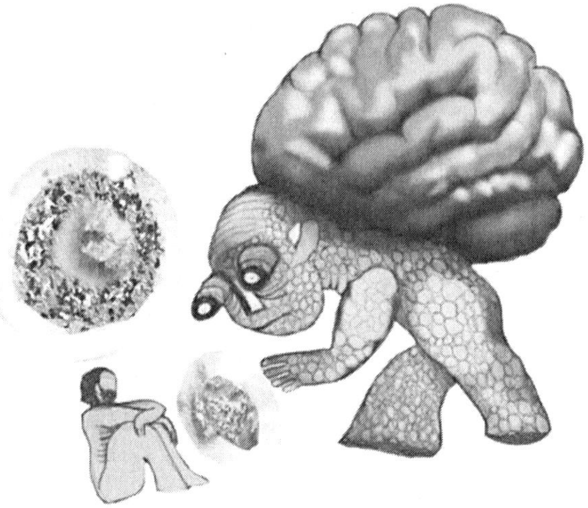

तसं बऱ्यापैकी अंधारून आलं होतं; म्हणून तो झपाझपा पावलं टाकीत होता. निघाला तेव्हा आकाश स्वच्छ होतं, वातावरणात थोडीशी आर्द्रता असल्याने उकडत मात्र होतं; पण त्याचा त्याला अंदाज बांधता आला नव्हता. पाऊस पडेलच, असं तो छातीठोकपणे सांगू शकत नव्हता.

शिवाय, त्याची पाचची बसही निघून गेली होती. ज्या ठिकाणी त्याला जायचं होतं तिथे दिवसातून फक्त तीन वेळेसच बस जात होती. शेवटची बस सुटल्याने तो निराश झाला होता. आज कुठल्याही परिस्थितीत जायचंच, हा विश्वास मात्र ठाम होता. एक झपाटलेपण त्याच्या शरीरात होतं.

द्विधा मन:स्थिती असतानाच त्यानं निर्णय घेतला– पायीच जाण्याचा. वाटेत कुणी लिफ्ट दिली, तर ती घ्यायची आणि पुढे जायचं– असा पक्का विचार त्यानं मनात केला. इच्छित स्थळ शहरापासून तीस किलोमीटर अंतरावर होतं. तिथे त्याला आजच जायचं होतं.

शहरातून बाहेर पडून तो हमरस्त्यावर आला. त्यानं एक-दोघांना लिफ्टसाठी हातही दाखवून पाहिलं; पण ते सुसाट वेगाने पुढे निघून गेले. तो तसाच पुढे रस्त्याने चालत राहिला.

एव्हाना गार वारं सुरू झालं होतं. सूर्य क्षितिजापलीकडे कलला असावा, याचा त्यानं अंदाज केला. ठार अंधार पडण्यापूर्वी व पाऊस सुरू होण्याआधी त्याला कुठल्याही परिस्थितीत पोहोचायचं होतं. त्यानं असहायपणे पुन:श्च मागे पाहिलं. एक दुचाकीवाला सुसाट वेगाने त्याला दूरवर दिसला. त्यानं हेल्मेट परिधान केलेलं होतं. आशेने त्याने त्याला हात दाखवला, तसा त्यानं करकचून ब्रेक दाबला आणि पन्नास

फूट पुढे जाऊन थांबला. तो वेगाने धावला व म्हणाला...

"मला इन्स्टिट्यूटला जायचंय. साकी नाक्यापर्यंत सोडता का?" दुचाकीवाल्याने न बोलता फक्त होकारार्थी मान हलवली. तसा तो अधीरतेने बसला आणि दुचाकी पुन्हा सुसाट वेगाने धावू लागली. दुचाकीचा वेग एवढा प्रचंड होता, की त्याचे शब्द हवेत विरत होते. तो काहीतरी बोलू पाहत होता; पण दुचाकीस्वाराने हेल्मेट परिधान केल्याने त्याचे शब्द दुचाकीस्वारापर्यंत पोहोचत नव्हते. वाऱ्याचा वेगही प्रचंड होता, त्यामुळे त्याचे केस अस्ताव्यस्त झाले होते. तो काहीही न बोलता निमूटपणे बसून राहिला.

दुचाकीस्वारानं वीस मिनिटांत पंचवीस किलोमीटर अंतर कापून साकी नाक्यावर दुचाकी थांबवली. तो उतरला व म्हणाला,

"धन्यवाद! आपण फार मोठी मदत केलीत."

दुचाकीस्वारानं पुन्हा न बोलताच मान डोलावली आणि ॲक्सिलरेटर वाढवून वेगाने निघून गेला. दुचाकीस्वार काही क्षणांत दिसेनासाही झाला. तो मात्र काही क्षण का असेना, तसाच स्तब्ध उभा राहिला.

आपले अस्ताव्यस्त केस त्याने नीट केले. आजूबाजूला पाहिलं. ठार अंधार पडला असला, तरी अंधुकसा प्रकाश अजूनही होता. त्यात त्याला कोपऱ्यात छोटीशी पाटी दिसली– 'इन्स्टिट्यूट ऑफ बायो ॲण्ड नॅनो टेक्नॉलॉजी.' ती पाटी पाहून त्याचा चेहरा खुलला. तिथून पाच किलोमीटर अंतरावर ती संशोधन संस्था होती. तिथेच त्याला जायचं होतं.

इन्स्टिट्यूटपर्यंतचा रस्ता कच्चा असला, तरी टणक होता. दुतर्फा काही अंतरावर स्ट्रीट लाइट होते. ते चालू झाल्यामुळे प्रकाश-अंधाराचा खेळ सुरू झाला होता. कच्च्या रस्त्यावरती तो एकटाच चालला होता. आजूबाजूला आता ठार अंधार होता आणि ती वाट जंगलातून जात असल्याने रातकिड्यांची किर्ऽऽ किर्ऽऽही सुरू झाली होती. मधेच सळसळणारा आवाज ऐकून त्याचं अंगही शहारून निघत होतं.

एव्हाना पावसाचीही रिपरिप चालू झाली होती. चिंब भिजण्याआधी त्याला इन्स्टिट्यूट गाठायची होती, म्हणून तो वेगाने पावलं उचलीत होता. पावसाचा अंदाज नसल्याने त्याने रेनकोट किंवा छत्रीही आणली नव्हती. कधी अंधार, तर कधी उजेड तुडवीत तो पुढे चालत राहिला. नाही म्हटलं तरी, तो थोडा भिजलाच होता.

तसा तो शरीरानं काटकुळाच; पण त्याच्या चेहऱ्यावर मात्र तेज व प्रचंड आत्मविश्वास जाणवत होता. त्याच्या पाठीवर सॅक तेवढी लटकत होती. ज्या पद्धतीने तो चालत होता, त्यावरून त्याची चपळाई लक्षात येत होती.

झाडाझुडपांतनं नागमोडी वळणं घेत तो चालत राहिला. पाऊस बऱ्यापैकी सुरू झाल्याने समोरचं दिसेनासं होत होतं. तरी तो अंदाज घेत चालतच राहिला. आताशी

त्याचं अंग चिंब भिजलं होतं.

शेवटी एका वळणावर त्याला दूरवर प्रकाशानं झळकणारी इमारत दिसली. आता त्यानं पावलं वेगानं उचलायला सुरुवात केली. काही क्षणांत तो फाटकाजवळ होता. इमारतीवरील 'इन्स्टिट्यूट ऑफ बायो ॲण्ड नॅनो टेक्नॉलॉजी' ही मळकटलेली अक्षरं पाहून त्याचं मन खिन्न झालं. त्याने आजूबाजूला पाहत अंदाज घेतला. इमारतीचं अस्तित्व तेवढं ठळकपणे दिसत होतं. वातावरणात एक प्रकारचा सुन्न व रहस्यपणा भरला होता. इमारतीच्या आजूबाजूला अंधार होता व रातकिड्यांचा आवाज होत होता.

त्यानं फाटक हळूच ढकललं. फाटकाचा 'कर्ऽऽ कट्' आवाज त्या शांत व भारलेल्या वातावरणात घुमला... तेवढ्यात वॉचमन दुडक्या चालीने अचानक त्याच्या पुढ्यात येऊन थांबलेला पाहून तो कमालीचा दचकला... वॉचमनने टोपी घातलेली असल्याने त्याच्या चेहऱ्यावर अंधार होता. चेहराहीन माणसासारखा. त्यातनं फक्त शब्द फुटले.

"कोण हवंय तुम्हाला?" वॉचमनचा आवाज घोगरा झाला होता. आपल्या डोळ्यांवर आलेले पाण्याचे थेंब बाजूला सारीत तो म्हणाला,

"मला डॉ. पंचशील परमात्मेंना भेटायचंय..."

वॉचमननं कदाचित त्याला नखशिखांत न्याहाळलं असावं. तो म्हणाला,

"ते कुणालाही भेटत नाहीत; पण मी तुम्हाला निरुत्साही करणार नाही. तुम्ही प्रयत्न करू शकता." वॉचमन निर्देश करत पुढे म्हणाला, "असेच मेन गेटमधनं पुढे जा आणि डावीकडे वळून, उजवीकडच्या बाजूला डॉ. पंचशीलांची केबिन आहे."

आदेश पाळावा तसा तो पुढे सरकला. मेन गेटमधनं आत शिरताच सरळ कॉरिडॉरमधनं चालत राहिला. आजूबाजूला तो निरीक्षण करीत राहिला. बहुतेक तिथे सर्व प्रयोगशाळा असाव्यात; कारण प्रत्येक खोलीच्या बाहेर प्रयोगशाळेचं नाव व शास्त्रज्ञाचं नाव लिहिलेलं होतं. शास्त्रज्ञांची नावं मात्र त्याला चित्रविचित्रच वाटली. ठिकठिकाणी जळमटं दिसत होती– कित्येक दिवस साफसफाई न केल्यासारखी.

डावीकडे वळताच आणखी प्रशस्त व लांबट कॉरिडॉर त्याला दिसला. आतून एवढी मोठी प्रशस्त इमारत असेल याची बाहेरून त्याला कल्पना आली नव्हती. कॉरिडॉरमध्ये अंधुकसाच प्रकाश होता. कुणीही दिसत नव्हतं. वातावरणातही भीषण शांतता होती. त्याच्या ओल्या बुटांचा चपक्-चपक् आवाज मात्र ते शांत वातावरण भेदून जात होता. आवाज होऊ नये म्हणून तो आपली पावलं धीमी टाकत होता. त्याचा स्वत:चा श्वासोच्छ्वासही त्या वातावरणात त्याला जाणवत होता. उष्ण श्वासामुळे त्याचं अंग उबदार होत होतं.

लांब कॉरिडॉरच्या टोकावर येऊन तो पुन्हा उजवीकडे वळला. समोरच त्याला डॉ. पंचशीलांची केबिन दिसली. त्याचा चेहरा खुलला; कारण शेवटी तो इच्छित स्थळी येऊन पोहोचला होता. डॉ. पंचशीलांच्या केबिनसमोर तो क्षणभर थांबला. इकडे-तिकडे पाहिलं. लांबपर्यंत कुणीही नव्हतं. त्यानं बेल पाहिली; पण तिथं काहीही नव्हतं. शेवटी त्यानं दारावर आपली बोटं टेकवली.

'टक्... टक्...'

कुठलाच प्रतिसाद आला नाही, पुन्हा त्याने 'टक् टक्' केली. फक्त कॉरिडॉरमध्ये आवाज प्रतिध्वनित झाल्याखेरीज काहीही झालं नाही. त्यानं जोराने थाप मारून पाहिली; पण तरीही प्रतिसाद नव्हता.

त्याला शंका आली, म्हणून त्यानं लॅचचं हॅन्डल फिरवलं. तसं दार थोडंसं किलकिलं होऊन आत गेलं. म्हणजे, केबिन उघडी होती. धाडस करून तो आत डोकावला; पण आत कुणीही नव्हतं. खुर्ची रिकामी होती. त्या काही क्षणांतही त्यानं खोली न्याहाळून घेतली. ती प्रशस्त होती, यात मात्र शंकाच नव्हती. त्यानं पुन्हा दार ओढून घेतलं व दिङमूढ होऊन उभा राहिला. डॉ. पंचशीलांची भेट होईल की नाही, या विवंचनेत तो सापडला.

त्यानं पॅसेजमध्ये दूरवर पाहिलं. कुणीही नव्हतं. वॉचमन सोडला, तर कुठल्याही मानवप्राण्याचं दर्शन त्याला झालं नव्हतं. कुणी भेटतं का, म्हणून त्याची नजर शोध घेत होती; पण कुणीही नजरेस पडत नव्हतं. वाट पाहण्याखेरीज त्याच्या हातात काहीही नव्हतं.

त्यानं पुन्हा दार किलकिलं करून पाहिलं आणि त्याच्या चेहऱ्यावर आनंदमिश्रित भाव तरळून गेले. खुर्चीत कुणीतरी बसलं होतं. त्याला आश्चर्य वाटलं. क्षणापूर्वी पाहिलं, तेव्हा कुणीही नव्हतं आणि आपण तर दारातच उभे आहोत; मग हे गृहस्थ आले कुठून? खोलीत तर कुठेही दरवाजा नव्हता. हा विचार करायला त्याला आता वेळच नव्हता. दाराच्या फटीतून त्यानं त्या गृहस्थाला नखशिखांत न्याहाळून घेतलं. तेच डॉ. पंचशील असावेत. त्याच्या मनाची खात्री पटली. डॉ. पंचशील पन्नाशीतले गृहस्थ दिसले. गोल चेहरा, फ्रेंच कट, डोळ्यांची बुबुळे बाहेर आलेली, गोरी काया आणि सुदृढ शरीरयष्टी. त्यांच्या चेहऱ्यावर मात्र करारीपणाचे भाव दिसले.

त्यानं सरळ आत जाण्याऐवजी पुन्हा दारावर बोटं टेकविली.

"टक्ऽ टक्ऽ"

आतून अजूनही उत्तर नव्हतं. त्यानं थोडा वेळ प्रतिसादाची वाट पाहिली. पुन्हा अगतिकतेने त्यानं दारावर थाप मारली. तसा आतून करडा स्वर बाहेर आला–

"अरेऽ अरेऽऽ... कोण आहे तिकडे?"

"सर, मी–" तो भांबावून उत्तरला.

"मी? मी म्हणजे कोण? नाव काय? गाव काय?... की आगंतुक आहेस?" डॉ. पंचशील थोडेसे चिडून म्हणाले.

तो थोडा वेळ स्तब्ध झाला आणि अजिजीने म्हणाला,

"हवं तर आगंतुक म्हणा, सर, पण आत येऊ का?"

"काय काम आहे तुमचं?" –डॉ. पंचशीलांचा हेका कायम.

"सर, आत आल्याशिवाय कसं सांगता येईल?" –आगंतुकाचा पाठपुरावा.

"हे बघा, या वेळेस मी कुणालाही भेटत नसतो. कुणी सोडलं तुम्हाला? आय डोन्ट हॅव टाइम." डॉ. पंचशील पुन्हा ठामपणे म्हणाले.

"सर, प्लीज असं म्हणू नका. मी खूप लांबून व आशेने आलेलो आहे. नाही म्हणू नका सर... मला आपला थोडासा वेळ द्या." आगंतुक पुन्हा विनवीत म्हणाला.

"नोऽ!" डॉ. पंचशीलांचा स्वर वाढलेलाच.

"सर! प्लीज..." आगंतुकाने दार उघडून आत प्रवेश केला. आत आलेल्या तरुणाकडे पाहून डॉ. पंचशील लालबुंद झाले. त्यांच्या डोळ्यांची बुबुळं आणखी मोठी झाली. ते करड्या स्वरात म्हणाले,

"आगंतुक, ही काय पद्धत झाली?"

"सर, प्लीजऽ रागावू नका... पण, माझा नाइलाज आहे. तुम्हाला भेटायचं माझं स्वप्न आहे, सर. तुम्ही माझे रोल मॉडेल आहात– प्रेरणास्थान आहात." आगंतुक बोलतच होता.

स्तुतीने डॉ. पंचशील थोडेसे नरमले. रागानं त्यांच्या कपाळावर आठी पडली होती. ते म्हणाले,

"ठीक आहे, ठीक आहे... बोला, काय काम होतं तुमचं? बी ब्रीफ. आय डोन्ट हॅव टाइम."

"सर, मी नुकतीच जैव भौतिकशास्त्रात पदवी घेतलीय. मला तुमच्या हाताखाली संशोधन करायचंय..." आगंतुकानं आपलं म्हणणं सांगितलं.

डॉ. पंचशील त्वरेने म्हणाले,

"नो!.. नॉट ॲट ऑल. मी आता कुणालाही संशोधनासाठी घेत नाही."

"सर, प्लीज असं म्हणू नका. मी उद्ध्वस्त होईन. तुमच्यासोबत संशोधन करण्याचं फार मोठं स्वप्न आहे, सर..." आगंतुक पुन्हा अजिजीने म्हणाला.

"हे बघा–"

"सर, प्लीऽज एक संधी द्या." मधेच आगंतुक उत्तरला.

डॉ. पंचशील थोडा वेळ विचारमग्न झाले. मनात काही आराखडे ते बांधत असावेत. तरुणाकडे त्यांनी निरखून पाहिलं. तरुण त्यांना होतकरू वाटत होता. कामासाठी अशी तरुण मंडळी त्यांना वरचेवर हवी असत. ते खुर्चीत थोडं रेलून

बसले आणि हातांचा विशिष्ट चाळा करीत म्हणाले,

"कुठलं संशोधन करायचंय तुला? आय मीन, तुझा इन्टरेस्ट काय?"

आगंतुक अधीरतेने बोलला–

"सर, नॅनो तंत्रज्ञान. मृत मानवाला जिवंत करून संजीवनी द्यायचीय मला..." आगंतुकाने डॉ. पंचशीलांवर डोळे रोखले होते– कदाचित तो त्यांच्या मनाचा अंदाज घेत असावा. त्याच्या वाक्यानं डॉ. पंचशील थोडे चपापले.

"काऽऽय? संजीवनी? सॉरी, मी असलं संशोधन करत नाही."

"नाही कसं, सर?... तुमचा यात हातखंडा... आय नो... तुम्ही एक प्रसिद्ध जैवतंत्रज्ञ आहात. तुमचे प्रयोग जगास ठाऊक आहेत, शिवाय तुमचं मूळ पेशीवरचं संशोधनही मला ठाऊक आहे." आगंतुक एक-एक माहिती देऊ लागला.

डॉ. पंचशील आश्चर्याने पाहत म्हणाले.

"अरे, बरंच ठाऊक आहे की तुला! उद्यापासून तू जॉइन होऊ शकतोस."

"उद्यापासून नाही सर, या क्षणापासून मला तुमच्यासोबत काम करायला आवडेल."

डॉ. पंचशील थोडे गोंधळले. आगंतुकाचा उतावळेपणा त्यांना खटकला.

ते म्हणाले,

"हे बघा मि. आगंतुक, घाई कशाला? कळेल तुम्हाला हळूहळू. तुम्ही आमच्यात कधी सामावून गेलात, हे कळणारसुद्धा नाही."

"मला जे समरसून म्हणताय ना... तेच आत्तापासून करायचंय, सर!" आगंतुक पिच्छा पुरवीत म्हणाला.

"पण, तुमचा हा अट्टहास का?... यू टेक युवर ओन टाइम." डॉ. पंचशील पुन्हा चिडून म्हणाले.

"नो सर, टाइम इज व्हेरी इम्पॉर्टन्ट फॉर मी. एक क्षण न् क्षण महत्त्वाचा आहे माझ्यासाठी!" आगंतुक डोळे रोखीत म्हणाला होता.

"म्हणजे, तुमचा क्षण महत्त्वाचा आणि माझा? हे बघा मि. आगंतुक, आज माझी फार महत्त्वाची मीटिंग आहे. यू कम फ्रॉम टुमारो. ओके?" डॉ. पंचशील घड्याळात पाहत निर्वाणीचं म्हणाले.

"नॉट ओके सर... आत्तापासून तुम्हाला प्रॉब्लेम काय आहे? आय कॅन स्टार्ट वर्क राइट नाउ– फ्रॉम धिस मोमेन्ट!" आगंतुक डॉ. पंचशीलांच्या मनाचा अंदाज पुन्हा घेत राहिला.

डॉ. पंचशीलांना आगंतुकाचा राग येत होता; पण तो सरळ व्यक्त करता येत नसल्याने त्यांची तगमग चेहऱ्यावर दिसत होती.

"हे बघा मि. आगंतुक, आय हॅव लॉट ऑफ वर्क डू इट... फार महत्त्वाची

मीटिंग आहे.'' डॉ. पंचशीलांनी घड्याळाकडे अस्वस्थपणे पाहिलं.

''मग मी पण तुमच्यासोबत येतो मीटिंगला!''

''हा काय चावटपणा आहे मि. आगंतुकऽऽ'' डॉ. पंचशील जवळजवळ ओरडलेच. त्यांचा चेहरा लालबुंद झाला होता; पण स्वत:ला सावरीत ते म्हणाले,

''कृपया, तुम्ही उद्या या! आता जाऊ शकता...''

''नाही सर, मी जाणार नाही. आता मला तुमच्या प्रयोगशाळाही पाहायच्यात.''

''ते शक्य नाहीऽऽ'' डॉ. पंचशील ठामपणे म्हणाले.

''का नाही? घाबरलात?''

''का? का घाबरीन मी? आणि तेही तुला?'' डॉ. पंचशीलांचा आवाज कापरा झाला होता.

''कारण तुमच्या संशोधनाला मी पर्याय ठरीन, याची सुप्त भीती आहे तुम्हाला...'' आगंतुक मनाचा ठाव घेत म्हणाला.

''माय फूट! आजचा बच्चा... मला काय पर्याय ठरशील? मी आयुष्य घातलंय यात आगंतुक... आणि तुझी तर नुकती सुरुवात आहे!''

''तेच मी म्हणतोय, सर! तुम्ही आयुष्य वेचलंत आणि व्यवहारही केलाय.''

''व्यवहार? हे काय नवीन आता? कुणाचा व्यवहार? कशाचा?'' डॉ. पंचशीलांनी असंख्य प्रश्न विचारले.

''संशोधनासाठी पैसा कुठून येतोय, सर?'' वर्मावर बोट ठेवीत आगंतुक म्हणाला.

''दॅट इज नन ऑफ युवर बिझिनेस. ओके?'' डॉ. पंचशील त्याला उडवीत म्हणाले.

''या, इट्स बिझिनेस सर. ओन्ली बिझिनेस... कुठल्या मीटिंगला चाललात म्हणालात– आणि तेही एवढ्या रात्री?''

''तो माझा प्रश्न आहे. तुम्ही कोण मला विचारणारे?'' डॉ. पंचशील रागाने म्हणाले.

''सर, मी तुमचा विद्यार्थी. विसरलात?'' आगंतुक छद्मीपणे म्हणाला.

''नाही, तुम्ही माझे विद्यार्थी नाही.''

''मग कोण आहे मी?'' आगंतुकाने स्वत:च प्रश्न निर्माण केला.

डॉ. पंचशील त्याच्या या प्रश्नामुळे त्याच्याकडे पाहतच राहिले. काय बोलावं ते त्यांना सुचलंच नाही. ते नुसतेच चडफडत राहिले.

तेवढ्यात तिथे एका तरुणीने प्रवेश केला.

''सर, आत येऊ का?''

तरुणीने पांढरा ॲप्रन घातलेला होता. तिच्या हातात ग्लोव्ह्ज होते. ती

कुठल्यातरी प्रयोगातून तशीच आली होती. आगंतुकाची व तिची फक्त नजरानजर झाली. तिची थंड नजर पाहून मात्र आगंतुकाच्या छातीत धस्स झालं.

ती तरुणी डॉ. पंचशीलांच्या हातात एक चिठ्ठी देऊन निघून गेली. चिठ्ठी वाचून डॉ. पंचशीलांचे हावभाव बदलले. ते आगंतुकाकडे पाहत म्हणाले,

"आता तुम्ही जाऊ शकता."

"नाही सर... मी जाणार नाही. तुम्ही मीटिंग आटोपून या, मग आपण संशोधनाविषयी बोलू. ठीक आहे?" आगंतुक वरती हात करीत म्हणाला.

डॉ. पंचशील न बोलता केबिनबाहेर पडले; कारण आगंतुकपेक्षा त्यांना मीटिंग महत्त्वाची होती. आगंतुककडे नंतर ते पाहणारच होते. त्याच्याबाबतीत काहीतरी निर्णय घ्यावा लागणार होताच.

आगंतुक केबिनमध्ये एकटाच बसून राहिला. विरंगुळा म्हणून केबिन न्याहाळू लागला. केबिनमध्ये सर्व काही अद्ययावत होतं. सगळ्याच सुविधा होत्या. आगंतुक उठला व एका भिंतीपाशी गेला. त्याच्यावरील रंग अप्रतिम होता. गुळगुळीत. त्याने त्यावर हात फिरविला. तसा तो भिंतीचा पापुद्रा सरकला आणि एक गार झुळूक अंगावर येऊन थडकली. आत प्रशस्त प्रयोगशाळा होती. तो क्षणभर पाहतच राहिला. आतमध्ये शिरताच एक प्रकारचा रासायनिक दर्प जाणवला. प्रयोगशाळेत विविध अद्ययावत उपकरणे होती. काही सांकेतिक पडद्यांवर सिग्नल वर-खाली होत होते. त्या उपकरणांनी वेढलेला एक पलंग होता. त्या पलंगाशेजारी जाताच तो आश्चर्याने पाहतच राहिला. ती एक स्त्री होती ... आणि तिचा चेहरा मघाशी आलेल्या तरुणीसारखाच होता! तो गोंधळला. त्या स्त्रीवर विविध प्रयोग होत होते, हे तिला वेढलेल्या नलिकांनी तत्काळ लक्षात येत होतं. काही गॅस सिलिंडर पडलेले होते. डॉ. पंचशील अन् या स्त्रीचा काही संबंध तर नसावा?

"होय, संबंध आहे मि. आगंतुक!"

आगंतुकाने दचकून मागे पाहिलं. समोर डॉ. पंचशील होते. या वेळी मात्र त्यांच्या चेहऱ्यावर छद्मी हास्य होतं. ते पुढे म्हणाले,

"मला वाटलंच, तू इथे असशील म्हणून!"

"सर, मी..." काय बोलावं ते आगंतुकाला सुचलं नाही. मध्येच डॉ. पंचशील म्हणाले,

"आय नो, यू आर अ क्युरिअस बॉय..."

आगंतुक गोंधळला होता. मघाचे डॉ. पंचशील आहेत का हे? चिडके, रागीटलेले? हे एवढे हसतमुख का? त्यांच्या मनात काही दुसरंच तर नाही ना? आगंतुकच्या मनात शंका येऊन गेली. डॉ. पंचशील त्याच्याजवळ आले आणि स्त्रीच्या चेहऱ्याकडे पाहत म्हणाले,

''होय, या स्त्रीचा आणि माझा संबंध आहे. ही माझी पत्नी नलिनी. ती मृत आहे.''

''काऽऽय? मृत?'' –आगंतुकचा आश्चर्यकारक प्रश्न.

''होय, मृत. दहा वर्षांपूर्वीच तिचा अपघातात मृत्यू झालेला. ब्रेन डेड; पण मी तिला जपून ठेवलं– स्मृती म्हणून. तिच्यावर प्रयोग करतोय. नॅनो व जैवतंत्रज्ञानाच्या साह्याने. आय ऑलवेज होप फॉर दि बेस्ट.'' डॉ. पंचशीलांनी सांगितलं.

''सर, मघाची ती तरुणी?''

''ती माझी मुलगी अंकिता. मुलगीच म्हणायला हवी.'' डॉ. पंचशील स्वत:शीच हसले. 'गूढ आहे.' आगंतुकला काहीच आकलन होत नव्हतं.

''ओ.के. मि. आगंतुक, यू डू व्हॉटएव्हर यू फील टू डू हिअर. मी केबिनमध्ये आलोच थोड्या वेळात.'' आणि ते एका कप्प्यातून बाहेर पडले. आगंतुक तिथं एकटाच उभा राहिला. डॉ. पंचशीलांचं वागणं त्याला रहस्यमय वाटू लागलं. एखाद्या विक्षिप्तासारखं. पत्नीचा मृतदेह त्यांनी जपून ठेवला होता. उद्या तंत्रज्ञानाच्या साह्याने तो जिवंत होईल, या एकमेव आशेवर. आगंतुकच्या मनाचा गोंधळ झाला; मात्र तो सावरला. तिथं आत तो आणि फक्त मृतदेह होता.

डॉ. पंचशील त्याला काहीच का नाही बोलले, हे आगंतुकला खटकत राहिलं; पण त्यानं तो विचार झटकला. प्रयोगशाळेच्या कोपऱ्याकोपऱ्याचं अवलोकन आगंतुकाने करून घेतलं.

तिथंच त्याला एक कळ दिसली. ती त्यानं दाबली. एका कोपऱ्यातला दरवाजा त्यानं उघडला. त्यातनं आत शिरताच तो पाहतच राहिला. आत प्रशस्त मोठी खोली होती. असंख्य काच-तावदानं होती. प्रत्येक काच-तावदानात मृतदेह होते. त्यांच्यावर प्रयोग चालले होते. आजूबाजूला कप्पेही होते. आगंतुकाने त्यातले काही उघडले आणि तो आश्चर्याने पाहत राहिला. तेथेही शवंच होती. ओळखी-अनोळखी चेहरे. त्याच्या अंगावर सर्रकन काटा उभा राहिला. ते शीतगृह होतं. उणे तापमानाला ती शरीरं गोठवून ठेवली होती.

आगंतुक हे सर्व पाहून सैरभैर झाला. कोठे जावं, त्याला काहीच सुचत नव्हतं. बाहेर पडायचा दरवाजा सापडत नव्हता. तो या काच-तावदानातून त्या काच-तावदानात जात होता. त्यात सर्व सारखंच होतं. चक्रव्यूहात अडकल्यासारखीच त्याची परिस्थिती झाली होती. त्या उणे तापमानातसुद्धा त्याचं अंग घामाने चिंब झालं होतं. तो घाबरला होता. आता आपण यातनं बाहेर पडू की नाही, अशी शंका वाटत होती. डॉ. पंचशील ही साधी प्रभृती नव्हती, हे एव्हाना त्याच्या लक्षात आलं होतं.

तो थकला होता. शेवटचा प्रयत्न म्हणून तो एका काच-तावदानात शिरला. तिथून मात्र त्याला मार्ग सापडला. तो त्या शीतगृहाच्या बाहेर आला होता. त्यानं

मोकळा श्वास घेतला.

तेवढ्यात त्याला कुजबुजण्याचा आवाज आला. दूरवर प्रकाशानं झळकत असलेली काचखोली त्याला दिसली. तो तिकडे जवळजवळ ओढलाच गेला आणि आतील दृश्य पाहून थिजला. कानोसा घेऊन, त्यांची चर्चा ऐकून उरलंसुरलं अवसानही गळून गेलं. आतमध्ये डॉ. पंचशीलांसमवेत चार-पाच बुरखाधारी होते. त्यांच्या हातात मोठ्या बॅगा होत्या. कदाचित त्या पैशांनी भरलेल्या असाव्यात. त्यांची काही तरी देवाण-घेवाण चालली होती. चर्चेचा मथितार्थ आगंतुकाच्या तत्काळ लक्षात आला. त्याला राहवलं नाही. काच-तावदानात तो आत शिरला व ओरडला,

"म्हणजे, तुमची ही मीटिंग चालली आहे तर, सरऽऽ!"

सगळ्यांनी दचकून आवाजाच्या दिशेने पाहिलं. आगंतुकला पाहून डॉ. पंचशील लालबुंद झाले; पण स्वत:ला सावरीत म्हणाले,

"अरे आगंतुक, तू आणि इथे? तू माझ्या केबिनमध्ये बैस. मी आलोच."

"नाही सर, मला सगळं समजलेलं आहे. आय नो इच अ‍ॅण्ड एव्हरीथिंग."

"काय समजलं तुला?" –डॉ. पंचशीलांचा आग्रही स्वर.

"तुमच्या संशोधनाचा तुम्ही बाजार केलाय, सर!"

"बाजार? काहीही फालतू बडबडू नकोस." डॉ. पंचशील वैतागाने म्हणाले.

दोघं-तिघं बुरखाधारी पुढे सरसावले. डॉ. पंचशीलांनी त्यांना हातानेच शांत होण्याचा संकेत दिला. डॉ. पंचशील पुढे झाले व आगंतुकाच्या खांद्यावर हात ठेवत आपुलकीने म्हणाले,

"हे बघ आगंतुक, तूही यात सामील होऊ शकतोस. किंबहुना, मी तुला माझा विद्यार्थी म्हणून घेण्याचं ठरवलंय. हा गिव्ह अ‍ॅण्ड टेकचा बिझिनेस आहे. मी त्यांना तंत्रज्ञान देतो, ते मला पैसे देतात. दॅट्स इट... सो सिंपल!"

"पण सर, का? असं करून काय मिळतं तुम्हाला?"

"पैसा! मि. आगंतुक, खूप पैसा. ही प्रयोगशाळा त्याच्यावरच चाललेय; माहीत आहे ना तुला?" डॉ. पंचशील डोळे बारीक करत म्हणाले. "तुला वाटतं, सरकार हा पैसा देतेय? नाही, हे लोक मला पैसा देतात."

"आणि त्या बदल्यात तुम्ही आपल्या लोकांचं मरण देता; नाही का?"

"मरण? कुणाचं?"

"सामान्य लोकांचं! या अतिरेक्यांच्या हातात तंत्रज्ञान देऊन तुम्ही फार मोठी घोडचूक करत आहात डॉ. पंचशील!" आगंतुक रागाने बेभान झाला. त्याचे डोळे आग ओकीत होते. अंग थरथरत होतं.

सरऐवजी 'डॉ. पंचशील' असा एकेरी शब्द ऐकून डॉ. पंचशीलांना शंका

आली.

"कोण आहेस तू?"

"आधी मला हे लोक कोण आहेत, ते सांगा– कुठल्या देशातले?"

चारही बुरखाधारी या प्रश्नानं अस्वस्थ झाले. त्यांची चलबिचल झाली. त्यातला एक म्हणाला,

"एऽऽ जबान संभालके बात करो!"

आणि तिघा-चौघांनी बुरख्यांमधनं ए. के. रायफल काढल्या व आगंतुकावर रोखणार, तेवढ्यात–

आगंतुकानं चपळाईने हालचाल केली. तिथल्या तिथं हवेत उडी मारून पायालगत ठेवलेलं पिस्तूल काढलं आणि त्या चारही अतिरेक्यांना एका क्षणात टिपलं.

चारही अतिरेकी धारातीर्थी पडले. डॉ. पंचशील त्यांच्याकडे व काही क्षण आगंतुकाकडे पाहत वेड्यासारखे ओरडले,

"कोण आहेस तूऽऽ?"

"मी किशोर कामटे – सी.आय.डी. क्राइम ब्रँच, मुंबई. डॉ. पंचशील, तुझ्यासारखा शास्त्रज्ञ एवढ्या खालच्या पातळीला जाईल, असं वाटलं नव्हतं. गेले वर्षभर तू माझ्या टप्प्यात होतास. माझ्या काही सहकाऱ्यांनादेखील गळाला लावलंस. बेपत्ता केलंस. त्यांचेही मृतदेह पाहून आलोय मी. खूप त्रास झाला मला. वाटलं, तुझा जीव घ्यावा; पण नको; जगाला कळू देत."

इन्स्पे. कामटेंनी खिशातनं बेड्या काढल्या. "तुला जगासमोर आता उघडाच पाडतो की नाही, ते बघ!"

इन्स्पे. कामटे डॉ. पंचशीलजवळ येताच त्याने विजेच्या वेगाने हालचाल केली. शेजारी पडलेल्या अतिरेक्यांची ए. के. रायफल उचलून त्याने स्वत:च्या डोक्याला लावली व खटका दाबला. क्षणात डॉ. पंचशील रक्ताच्या थारोळ्यात पडले. इन्स्पेक्टर कामटे काहीच करू शकले नाहीत. डॉ. पंचशील ही प्रवृत्ती नाहीशी झाली होती.

इन्स्पेक्टर कामटे तसेच बाहेर आले. वेगवेगळ्या प्रयोगशाळांत त्यांनी पाहिलं. कोणीही नव्हतं. प्रत्येक ठिकाणी मृतदेहच होते. ती तरुणीही कोठे दिसत नव्हती. ते मोकळ्या हवेत बाहेर आले. घड्याळात पाहिलं. पहाटेचे तीन वाजून गेले होते. हवेत गारवा होता. पावसाची रिपरिप मात्र अजूनही चालू होती. इमारतीकडे पाहिलं. अंधुकशा प्रकाशात इन्स्पेक्टर कामटेंना ती एक भीषण व गूढ वास्तू वाटू लागली. तेवढ्यात तिथे तो वॉचमन धावतपळत आला.

"सर, काही मदत करू?"

या वेळी त्याच्या डोक्यावर कॅप नव्हती. इन्स्पेक्टर कामटेंनी त्याच्याकडे पाहिलं आणि ते नखशिखांत शहारले. ते डॉ. पंचशीलच होते!

वॉचमन म्हणजेच, डॉ. पंचशील हसत होते आणि त्यांचं हसणं हळूहळू वाढत होतं.

इन्स्पेक्टर कामटे मागे वळले आणि विजेच्या वेगाने पुन्हा इमारतीत शिरले. कॉरिडॉरमधनं पळत जाऊन त्यांनी डॉ. पंचशीलांची केबिन गाठली. धाडदिशी दार उघडताच समोर खुर्चीत डॉ. पंचशील बसलेले पाहून इन्स्पेक्टर कामटे जागच्या जागी थिजले. डॉ. पंचशील छद्मीपणे इन्स्पेक्टर कामटेंकडे पाहून हसत होते. इन्स्पेक्टर कामटेंचं हृदय धडधडत होतं. डोळे विस्फारलेले होते. म्हणजे, हे डॉ. पंचशीलांचं प्रतिरूप आहे?

"होय, प्रतिरूप!"

मागून, पुढून, बाजूने आवाज येऊ लागले आणि हास्य करत एक एक डॉ. पंचशील बाहेर पडू लागले. त्यांच्यासोबत त्यांच्या पत्नीचं प्रतिरूपही खिदळत बाहेर पडत होतं. ही नलिनी की अंकिता? इन्स्पेक्टर कामटेंचा गोंधळ होत होता. पुरुष आणि स्त्रीमिश्रित स्वरांचा गलका वाढत गेला. इन्स्पेक्टर कामटे कानांवर हात ठेवत, दुसऱ्याच क्षणी खाली कोसळले.

डॉ. पंचशीलांच्या चौघा प्रतिरूपांनी इन्स्पेक्टर कामटेंचं शरीर अलगद उचललं आणि भिंतीतून नाहीसे होत शीतगृहाकडे जाऊ लागले.

डॉ. पंचशीलांनी आपला टाय नीटनेटका केला आणि खुर्चीत बसून काही नव्या संशोधनाचे मॅगेझिन चाळण्यात मग्न झाले. दूर एका देशाशी त्यांना मोठा करार करावयाचा होता. त्यांच्या चेहऱ्यावर स्मितरेषा ठळक दिसत होत्या. त्यामागील भरपूर रहस्ये अजून उलगडायची बाकी होती. डॉ. पंचशीलांची ही प्रतिरूपे हा वारसा पुढे नेणार होती.

❖

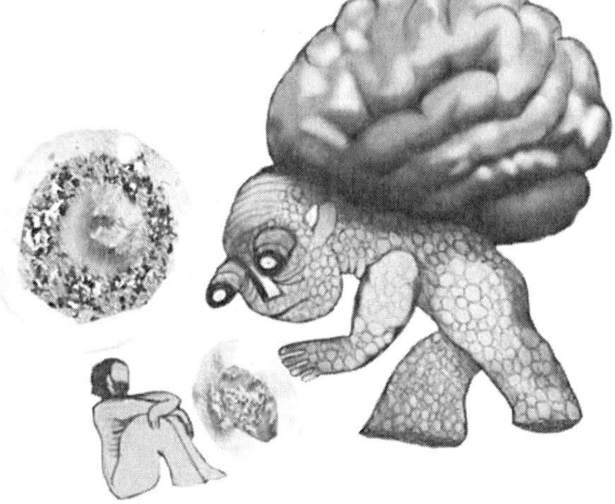

साक्षीदार

रात्रीची साडेनऊची वेळ होती. चतु:शृंगी पोलीस स्टेशनात आवक कमी झाली होती. पोलीस कॉन्स्टेबल पगारे कुठल्यातरी फाइल्स काढण्यात मग्न होता, तर इन्स्पेक्टर कदम आतल्या खोलीत काही फॉरिन विद्यार्थ्यांचे पासपोर्ट अर्ज पाहण्यात मग्न होते. आणखी दोघं-तिघं कॉन्स्टेबल आपापल्या कामात मग्न होते. आतल्या एका खोलीत शिपाई काळे भुरट्या चोरांना चोप देत होता. त्याच्या आवाजाने तेथील काही सामान्य नागरिक थरारून उठत होते; पण कार्यमग्न असलेले इतर शिपाई मात्र कुठलेही हावभाव व्यक्त न करता आपापल्या कामात व्यग्र होते. इन्स्पेक्टर कदमही निवांत होते. त्या सर्वांनाच ते नेहमीचंच होतं.

कॉन्स्टेबल पगारे एक फाइल हातात घेऊन टेबलाजवळ आला व फोनची घंटा वाजली. फोनचा आवाज मात्र मुळीच मधुर नव्हता. पगारेने फाइल त्याच टेबलावर ठेवली आणि रिसीव्हर कानाला लावत म्हणाला,

''हॅलोऽऽ कॉन्स्टेबल पगारे बोलतोय.''

''सर, मी... मीऽ एक विद्यार्थी बोलतोय. इथं एका सुरक्षारक्षकाचा खून झालाय.'' –पलीकडून घाबरलेला स्वर.

'खून' शब्द ऐकताच पगारे उभ्याउभ्याच सावरला... आणि उद्‌गारला.

''खूनऽऽ? कुणाचा?.. आणि कुठं?''

पगारेच्या तोंडून 'खून' शब्द जरा मोठ्याने प्रतिध्वनित झाला. त्यामुळे आजूबाजूच्या काही शिपायांचेही कान टवकारले गेले. आत इन्स्पेक्टर कदमांचीही चुळबुळ झाली. आणखी एक केस म्हणून कदाचित त्यांनी नि:श्वास टाकला असावा.

पलीकडून पुन्हा चाचरतच तुटक आवाज आला, कारण त्याच्या मोबाइलची

रेंज येत-जात होती.

"साहेब... सुरक्षारक्षकाचा..."

"अरे बाबाऽ पण कुठं, ते तरी सांगशील की नाय?" कॉन्स्टेबल पगारे थोड्याशा कडक शब्दांत म्हणाला.

पलीकडचा स्वर पुन्हा हलला; पण तरीही तो धीराने म्हणाला,

"इथंच– विद्यापीठाच्या आवारात, शिवाजी पुतळ्याजवळ."

"काऽय? विद्यापीठात? बरं, थांबा. आलोच आम्ही–" कॉन्स्टे. पगारेने फोन ठेवला होता.

तो तडक आतल्या केबिनमध्ये शिरला. समोर इन्स्पेक्टर कदम काहीतरी लिहीत बसले होते.

"साहेबऽऽ"

"हुंऽ!" इन्स्पेक्टर कदमांनी न पाहता नुसताच हुंकार भरला.

"साहेब, विद्यापीठात शिवाजी पुतळ्याजवळ सुरक्षारक्षकाचा खून झालाय."

इन्स्पेक्टर कदम मध्येच हातातला पेन बाजूला ठेवीत म्हणाले,

"काय? खून आणि विद्यापीठात? कधी?"

"साहेब, आत्ताच."

"कशानं?"

"ते काहीच माहीत नाही." कॉ. पगारे उत्तरला.

इन्स्पेक्टर कदम खुर्चीतून तडक उठले आणि डोक्यावर कॅप ठेवली, कंबरेवरचं पिस्तूल चाचपडून पाहिलं आणि म्हणाले,

"पगारे... चला लवकर. जगतापला म्हणावं, जीप काढ बाहेर आणि एक-दोघा शिपायांना घ्या सोबत."

"जी साहेब." पगारे बाहेर आला.

शिपाई जगतापने जीप दारात आणून ठेवली. कॉन्स्टे. पगारे, शिपाई मोरे, भुजबळ मागे बसले. इन्स्पेक्टर कदम दमदार चालीत येऊन पुढे बसले आणि जीप विद्यापीठाच्या मधल्या फाटकातून आत गेली.

काही सेकंदांतच जीप घटनास्थळावर होती. तिथे गेटवरील चौकीतील एक-दोघं पोलीस आधीच उपस्थित झाले होते. इन्स्पेक्टर कदम येताच त्या सर्वांनी सॅल्यूट ठोकला.

मध्ये झुडपात एक पन्नास वर्षं वयाच्या गृहस्थाचा मृतदेह पडला होता. त्याच्यावर अगदी पाच फुटांच्या अंतरावरून पिस्तुलातून गोळी झाडण्यात आली होती. एक- दोघं सुरक्षारक्षकही पिस्तुलाच्या आवाजाने धावले होते; पण त्या वेळी तिथे कुणीही नव्हतं.

इन्स्पेक्टर तिथल्या उपस्थितांकडे पाहत म्हणाले,

''फोन कुणी केला होता?''

''साहेब, आमच्या दोघांकडे मोबाइल नसल्याने या विद्यार्थ्याला बोलावून विनंती केली. त्यानेच हा फोन केला.'' एका सुरक्षारक्षकानं सांगितलं.

त्या विद्यार्थ्याच्या खांद्यावर थोपटीत इन्स्पेक्टर कदम म्हणाले,

''गुडऽऽ! अशा वेळी कुणी फारसं सहकार्य करत नाही. नाव काय तुझं?''

''सर, सागर हिरे. विद्यापीठात शिकतोय. मी गेटवर जात होतो... आणि पिस्तुलाचा आवाज मीही ऐकलाय. मला या दोघा सुरक्षारक्षकांनी बोलावून घेतलं व विनंती केली. त्यामुळे तुम्हाला लागलीच मोबाइल कॉल केला. तुम्ही येईपर्यंत शेजारच्याच पोलीस चौकीतून या दोघांना बोलावून घेतलं.''

''चांगलं केलंस!''

इन्स्पेक्टर कदमांनी मृतदेहाचं निरीक्षण केलं. खून पंधरा ते वीस मिनिटांपूर्वीच झाला होता. गांभीर्य खूपच होतं. त्यांनी मोबाइल काढला... आणि सहआयुक्त श्याम ठोंबरे यांचा नंबर प्रेस केला. पलीकडून लागलीच आवाज आला–

''येस?''

''सर, मी चतु:शृंगी पोलीस स्टेशनमधून इन्स्पेक्टर कदम बोलतोय. इथे विद्यापीठाच्या गेटजवळ सुरक्षारक्षकाचा खून झालाय. प्रकरण थोडं गंभीर दिसतंय; कारण कुठेही एव्हिडन्स नाही.'' इन्स्पेक्टर कदमांनी माहिती दिली.

''ठीक आहे इन्स्पेक्टर कदम, मी दहा मिनिटांत पोहोचतोच.''

इन्स्पेक्टर कदमांनी मोबाइल खिशात ठेवला... आणि ते दोघा सुरक्षारक्षकांकडे वळले. तिथे आता थोडी गर्दी झाली होती. मृतदेहाच्या आजूबाजूला दोरीने आखाडा केला होता. काही शिपाई पंचनाम्याच्या तयारीला लागले होते.

''इथं ड्यूटी कुणाची होती?''

''सर... आम्हा तिघांची होती.'' एक सुरक्षारक्षक बोलला.

''पण सर, साडेनऊ वाजून गेल्याने आम्ही हा परिसर वाटून घेतला. आम्ही फारशा अंतरावर नव्हतो. आम्ही एकमेकांना पाहू शकत होतो; पण झाडाझुडपांमुळे लपाछपी होत होती, एवढंच.'' दुसरा सुरक्षारक्षक म्हणाला. पहिला मध्येच उत्तरला,

''सर, या वेळी नेहमीच आम्ही प्रेमी युगुलांना बाहेर काढतो; कारण त्यांची संख्या खूप असते. सुरक्षेच्या कारणावरून दहा वाजेपर्यंत आम्ही हा परिसर रिकामा करून घेतो.''

''मग काय झालं?''

''सर... जो मेला त्या सुरक्षारक्षकाचं नाव कानडे. कानडेने एका प्रेमी युगुलाला हटकल्याचं मी पाहिलं. त्यांच्यात काहीतरी बाचाबाची झाली. किमान पाच मिनिटं

तरी त्यांच्यात वाद चालला होता. हे आम्हाला नेहमीचं असल्याने, आम्ही आमची कामं करत होतो. काही कडक पावलं आम्हाला उचलावी लागतात. तेवढ्यात पिस्तुलाचा आवाज वातावरणात घुमला... आणि आम्ही दोघंही वेगवेगळ्या बाजूने धावलो.'' दुसऱ्या सुरक्षारक्षकानं सांगितलं.

''मग तुम्ही मारेकऱ्याला पाहिलं असेल?'' –इन्स्पेक्टर कदमांचा आश्वासक स्वर.

पहिला लागलीच उत्तरला,

''सर, मी दोन मिनिटांत तिथे पोहोचलो. अंधुकसा प्रकाश होता. दोघं तरुण-तरुणी होते. मी येत असल्याचं पाहताच त्यानं आपलं पिस्तूल खिशात ठेवलं आणि त्या तरुणीचा हात धरून झपाझप चालत, नंतर दोघंही पळत रस्त्यावर लावलेल्या मोटरसायकलवर बसले. मी पकडायला येत असल्याचं पाहून त्यानं माझ्यावरही गोळी झाडली. मी खाली बसलो. त्याचा फायदा घेऊन तो गेटमधून सुसाट बाहेर गेला. त्या दोघांनीही हेल्मेट घातलं होतं.''

''चेहरा दिसला की नाही?''

''नाही सर! अंधारामुळे दोघांचेही चेहरे स्पष्ट दिसले नाहीत.''

''मोटरसायकलचा नंबर?'' इन्स्पेक्टर कदमांनी आशेने विचारलं.

''सर, नेमके स्ट्रीट लाइट बंद असल्याने तिथे अंधार होता... आणि त्याचाच फायदा घेऊन तो पळाला.'' पहिला सुरक्षारक्षक उत्तरला.

इन्स्पेक्टर कदमांनी आजूबाजूला पाहिलं. दीर्घ निःश्वास सोडत ते म्हणाले,

''त्यांच्यात काय बोलणं झालं, ते आठवतं का?''

''सर, फक्त बाचाबाची झाली. हे नेहमीचंच असल्याने आम्ही बोलण्याकडे फारसं लक्ष दिलं नाही; पण प्रकरण एवढं गंभीर होईल, असं वाटलं नव्हतं.''

''ठीक आहे, बघू या.'' इन्स्पेक्टर कदम मृतदेहाजवळ आले. शिपाई मोजणी करीत होते. मृतदेह पडलेली जागा खडूने आखून घेण्यात आली होती. फरशीवर रक्त साकळलेलं होतं.

तेवढ्यात दोन-तीन जीप रस्त्यावर येऊन थांबल्या. त्यावरील दिवा फ्लॅश करीत होता, त्यामुळे अंधारातही प्रकाश निर्माण होत होता. त्यातून पोलीस आयुक्त श्री. सुभाष सावंत व सहआयुक्त श्याम ठोंबरे उतरले. इन्स्पेक्टर कदमांनी लागलीच सामोरे जात सॅल्यूट ठोकला.

इन्स्पेक्टर कदमांनी आयुक्त व उपायुक्तांना सविस्तर माहिती दिली. पंचनाम्याची प्रक्रिया सुरूच होती. आयुक्त म्हणाले,

''कुणी राइट हॅन्ड आय विटनेस?''

''सर, तसे हे दोघे सुरक्षारक्षक आहेत; पण गुन्हेगार अंधाराचा फायदा घेऊन

पळून गेला.'' इन्स्पेक्टर कदम म्हणाले.

''व्हॉट डू यू थिंक? काय झालं असावं नेमकं?'' आयुक्त सावंतांनी विचारलं.

''सर, बाचाबाची झाल्याचं सुरक्षारक्षक सांगतात. प्रेमरंगात आलेल्या युगुलांना डिस्टर्ब केल्याने हे प्रसंग नेहमीचेच आहेत; पण मला वाटतं, या प्रकरणात प्रेमी युगुल नको त्या अवस्थेत असावं आणि सुरक्षारक्षकानं नेमका त्यांचा रसभंग केल्याने, चिडून त्या तरुणाने हे कृत्य केलं असावं.'' इन्स्पेक्टर कदमांनी तर्कसंगती लढवली.

''नेमकं काय म्हणायचंय इन्स्पेक्टर कदम तुम्हाला?'' सहआयुक्त ठोंबरे म्हणाले.

''सर, इट मे बी अ केस ऑफ सेक्शुअल ॲसॉल्ट– असा एक अंदाज आहे; कारण तरुणानं एकदम दुसरंच टोक गाठलेलं आहे.''

''ठीक आहे. काही क्ल्यू मिळालाय का?'' –आयुक्त सावंत.

''काहीच नाही, सर!''

''गोळी कुठल्या पिस्तुलातून निघाली? काही कळलंय का?''

''सर, गोळीच्या आकारावरून तरी ती... नेहमी रक्षणार्थ ज्या व्यक्ती ठेवतात त्या पिस्तुलातूनच सुटलेली आहे. ते सर्वच फॉरेन्सिक प्रयोगशाळेत पृथक्करणास पाठवलं आहे.'' इन्स्पेक्टर कदमांनी माहिती दिली.

आयुक्त सावंत, सहआयुक्त ठोंबरे, इन्स्पेक्टर कदम यांनी सर्वांनीच शिपायांच्या मदतीने मृतदेहाचं निरीक्षण केलं. त्यावर विचारविनिमय होऊ लागला.

तेवढ्यात विद्यापीठाचे कुलगुरू, कुलसचिव, बी.सी.यू.डी. व इतर अधिकारी हजर झाले. त्यांना पाहून कुटुंबीयांनी आक्रोश केला.

इन्स्पेक्टर कदमांनी ॲम्ब्युलन्स बोलावून मृतदेह ससूनला पाठवून दिला. आयुक्त, सहआयुक्त व विद्यापीठातील सर्व पदाधिकारी कुलगुरूंच्या ऑफिसमध्ये आले होते.

''सर, वुई विल ट्राय अवर लेव्हल बेस्ट टू फाइंड दी क्रिमिनल.'' –इन्स्पेक्टर.

''पण, काय झालं असावं सावंत सर?'' कुलगुरूंनी विचारलं.

''सर, प्राथमिक अंदाजानुसार, हा सेक्सशी संबंधित प्रश्न असावा... पण, नॉट शुअर. एनी वे, आपल्याला गुन्हेगार मिळणं महत्त्वाचं आहे. ॲण्ड वुई विल गेट हिम.'' आयुक्त सावंत उत्तरले.

तिथे बऱ्याच जणांची चौकशी झाली. विद्यापीठाच्या मुख्य सुरक्षा अधिकाऱ्याला मृत कानडेच्या एकूणच स्वभावाविषयी विचारणा झाली. तो अतिशय मनमिळाऊ, पण कडक स्वभावाचा असल्याचं सांगण्यात आलं. सुरक्षारक्षक म्हणून त्याचं कार्य वाखाणण्याजोगं असल्याचं सांगण्यात आलं.

इतर बऱ्याच जणांची चौकशी झाली. तोपर्यंत सर्वच जण कुलगुरूंच्या कार्यालयात होते.

रात्रीचे दोन वाजून गेले होते. आयुक्त सावंत, ठोंबरे व इन्स्पेक्टर कदमांनी कुलगुरू व इतर पदाधिकाऱ्यांचा निरोप घेतला.

तद्नंतर कुलगुरूंनी विद्यापीठातील महत्त्वाचे पदाधिकारी, मुख्य सुरक्षा अधिकारी व अधिसभेच्या काही सदस्यांची रात्री तत्काळ एक मीटिंग घेतली. विचारविनिमय झाला. मृत कानडेच्या कुटुंबीयांना सर्वतोपरी मदत करण्याचं ठरविण्यात आलं आणि विद्यापीठात अशी घटना घडल्यानं एकूणच विद्यापीठाच्या प्रतिमेविषयी सगळे चिंतित झाले होते.

पहाटे पाच वाजेपर्यंत मीटिंग चालू होती. नंतर सर्वच आपापल्या घरी गेले.

दुसऱ्या दिवशी वर्तमानपत्राच्या मुख्य पानावरील बातमीनं विद्यापीठातील वातावरण ढवळून निघालं. काही काळ रहस्याचा आभास निर्माण झाला होता. विद्यापीठातील सुरक्षाव्यवस्था अतिशय कडक करण्यात आली होती. त्याने विद्यार्थी व इतर पालकांची दुरवस्था होत होती. प्रत्येकावर नजर ठेवण्यात येत होती.

दिवस जात होते. पोलीस मागावर होते. सहआयुक्त ठोंबरेंच्या मार्गदर्शनाखाली इन्स्पेक्टर कदम काम करीत होते. विद्यापीठात त्यांचं येणं-जाणं वाढलं होतं. संशयाची जाळी निर्माण झाली होती. मृत कानडेच्या कुटुंबानं त्यांचा कुणीही शत्रू नसल्याचं सांगितल्याने, पोलिसांचा तपास त्या बाजूने थांबला होता.

त्या दिवसाचे सर्वच मोबाइल ब्लॉक करून छाननी करण्यात येत होती. कुणामध्ये याविषयी संभाषण झालं का किंवा कुणात हा संवाद झाला, हे ठोंबरे इन्स्पेक्टर कदम काटेकोरपणे पडताळून पाहू लागले. प्रत्येक मोबाइल कंपनीकडून ऑडिओज मागवून घेतले होते. लाखोंच्या वरती मोबाइलच्या ऑडिओ क्लिपची छाननी होत होती. पोलीस गुन्हेगारापर्यंत पोहोचण्याचा पराकाष्ठेने प्रयत्न करत होते; पण सफलता मिळत नव्हती. गुन्हेगाराला अंधाराचा व एकांताचा फायदा मिळाला होता... प्रत्यक्ष पाहणारा कुणीही साक्षीदार नव्हता. सी.सी.टी.व्ही. कॅमेऱ्याचं फुटेज चेक केलं; पण त्यात दोघा तरुण-तरुणीचे फक्त काळे पाय दिसत होते. चेहरा एवढासुद्धा दिसत नव्हता. ते दोघंही पंचविशीतील होते, एवढं मात्र पोलिसांच्या लक्षात आलं होतं. पाठपुरावा चालूच होता.

प्रत्येक वर्तमानपत्राने हा विषय सलग आठ दिवस धगधगत ठेवला होता... आणि विद्यापीठाच्या एकूणच सुरक्षेचा प्रश्न ऐरणीवर आणला होता. कुलगुरूंवर टीका होत होती.

एक पोलीस चौकी व स्टेशन हाकेच्या अंतरावर असतानाही खून झाल्यानं आश्चर्य व्यक्त करण्यात येत होतं. पोलीस यंत्रणेविषयी समाज साशंक होता. महिना

झाला तरी ‘सुराग’ सापडत नव्हता. गुन्हेगार उजळ माथ्याने वावरत होता. पोलीस अजूनही त्याच्यापर्यंत पोहोचू शकत नव्हते.

तीन महिने उलटून गेले. कुठलीही साक्ष किंवा साक्षीदार मिळत नव्हता, क्ल्यू मिळत नव्हता. पोलीस प्रयत्नशील होतेच. काही संशयितांना अटक करून चौकशीही केली गेली; पण त्यात काहीच तथ्य नसल्याने त्यांना सोडून देण्यात आलं.

आता अधनंमधनं त्या संदर्भात बातम्या येऊ लागल्या. खुनी सापडत नसल्याने समाजातून निराशेचा सूर उमटत होता. बळकट धागेदोरे अजूनही सापडत नव्हते. पोलिसांनी हजारो संशयितांना तपासलं होतं.

शहरात अशी पिस्तुले कुणाकुणाजवळ आहेत याचीही चौकशी झाली; पण काही जण विनापरवान्याचीही हत्यारे बाळगत असल्याने खुन्याला त्याचा फायदा होत होता. खुनी अजूनही उजळ माथ्याने शहरात वावरत होता, ही मोठी चिंतेची बाब होती. त्याला अजूनही शिक्षा होत नव्हती.

शेवटी हे प्रकरण विधानसभेत उपस्थित होऊन, सी.आय.डी.कडे केस सोपविण्यात आली. त्यांनीही सहा महिने प्रयत्न केले; पण यश मिळालं नाही. अखेर सी.बी.आय.कडे तपास देण्यात आला. त्यांचा तपासही काटेकोरपणे चालू होता; पण यश हाती येत नव्हतं.

दिवस जात होते, एकूणच पोलिसांत अस्वस्थता होती. वेगवेगळी पथके अजूनही खुन्याच्या शोधात होती.

पोलीस आयुक्तालयात आयुक्त सावंतांनी एक तातडीची बैठक बोलावली होती. यासाठी शहरातील विविध परिमंडळे, प्रभागांचे सहआयुक्त व इन्स्पेक्टर्स उपस्थित होते. सहआयुक्त ठोंबरे व इन्स्पेक्टर कदमही त्यास उपस्थित होते; कारण ही सुरक्षारक्षकाच्या खुनाची केस अजूनही त्यांच्याकडेच प्रवर्ग होती. यावर पुनःश्च विचारविनिमय होऊ लागला. तपासाची दिशा व दशा ठरविली जाऊ लागली. पोलिसांच्या नामुष्कीचीही चर्चा झाली. वातावरण गंभीर होतं. आयुक्त सावंत म्हणाले,

“मित्र हो, समाजाचा वाढता दबाव पाहता, आपल्याला वेगळी पावलं उचलावी लागणार आहेत. सी.आय.डी., सी.बी.आय.चंही सहकार्य मिळत आहे. खुन्यापर्यंत पोहोचणं आवश्यक आहे. एनी हाउ, आय वॉन्ट दि रिझल्ट.”

“सर, आम्ही प्रयत्न केला... आणि करीत आहोत. सर्व शक्यता पडताळून पाहिल्या. कुठलाही साक्षीदार मिळत नाही; कारण त्या वेळी खुनी, त्याची प्रेयसी आणि सुरक्षारक्षक कानडे हेच तेवढे तिथे होते. तेच फक्त एव्हिडन्सेस आहेत. राइट हॅन्ड आय विटनेस मिळत नाही. सर्व आधुनिक यंत्रणा वापरूनही माग मिळत

नाही.'' सहआयुक्त ठोंबरेंनी माहिती दिली.

''त्या मुलीची माहिती मिळाली का?'' आयुक्त सावंतांनी विचारलं.

इन्स्पेक्टर कदम म्हणाले,

''नाही सर, अशा सर्व शक्यता पडताळून पाहिल्या; पण कुणीही सापडत नाहीये.''

प्रश्न-प्रतिप्रश्न निर्माण होत होते. त्यावर चर्चा होत होती. खूपच वेळ होऊन गेला होता; पण खुनी हाती येत नव्हता.

तेवढ्यात एक शिपाई आयुक्त सावंतांजवळ आला... आणि हळूच म्हणाला,

''सर, बाहेर एक गृहस्थ आले आहेत... आणि ते तुम्हाला भेटू इच्छितात.''

''अरे, त्यांना सांग– नंतर भेटा. तातडीची बैठक सुरू आहे म्हणावं...'' सवयीने येणाऱ्या व्हिजिटर्सपैकी कुणीतरी असेल म्हणून, आयुक्त सावंत थोडे वैतागून बोलले होते. शिपायालाही त्यांनी वेळेचं भान जपायला सांगितलं होतं.

''सर, पण ते गृहस्थ याविषयीच काहीतरी सांगू इच्छितात.'' हे सांगताच सगळ्यांचंच लक्ष त्याकडे गेलं. आयुक्त सावंतही सावरून बसले. सहआयुक्त ठोंबरे अगतिकतेने म्हणाले,

''सर, कुणीही असला तरी आपण बोलावू या; कारण या प्रकरणात कुणीतरी पुढे येतोय, हे महत्त्वाचं. त्याचं ऐकून तरी घेऊ या.''

इन्स्पेक्टर कदमांनीही आतुरतेने त्यास सहमती दर्शविली. इतर उपस्थितांनीही त्यास दुजोरा देताच, आयुक्त सावंत मान हलवत म्हणाले,

''ठीक आहे; आपण त्यांचं ऐकू या.'' शिपायाकडे पाहत ते पुढे म्हणाले, ''पाठव त्यांना!''

शिपाई जाताच, त्याच दारातनं ते गृहस्थ आत आले. बुटकेसे, गोल चेहरा, पांढरे केस, थोडंसं स्थूल शरीर; पण चेहऱ्यावर तेज असलेलं व्यक्तिमत्त्व समोर होतं. त्यांनी सर्वांना नमस्कार केला... ते म्हणाले,

''मी डॉ. पंडित क्षीरसागर. जैवभौतिक शास्त्रज्ञ. पुणे विद्यापीठाच्या भौतिकशास्त्र विभागात प्राध्यापक आहे.''

डॉ. क्षीरसागरांचं नाव ऐकताच बऱ्याच जणांच्या भुवया उंचावल्या गेल्या. त्यातील एक उपायुक्त पाटील म्हणाले,

''सर, बसा ना... उभे का?... आपण सगळ्यांनाच परिचित आहात. वर्तमानपत्रातील आपले विज्ञानातील विविध विषयांवरील लेख मी वाचले आहेत. मागच्या वर्षी मेंदूवरील आपली नवी लेखमाला खूपच गाजली. ती मी संपूर्ण वाचली होती. बसा ना.'' डॉ. पंडित क्षीरसागरांनी पुनःश्च सगळ्यांकडे पाहिलं. आयुक्त सावंतही म्हणाले,

''माझ्याही लक्षात आलंय. आपण प्रसिद्ध शास्त्रज्ञ डॉ. क्षीरसागर... बसा ना

सर!.. आम्हाला आपण काय सांगणार आहात, ते सांगावं.''

डॉ. क्षीरसागर स्थानापन्न झाले. ते थोडे स्थिरावले. त्यांनी पुन्हा एकवार चौफेर नजर फिरवली. त्या कक्षामध्ये शांतता होती. सर्वांचीच उत्सुकता शिगेस पोहोचली होती. डॉ. क्षीरसागर काय माहिती देणार आहेत याची सर्वांनाच उत्सुकता होती. डॉ. क्षीरसागर चुळबुळले आणि म्हणाले,

''विद्यापीठातील खुनामागच्या गुन्हेगाराला तुम्ही गेले दीड वर्ष शोधता आहात. तो मला सापडला आहे... असं म्हणण्यापेक्षा, तो मला समजला आहे!''

या वाक्याने आयुक्त, उपायुक्त व सहआयुक्तांसह सर्वच आश्चर्यचकित झाले. समोरचे शास्त्रज्ञ आपल्याला वेड्यात तर काढत नाही ना, अशीही बऱ्याच जणांची भावना झाली. सगळेच अस्वस्थ झाले. गेले वर्ष-दीड वर्ष या गुन्हेगाराने त्यांना हैराण केलं होतं. तो खून करून उजळ माथ्याने फिरत असताना, पोलिसांचं खच्चीकरण होत होतं आणि आज एक शास्त्रज्ञ म्हणतोय, की गुन्हेगार सापडलाय; तरीही त्या सर्वांच्या चेहऱ्यावर अविश्वास होता.

''डॉ. पंडित क्षीरसागर, तुम्ही ज्येष्ठ शास्त्रज्ञ व लेखक आहात, हे आम्हाला माहीत आहे... पण ही चेष्टेची वेळ नाही. आम्ही सर्व जण त्यावर गंभीरपणे विचार करत आहोत.''

''नाही सर, गैरसमज करून घेऊ नका. मी खरंच चेष्टा करत नाहीये आणि माझा कसलाही हेतू नाहीये. मी खरंच गुन्हेगाराचा शोध घेतलाय.'' डॉ. पंडित क्षीरसागर नम्रपणे म्हणाले.

''तो कसा काय?''

आयुक्त सावंतांचा अभावितपणे प्रश्न आला.

''सर, तो कसा हे मी नंतर सांगीन. आधी कोण, ते विचारा.'' डॉ. पंडितांनी उत्सुकतेने सांगितलं.

''कोण? सर, लेट अस नो–'' सहआयुक्त ठोंबरे उतावीळपणे बोलले; कारण या केसशी ते दीर्घ काळ निगडित होते.

''जरूरऽऽ'' आणि डॉ. पंडितांनी खिशातून एक कागद उलगडला. तो सरळ करत टेबलावर आयुक्त सावंत बसले होते, त्यांच्याकडे सरकवला.

आयुक्त सावंतांनी हात लांब करून तो हातात घेतला आणि पाहताच अविश्वासाने उद्गारले,

''...काऽऽयऽ सचिन बानगे?''

सगळ्यांनी ते छायाचित्र पाहिलं आणि सर्वांच्याच चेहऱ्यावर आश्चर्यमिश्रित अविश्वास होता.

आयुक्त सावंत पुढे म्हणाले,

"डॉ. पंडित, ठाऊक आहे का हे कोण आहेत?"

"माहीत आहे सर! माजी मंत्री व विद्यमान आमदार सखाराम बानगे यांचा तो मुलगा आहे; पण माझ्या दृष्टीने तो फक्त गुन्हेगार आहे. आय हॅव डन माय जॉब, नाउ युवर टर्न टू एक्झिक्यूट मूव्ह." डॉ. पंडित आत्मविश्वासाने म्हणाले.

"पण सर, याला प्रूफ काय? कायदा काहीतरी सबळ पुरावा मागतो. फक्त असं छायाचित्र देऊन भागणार नाही, कुणीतरी साक्षीदार हवाय." इन्स्पेक्टर कदमांनी वस्तुस्थिती विशद केली.

"तोही माझ्याकडे आहे." डॉ. पंडित म्हणाले.

"कोणता?" आयुक्त सावंतांसोबतच इतरांच्याही तोंडून प्रश्न निघाला.

"मृत सुरक्षारक्षक कानडे!" डॉ. पंडित उत्तरले.

सगळेच अवाक झाले. आता तर समोरच्या डॉ. पंडित क्षीरसागरांचं व्यक्तिमत्त्वच गूढ वाटायला लागलं होतं. सहआयुक्त ठोंबरे उत्तरले,

"कसं शक्य आहे, सर? एक मृत व्यक्ती साक्षीदार कशी होऊ शकते? काही-तरी गडबड आहे. अनबिलिव्हेबल! इन्स्पेक्टर..."

"काहीही गडबड नाहीये. हे सर्व अविश्वसनीय आहे; पण यामागे विज्ञान आहे, एवढंच या वेळी मी सांगू शकतो. माझ्यावर विश्वास ठेवा. मी एक शास्त्रज्ञ आहे. पूर्ण परिणामांची खात्री झाल्याशिवाय मी प्रयोगाची वाच्यता करत नाही." डॉ. पंडित पटवून देण्याचा प्रयत्न करत होते.

"कुठला प्रयोग?" –आयुक्त सावंतांचा पुनःश्च अधीर प्रश्न.

"सर, मी आपणास सर्व सांगीन; पण प्रथम गुन्हेगाराला पकडून खात्री करून घ्या. हा माझा मोबाइल नंबर. गुन्हेगारानं कबुली देताच मला कळवा. मी तुम्हाला सविस्तर सांगेन. फक्त त्याआधी मोबाइल करा. म्हणजे कुठे यायचं, ते मी सांगेन. विश यू ऑल दि बेस्ट; कारण गुन्हेगार तुम्हाला आता माहीत आहे; पण तो खूपच प्रबळ असल्याने यापुढची खरी कसोटी तुमची आहे, म्हणून बेस्ट लक!" डॉ. पंडित क्षीरसागर हळूच उठले. सर्वांना नमस्कार करून ते वळले. दारातनं बाहेर पडले, तरी त्यांचं बुटकेलंसं व्यक्तिमत्त्व तिथंच रेंगाळत असल्याचा भास इतरांना होत राहिला.

आयुक्त सावंतांनी डॉ. पंडित क्षीरसागरांवर विश्वास दाखवला आणि आपल्या सहकाऱ्यांना ॲक्शन घेण्याची परवानगी देत ते म्हणाले,

"ठोंबरे, कदम– आय थिंक, वुई शुड गो अहेड... डॉ. पंडित लुक्स टू बी व्हेरी जिनिअस."

"ठीक आहे सर, आम्ही कारवाई करण्यास सुरुवात करतो."

मीटिंग ठरावीक संकल्प हाती घेऊन समाप्त झाली होती. सहआयुक्त ठोंबरे, इन्स्पेक्टर कदम व इतर काही शिपायांच्या सहकार्याने सचिन बानगे याला सुरक्षारक्षक

कानडेच्या हत्येप्रकरणी अटक करण्यात आली. प्रथम त्याने खूपच थयथयाट केला. पोलिसांना धमकी दिली, अरेरावी केली; पण पोलिसी हिसका बसताच वठणीवर आला.

सचिन बानगेनं खून केल्याचं कबूल केलं. इन्स्पेक्टर कदमांनी विचारलं,

“का मारलंस तू त्या कानडेला? काय बिघडवलं होतं तुझं त्याने?”

“बिघडवलंऽऽ..” बानगे संतापाने पुढे म्हणाला, “त्यानं माझ्या प्रेमात व्यत्यय आणला होता, म्हणून माझ्या डोक्यात सणक गेली. मग ठोकला त्याला तिथेच! पण, मला बघणारं तिथं कुणीच नव्हतं, मग मी तुम्हाला सापडलो कसा? कुठला पुरावा आहे तुमच्याकडे?” त्याच्या चेहऱ्यावर संताप व आश्चर्य होतं.

सहआयुक्त ठोंबरे यावर नुसतेच हसले.

“अरे हरामखोराऽऽ काय वाटलं तुला– खून करून तू मोकळा सुटशील? इन्स्पेक्टर कदम, टाका साल्याला आत. पुरावा मागतोय!”

“हे बघा इन्स्पेक्टर, तुम्हाला महागात पडेल. इन्स्पेक्टर, माझ्या वडिलांचं मोठं राजकीय वजन आहे. तुम्हालाही ते वठणीवर आणतील... इन्स्पेक्टरऽ लक्षात ठेवाऽऽ”

इन्स्पेक्टर कदमांनी पुढे होऊन त्याच्या एक थोबाडीत ठेवून दिली आणि त्याला लॉकअपमध्ये बंद केला. त्या वेळी ओरडतच होता.

आमदार सखाराम बानगेंनीही थयथयाट केला. हा विरोधी पक्षाचा डाव असल्याचं सांगितलं. “माझ्या प्रतिस्पर्ध्यांचा हा कट आहे. माझा मुलगा निर्दोष आहे. त्याच्या विरुद्ध कुठलाही पुरावा नाही.” चोहोबाजूंनी आमदार सखाराम बानगेंनी पोलिसांवर दबाव आणला; पण त्यांचे प्रयत्न निष्फळ ठरत गेले.

शेवटी कोर्टात केस उभी राहिली.

सहआयुक्त ठोंबरे व इन्स्पे. कदमांना आयुक्त सावंतांनी तत्काळ बोलावून घेतलं आणि म्हणाले, “इन्स्पेक्टर कदम, डॉ. पंडितांना मोबाइल करा.”

इन्स्पेक्टर कदमांनी मोबाइल लावताच पलीकडून आवाज आला–

“येसऽ डॉ. पंडित क्षीरसागर हिअर.”

इन्स्पेक्टर कदमांनी आयुक्तांच्या हाती मोबाइल दिला. ते म्हणाले,

“हॅलो, मी आयुक्त सावंत बोलतोय.”

“हं, नमस्कार सर!”

“सर, तुमच्या प्रयोगाचे परिणाम योग्य होते. सचिन बानगेने खुनाची कबुली दिली आहे... आणि केस कोर्टात उभी होतेय. तो सध्या पोलीस कोठडीत आहे. सर, तुम्हाला भेटायचंय. हे कसं केलंत, ते जाणून घ्यायचंय. यामागचं नेमकं काय विज्ञान आहे?” आयुक्तांनी स्पष्टीकरण करण्याची इच्छा व्यक्त केली होती.

“थँक यू फॉर ट्रस्ट मी. ते परिणाम योग्य आहेत, हे मला माहीतच होतं. फक्त तुमचा विश्वास मिळविणं महत्त्वाचं होतं आणि तो विश्वास तुम्ही मला दिलात. माझा प्रयोग यशस्वी झाला. तुम्ही पुणे विद्यापीठाच्या भौतिकशास्त्र विभागात येऊ शकता? आय ॲम वेटिंग फॉर यू... वेलकम!”

मोबाइल कट झाला.

आयुक्त सावंत, सहआयुक्त ठोंबरे व इन्स्पेक्टर कदम तातडीने जीपमध्ये बसले. जीप विद्यापीठाकडे जाऊ लागली. आयुक्त सावंत, ठोंबरे व इन्स्पेक्टर कदम सरळ डॉ. पंडित क्षीरसागर यांच्या जैवभौतिकशास्त्र प्रयोगशाळेत शिरले.

आत जाताच, त्यांना ती अत्याधुनिक प्रयोगशाळा असल्याची जाणीव झाली. सगळीकडे वेगवेगळ्या खोल्या होत्या आणि त्या काच-तावदानांनी आच्छादल्या होत्या. त्यात बरीच उपकरणं होती. आतल्या डॉ. क्षीरसागरांच्या प्रशस्त केबिनमध्ये शिरताच, ते उठून उभे राहिले आणि म्हणाले,

“या, याऽऽ सावंत सर! बसा. ठोंबरे सर, इन्स्पेक्टर कदम– तुम्हीही बसा.” खुर्चीकडे निर्देश करीत ते म्हणाले.

स्थानापन्न होताना त्यांनी पाहिलं. शेजारीच आणखी एक साठीतले गृहस्थ बसले होते. त्यांच्याकडे पाहत डॉ. पंडित म्हणाले,

“सावंत सर, हे प्रसिद्ध न्यूरोलॉजिस्ट आणि सर्जन डॉ. रमाकांत जोशी.”

तिघांनीही नमस्कार केला. डॉ. पंडित म्हणाले,

“सोऽ सावंत सर, फायनली यू ॲचीव्हड दी गोल!” –डॉ. क्षीरसागर.

“हे केवळ तुमच्यामुळे शक्य झालंय, सर!” आयुक्त सावंत उत्तरले.

“मीच एकटा नाही, त्याचं श्रेय डॉ. जोशींनाही द्यायला हवं. बिकॉज ही ट्रस्ट मी.” डॉ. पंडित नतमस्तक होत म्हणाले.

“नो वे! मी माझं काम केलं. एक सर्जन म्हणून मी माझं काम केलं. रेस्ट ऑफ इज युवर हार्ड वर्क... मी फक्त माध्यम आहे.” डॉ. जोशी प्रत्युत्तरादाखल बोलले.

“म्हणजे? नेमकं काय आणि कसं समजलं सर तुम्हाला?” –इन्स्पेक्टर कदमांचा आतुरतेचा स्वर. त्यांना ते समजून घेण्याची प्रबळ इच्छा होती. किंबहुना, सावंत व ठोंबरेंचीही तेवढीच इच्छा होती. सावंत म्हणाले,

“होय सर, तुम्ही सांगितल्याप्रमाणे आम्ही आमचं काम केलं. नाउ युवर टर्न टू से अबाउट इट.”

“शुअरऽऽ!” डॉ. पंडित थोडं पुढे रेलून उठत म्हणाले, “चला, या– मी तुम्हाला सविस्तर सांगतो.”

ते सर्वच उठले आणि डॉ. पंडितांच्या मागील एका अत्याधुनिक प्रयोगशाळेच्या खोलीत शिरले. तेथील वातावरण थंड होतं. ते एका उपकरणाजवळ आले. तेथील

काचेच्या एका शीतपेटीकडे निर्देश करत डॉ. क्षीरसागर म्हणाले,

"हे पाहिलंत, सावंत सर?"

"काय आहे?" –सावंतांचा प्रतिप्रश्न. त्यात एक मांसल गोळा पाहून ते संभ्रमित झाले.

"हा सुरक्षारक्षक कानडेचा मेंदू आहे!" डॉ. पंडित स्मित करीत म्हणाले.

"काऽऽय?" तिघांच्याही तोंडून आश्चर्योद्‌गार बाहेर पडले. तिघंही आश्चर्याने पाहत होते.

"सर, मी म्हटलं होतं ना, की साक्षीदार आहे म्हणून... आणि तोही मृत कानडे– हाच तो त्याचा मेंदू!" डॉ. पंडितांनी स्पष्टच सांगितलं.

"कसं शक्य आहे, सर? विश्वास वाटत नाही." सावंतांनी सांगितलं.

"अजूनही आम्ही संभ्रमातच आहोत, सर." सहआयुक्त ठोंबरे म्हणाले.

"सर, विस्तृतपणे सांगा ना– काय आहे हे नेमकं?" इन्स्पेक्टर कदम विनंतीपूर्वक म्हणाले.

डॉ. पंडितांनी डॉ. जोशींकडे पाहिलं आणि स्मित करत म्हणाले,

"ज्या दिवशी कानडेचा खून झाला आणि त्याचा मृतदेह ससूनमध्ये पोस्टमार्टेमसाठी नेण्यात आला, तेव्हा डॉ. जोशींनी मला फोन केला होता. बऱ्याच वर्षांपासून मानवी मेंदूवर संशोधन करत आहे. ज्याची हत्या झाली, असा एक मेंदू मला हवा असल्याचं मी डॉ. जोशींना सांगून ठेवलं होतं. माझी कल्पना त्यांना ठाऊक होती."

"कुठली सर?" –इन्स्पेक्टर कदमांचा प्रश्न.

"ती कल्पना हीच की– मानवी मेंदू मृत होण्यापूर्वी आजूबाजूंच्या घटनांचेच नाही, तर त्याच्या आयुष्यात घडलेल्या सर्वच घटनांचे चित्रण करतो. डेड मेमरी कॅन स्टोअर दि इन्फर्मेशन– यावर माझा विश्वास होता आणि त्या दिशेने संशोधनाचे माझे प्रयत्न सुरू होते."

"पण ही कानडेचीच केस का?" सहआयुक्त ठोंबरेंनी विचारलं.

"कारण, कानडेंचा खून झाला, तेव्हा त्याच्याव्यतिरिक्त खुनी व्यक्ती आणि तोच तिथे उपस्थित होता. त्याशिवाय दुसरा साक्षीदार कुणीही नव्हता. हेच खरं मला आव्हान होतं. मला मृत कानडेच साक्षीदार म्हणून उभा करायचा होता. मला त्याला सिद्ध करायचं होतं; कारण तो क्षण केवळ मृत कानडेच्या मेंदूत स्टोअर झाला होता आणि माझ्या संशोधनातून मला तेच बाहेर काढायचं होतं. सिद्ध करायचं होतं, की डेड मेमरी कॅन ॲक्ट ॲज अ स्टोअर मेमरी." डॉ. पंडितांनी स्पष्टीकरण दिलं.

"पण सर, हे एथिक्सच्या विरुद्ध नाही का?" –आयुक्त सावंतांचा सयुक्तिक प्रश्न.

''निश्चितच सर! म्हणून मी डॉ. जोशींनाही बोलावून घेतलंय. या मुद्द्याची आम्ही चर्चा केली होती.'' डॉ. पंडितांनी डॉ. जोशींकडे पाहिलं.

डॉ. जोशी घसा खाकरून म्हणाले, ''तुमचं बरोबर आहे; पण मानवी उत्कर्षासाठी आपण काही प्रयोगांसाठी मानवी शरीर वापरतो; पण पूर्वपरवानगीनं. इथे मात्र ते आम्ही प्रकर्षानं टाळलंय; कारण या प्रयोगाची वाच्यता आम्हाला नको होती, म्हणून आम्ही थोडं एथिक्सच्या बाहेर जाऊन निर्णय घेतला. बट यू सी, वुइ गॉट दि रिझल्ट. पोलिसांना हे संशोधन गुन्ह्याच्या शोधासाठी खूप उपयुक्त आहे. दि पर्सन हिमसेल्फ कॅन बी ॲन आय विटनेस!''

''बरोबर आहे, सर! शेवटी हे विज्ञान आहे. नो डाउट, यू हॅव डन व्हेरी गुड रिसर्च. आम्हाला त्याची मदत होईल.'' इन्स्पेक्टर सावंत उत्तरले.

इन्स्पेक्टर कदम पुन्हा चुळबुळले आणि विचारलं,

''सर, मला फक्त जाणून घ्यायचंय, की हे सचिन बानगेचं छायाचित्र तुम्ही कसं मिळवलंत? यात नेमकी कुठली प्रक्रिया आहे?''

डॉ. पंडितांनी स्मितहास्य केलं. 'गुड क्वेश्चन!' असाच त्यांचा आविर्भाव होता. ते म्हणाले,

''फार महत्त्वाचा प्रश्न आपण विचारलात. सर्वसाधारण मानवी मेंदू हा खूपच जटिल आणि किचकट आहे. आजही आपण त्याचा पूर्ण क्षमतेने वापर करताना दिसत नाही. जर केला, तर निसर्गातील अशी बरीच रहस्यं उलगडायला आपल्याला मदत होईल. इन्स्पेक्टर, तर हा मेंदू. यात तीन प्रमुख भाग आहेत. प्रमस्तिष्क, मस्तिष्क स्तंभ आणि निमस्तिष्क. मी खोलात जात नाही. फक्त या संशोधनाचा भाग सांगतो. प्रमस्तिष्क हा महत्त्वाचा भाग असून, यात मुख्यत्वे ज्ञानक्षेत्रे असतात. त्यात दृष्टी, अर्थबोधन, श्रवण, ज्ञान, बोलणे अशा गोष्टी घडतात. यात स्मृतिसंचय असतो. ते खूपच जटिल आहे. त्यात अजूनही खूप संशोधन चालू आहे.''

डॉ. पंडितांनी चंचुपात्रात असलेल्या कानडेच्या मेंदूकडे निर्देश केला व ते पुढे म्हणाले,

''या इथेच स्मृतिसंचय होतो आणि मानव मृत झाला तरी तो तसाच विस्कळीत; पण रासायनिक स्वरूपात राहतो. यात विशिष्ट प्रकारची प्रथिने असतात आणि तीच हे क्षण चित्रित करून ठेवतात. तीच प्रथिने मी शोधली आणि या उपकरणाच्या साह्यानं मेंदूतील माहिती फॉर्मेटिंग करून छायाचित्र स्वरूपात आणली. त्याचाच प्रिंट-आउट मी तुम्हाला दिला. आणि आय ॲम प्राउड टू से दॅट– वुइ गॉट सक्सेस!''

डॉ. पंडितांनी थोडक्यात पण समर्पक माहिती दिली होती.

''निश्चितच सर! आम्हालाही तुमचा अभिमानच आहे. मानवासाठी हे फार मोठं

संशोधन आहे. यू आर अ रिअल जेम!'' आयुक्त सावंत नतमस्तक होत म्हणाले. सहआयुक्त ठोंबरे व इन्स्पेक्टर कदम हेही डॉ. पंडितांच्या ज्ञानामुळे अवाक झाले. त्या दोघांनीही त्यांना कडक सॅल्यूट ठोकला.

डॉ. क्षीरसागर व डॉ. जोशी ओशाळले. डॉ. क्षीरसागर म्हणाले,

''सर, आता कानडेचा मेंदू तुम्ही साक्षीदार म्हणून शंभर टक्के उभा करू शकता. मी असेनच. विज्ञानावर विश्वास ठेवावाच लागेल, इन्स्पेक्टर.''

''निश्चितच सर. वुइ विल ट्राय अवर लेव्हल बेस्ट टू पनिश मि. सचिन बानगे. न्यायाधीशांना हा सबळ पुरावा ग्राह्य धरावाच लागेल.'' डॉ. सावंतांनी सद्‌गदित होत हात मिळवला.

तिघांनीही डॉ. पंडित व डॉ. जोशींचा निरोप घेतला. त्या वेळी सावंतांनाही त्यांनी हात उंचावून अभिवादन केलं. एका शास्त्रज्ञाला हा बहुमानाचा मोलाचा क्षण पुरेसा होता.

तिघंही बाहेर पडले. डॉ. क्षीरसागर व डॉ. जोशी त्यांच्या पाठमोऱ्या देहांकडे पाहत राहिले. एका प्रलंबित केसचा छडा शेवटी विज्ञानामुळे लागला होता. खुन्याला कडक शिक्षा व्हावी, एवढीच आता इच्छा होती.

सहा महिन्यांत केसचा निकाल लागला. न्यायधीशांनी वैज्ञानिक दृष्टिकोन ठेवत, डॉ. पंडितांचं संशोधन व मृत कानडेचा मेंदू हा सबळ पुरावा म्हणून ग्राह्य धरला आणि सचिन बानगेला जन्मठेपेची शिक्षा सुनावली. त्याच वेळी न्यायधीशांनी डॉ. पंडित क्षीरसागरांचं विशेष कौतुक केलं.

❖

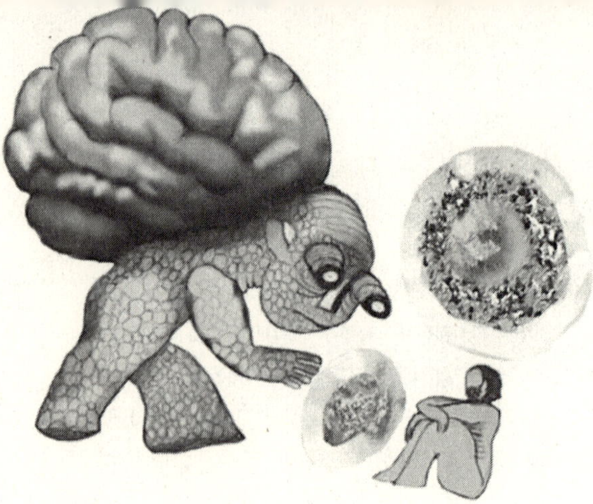

खुजाबा

कॉन्फरन्स हॉल गच्च भरला होता. भारतातीलच नव्हे तर परदेशातीलही अग्रगण्य व ज्येष्ठ शास्त्रज्ञही या परिषदेला हजर होते.

डॉ. शशांक गोरे पॉवर पॉइन्टमधील एक-एक दर्शिका पुढे सरकवीत होते. 'अतिसूक्ष्म यंत्रमानवाची निर्मिती' या मथळ्यापासून त्यांनी सुरुवात केली होती. डॉ. गोरे अस्खलित व सफाईदार इंग्रजीमध्ये त्यांच्या संशोधनाचे परिणाम सादर करत होते. श्रोते मंत्रमुग्ध होऊन ऐकत होते. यंत्रमानवाची अतिसूक्ष्म पातळीवरील निर्मितिप्रक्रिया ते समजावून सांगत होते. त्यात वापरलेला नॅनो पदार्थ व कणांची माहिती आणि मिळालेल्या परिणामांची चर्चा करण्यात ते गढून गेले होते.

"एक्सक्यूज मीऽ..." श्रोत्यांच्या पहिल्या रांगेत बसलेल्या शास्त्रज्ञांमधून आवाज आला.

डॉ. गोरे त्यांचे संशोधनाचे परिणाम समजावून सांगण्यात एवढे समरसून गेले, की त्यांना आवाज लक्षात आला नाही. ते तसेच पुढे बोलत राहिले.

ज्येष्ठ शास्त्रज्ञांची क्षणिक चुळबुळ झाली. राग आल्याने त्यांच्या आवाजात आता तीव्रता होती.

"एक्सक्यूज मीऽ"

या वेळी आवाज मोठ्यानी आल्याने, डॉ. गोरेंनी त्या दिशेला पाहिलं. ते विश्वरत्न पुरस्कार मिळालेले ज्येष्ठ शास्त्रज्ञ ए.टी.आर. सुब्बाराव होते. डॉ. गोरेंनी तत्काळ अदबीनं त्यांच्याकडे पाहिलं. कॉन्फरन्स हॉलमध्ये स्तब्धता होती. डॉ. सुब्बाराव उत्तरले.

"आर यू शुअर, डॉ. गोरे, यू हॅव डेव्हलप्ड धिस नॅनोब इन युवर लॅबोरेटरी?"

डॉ. गोरे क्षणभर या प्रश्नाने गोंधळले; पण स्वत:ला सावरीत म्हणाले,

"येस सर! मी अतिसूक्ष्म यंत्रमानव विकसित केला आहे; फक्त त्याच्या परिणामांची आणि कार्यक्षमतेची चाचणी बाकी आहे."

डॉ. सुब्बारावांनी प्रश्न विचारला आहे म्हटल्यानंतर सर्वच शास्त्रज्ञांच्या चेहऱ्यावर अधीरता होती... भारतातील शास्त्रीय जगतात त्यांचा शब्द अंतिम मानला जात असे. डॉ. सुब्बाराव शंकेने म्हणाले,

"आय ॲम डाउटफुल! मला शंका आहे, की तुम्ही हे संशोधन खरंच केलं आहे की नाही."

"व्हॉट डू यू मिन सर?" डॉ. गोरे अस्वस्थ होत म्हणाले.

"यू मीन इट व्हॉट आय वॉन्ट टू से... डॉ. गोरे... हे शक्य नाही. तुम्ही तुमचं संशोधन किंवा परिणाम जास्तच एक्स्ट्रापोलेट करत आहात." डॉ. सुब्बाराव स्पष्टच म्हणाले.

डॉ. सुब्बारावांचं सरळ आक्रमण पाहताच, डॉ. गोरे हवालदिल झाले. तेही थोडे आक्रमक होत म्हणाले,

"सॉरी सर! मी केलेल्या संशोधनावर हा सरळ आघात व आरोप आहे. मी केलेल्या मेहनतीची ही प्रतारणा आहे."

"माझा हा नुसताच आरोप नसून, तुमचं हे संशोधन तद्दन खोटं आणि फेक आहे. एक एक अणू एकत्र आणून योग्य ठिकाणी ठेवून जीवाणूंच्या आकाराचा यंत्रमानव तयार करायला कोट्यवधी वर्षं लागतील, हे मी खात्रीने सांगू शकतो. इथे उपस्थित असलेली तज्ज्ञ मंडळीही याला निश्चितच दुजोरा देतील."

डॉ. सुब्बारावांनी आजूबाजूला पाहिलं. इतर ज्येष्ठ शास्त्रज्ञही चूप बसले होते. प्रत्येकाचा चेहरा गंभीर होता. कुणीच काही बोलत नव्हतं. डॉ. गोरेंना त्यांचं संशोधन फेक असल्याचं म्हटल्याने, ते कमालीचे अस्वस्थ झाले. मुळात शांत असणाऱ्या डॉ. गोरेंचा चेहराही रागीट झाला. त्यांचे काही संशोधक विद्यार्थीही चलबिचल झाले.

"पण, मी हे घडवून आणलंय, सर! प्राथमिक असला, तरी मी सूक्ष्म यंत्रमानव विकसित केलाय. यू हॅव टू बिलिव्ह, सर." डॉ. गोरे कळकळीने म्हणत होते.

"आय डोन्ट बिलिव्ह... यासाठी तुम्हाला कुणी आर्थिक अनुदान दिलंय?"

"माहिती आणि तंत्रज्ञान विभागाने... कारण विज्ञान-तंत्रज्ञान विभागाकडून मला अनुदान मिळण्याची सुतराम शक्यता नव्हती; कारण त्यांचं सर्व अनुदान तुमच्या हातात आहे."

डॉ. गोरेंनी या वेळी सरळ आरोप ठेवला.

"मी मुळात असला प्रकल्प फाडून कचऱ्याच्या पेटीत टाकला असता. पैशांचा अपव्यय होऊ दिला नसता." डॉ. सुब्बाराव स्पष्ट म्हणाले.

"कारण, मी तुमच्या गोटातला किंवा ओळखीत नसल्याने तुम्ही तसंच केलं असतं. भारतात नॅनो क्षेत्रात तुम्ही व तुमच्या शिष्यांव्यतिरिक्त कुणी काही करूच शकत नाही, हीच तुमची धारणा असल्याने, भारताचं एकूणच विज्ञान क्षेत्र मागे पडत चाललंय."

डॉ. गोरेंनीही सरळ हल्लाच चढवला. डॉ. गोरे, डॉ. सुब्बारावांच्या मानाने खूपच कनिष्ठ होते; पण डॉ. गोरे प्रामाणिक व होतकरू संशोधक होते. त्यांना घाबरण्याचं काहीच कारण नव्हतं.

सरळ आरोप झालेला पाहून डॉ. सुब्बाराव लालबुंद झाले. ते म्हणाले,

"ज्येष्ठ शास्त्रज्ञांशी कसं बोलावं याचे एटीकेट्स तुम्हाला नाहीयेत."

"सर! मी तुमचा आजही आदर करतो. ही वस्तुस्थिती आहे. शास्त्रीय अंगाने तुम्ही चर्चा केली असतीत, तर ती मला निश्चितच आवडली असती." डॉ. गोरे शांतपणे उत्तरले.

"म्हणजे मला शास्त्रीय चर्चा करता येत नाही, असं तुम्हाला म्हणायचंय काय?" डॉ. सुब्बारावांचा प्रश्न.

"नाही सर! तुम्ही त्यात महंत आहात. भारतातील शास्त्रीय जगत तुमच्याशिवाय पुढे जात नाही याचीही कल्पना मला आहे; पण मी हे संशोधन छोट्या जागी करू शकलो, हे तुमच्या अहंकाराला पेलवलं नाही, सर."

डॉ. गोरे शांत व तेवढ्याच परखडपणे बोलत होते. त्यांना समोरच्या ज्येष्ठ शास्त्रज्ञाचा अनादर करायचा नव्हता; पण त्याच्या पदोपदी दिसणाऱ्या अहंकाराला वेसण घालायची होती.

डॉ. सुब्बाराव यावर पुन्हा रागाने अस्वस्थ झाले. ते डॉ. गोरेंकडे पाहत राहिले. ते पुटपुटले,

"परिषदेमध्ये असं संशोधन सादर करायला परवानगी का दिली जातेय, कळत नाही."

सभागृहात अजूनही स्तब्धता होती. सुब्बारावांविरुद्ध कुणीच बोलायला तयार नव्हतं. त्यांनी केलेल्या आरोपांचं खंडनही इतर ज्येष्ठ शास्त्रज्ञ करायला धजत नव्हते. कनिष्ठ शास्त्रज्ञ व संशोधक विद्यार्थी सुब्बारावांच्या आक्रमकतेने हवालदिल झाले होते. भावी तरुण वैज्ञानिकांसाठी हे निश्चितच चांगलं नव्हतं. विश्वरत्न सुब्बारावांमुळे भारतीय विज्ञान क्षेत्र झाकोळलं गेलं होतं, हे नक्की. उपस्थित प्रत्येक ज्येष्ठ शास्त्रज्ञाला त्यांच्या स्वभावाची कल्पना असल्याने, कुणीच मध्ये पडत नव्हतं; पण शेवटी पुणे विद्यापीठातील भौतिकशास्त्राचे ज्येष्ठ प्रा. डॉ. सुशांत जोग उठले व घसा साफ करत म्हणाले,

"डॉ. सुब्बाराव! प्रत्येकाला अभिव्यक्ती स्वातंत्र्य आहे आणि संशोधन करण्याचा

जसा अधिकार आहे तसा तो सादर करण्याचाही आहे. डॉ. गोरे या तरुण शास्त्रज्ञाने निश्चितच मोठं काम केलं आहे. त्यावर तुम्ही विश्वास ठेवा किंवा ठेवू नका, हा तुमचा वैयक्तिक प्रश्न आहे. आपण इथे शास्त्रीय चर्चा करीत आहोत. ॲन्ड इट शुड बी डन विथ स्पिरिट.''

''तसं नाही, सर! पण, या सर्वांवर मुक्त चर्चा व्हावी हाच या परिषदेचा हेतू आहे. तुम्ही ज्येष्ठ आहात. याविषयी वेगळं सांगण्याची गरज नाही.'' डॉ. जोग शांतपणे म्हणाले.

त्याचा वेगळा अर्थ घेत डॉ. सुब्बाराव उठत म्हणाले,

''ठीक आहे! यू टेक इट ॲज अ स्पिरिट आणि व्यक्तिस्वातंत्र्याच्या नावाखाली मी असला भंपकपणा खपवून घेणार नाही. यू मे कन्टिन्यू. आय डोन्ट वॉन्ट टू लिसन हिम एनी मोर. सॉरी.'' आणि डॉ. सुब्बाराव ताडताड सभागृहाबाहेर पडले. आयोजकही त्यांच्या मागे धावले. सभागृह आश्चर्याने पाहतच राहिले.

डॉ. जोगने, डॉ. गोरेंना संकेत देताच, ते पुढे संशोधन सादर करू लागले. पुढची दहा मिनिटे त्यांनी प्रभावीपणे सादरीकरण केले. पुढची वीस मिनिटे त्यावर सखोलपणे चर्चा झाली. डॉ. गोरेंनी प्रत्येकाला समर्पक व तेवढ्याच उत्साहाने उत्तरे दिली आणि सभागृहात शेवटी टाळ्यांच्या गजरात मानवंदनाही दिली.

डॉ. गोरेंनी, डॉ. जोगांचे मन:पूर्वक आभार मानले. डॉ. जोग म्हणाले,

''डॉ. गोरे, अतिशय प्रतिकूल परिस्थितीत तुम्ही हे संशोधन केलंय, ते यशस्वी करून जगासमोर आणा आणि भंपक म्हणणाऱ्यांची तोंडं बंद करा. तुम्हाला शुभेच्छा!''

डॉ. गोरे हसत म्हणाले.

''निश्चितच सर. थँक यू.''

डॉ. जोगांच्या आश्वासक शब्दांनी डॉ. गोरे भारावले होते. डॉ. जोगही भारतातील एक अग्रगण्य नॅनो पदार्थातील शास्त्रज्ञ होते. त्यांच्या शब्दालाही किंमत होती.

आय.आय.एस.सी., बंगळूरू इथे ही तीन दिवसांची नॅनो पदार्थ आणि तंत्रज्ञानावर आंतरराष्ट्रीय परिषद होती. या संधीचं सोनं करावं म्हणून डॉ. गोरेंनी आपलं संशोधन या परिषदेत पाठवलं होतं आणि आयोजकांनी त्यांना सादर करण्याची संधीही दिली होती. डॉ. गोरे त्यांच्या संशोधक विद्यार्थ्यांसोबतच तेथील परिषदेत सामील झाले होते. सादरीकरणानंतर मात्र सुब्बारावांना न जुमानता राष्ट्रीय व आंतरराष्ट्रीय स्तरावरील सर्वच शास्त्रज्ञांनी डॉ. गोरेंशी त्यांच्या संशोधनाविषयी चर्चा करून सखोल माहिती घेतली होती आणि कौतुकही केलं होतं.

डॉ. गोरे त्याच रात्री विद्यार्थ्यांसोबत माघारी फिरले होते. डॉ. गोरे चाळिशीतील गृहस्थ. गोरटेले, बुटकेले आणि सतत उत्साही व हसतमुख राहणारे शास्त्रज्ञ होते.

उत्तर महाराष्ट्र विद्यापीठातील भौतिकशास्त्र विभागात ते प्राध्यापक म्हणून कार्यरत होते. जळगावसारख्या शहरात राहून त्यांनी परिश्रमपूर्वक अत्याधुनिक नॅनो प्रयोगशाळा विकसित केली होती. त्यात सर्वच सुविधा होत्या. सुब्बारावांचा समावेश असलेल्या समितीकडे त्यांनी यापूर्वी बरेच प्रकल्प पाठविले होते; पण एकाही प्रकल्पाला पाठबळ मिळालं नव्हतं. म्हणून त्यांनी इतर आर्थिक स्त्रोतांकडे पाठपुरावा केला होता आणि तो सार्थही ठरला होता. त्यांना आर्थिक साहाय्य मिळत गेल्याने जळगाव विद्यापीठात ते अत्याधुनिक प्रयोगशाळा उभारू शकले होते. त्यामुळे अतिसूक्ष्म यंत्रमानव निर्मितीचं शिवधनुष्य त्यांनी उचलण्याचं धाडस केलं होतं.

विद्यार्थ्यांचा ओघही त्यांच्याकडे बऱ्यापैकी होता. आताशी दहा-बारा विद्यार्थी त्यांच्याकडे संशोधनाचं काम करत होते आणि विविध नॅनो प्रकल्प पूर्ण करण्यास त्यांचा हातभार लागत होता. डॉ. गोरे यांचा स्वभाव आणि एकूणच त्यांच्या वागण्याच्या पद्धतीने ते केवळ विद्यार्थ्यांमध्येच प्रसिद्ध नव्हते, तर त्यांच्या सहकाऱ्यांमध्येही आदरणीय होते. ही दुर्मिळ गोष्ट होती. विद्यापीठात त्यांच्या आजूबाजूला वलय होतं. एक प्रामाणिक संशोधक म्हणून त्यांचं नाव होतं.

विश्वरत्न सुब्बारावांच्या आरोपांनी ते निरुत्साही न होता, उलटपक्षी त्यांचा उत्साह द्विगुणित झाला होता. आताशी नॅनोब्जच्या निर्मितीचा ध्यास त्यांनी घेतला होता. या कामी त्यांना विद्यार्थ्यांचं सहकार्य मिळत होतं.

बंगळूरूहून आल्या आल्या ते प्रयोगशाळेत दाखल झाले होते. प्रयोगशाळा अत्याधुनिक होती. काचतावदानांनी आच्छादलेल्या वेगवेगळ्या केबिन्स होत्या. नॅनो पदार्थ अभ्यासण्यासाठी सर्व यंत्रणा त्यांच्याजवळ उपलब्ध होती. नवीन पदार्थ तयार करताच, विद्यार्थी त्वरित त्याचा अभ्यास करत असत आणि डॉ. गोरेंशी चर्चा करत असत.

आताही बरेच विद्यार्थी काचतावदानांमध्ये काम करत होते. कुणी सूक्ष्मदर्शिकेखाली निरीक्षण करत होते. तर काही रासायनिक अभिक्रिया करून वेगवेगळे सूक्ष्म पदार्थ करण्यात गुंतले होते. जे काही नॅनोब्ज तयार करण्यासाठी लागणार होतं, ते करण्यात सर्व मग्न होते; कारण काही दिवसांतच डॉ. गोरेंना नॅनोब्जचा प्रकल्प पूर्णत्वाला न्यायचा होता.

डॉ. गोरे त्यांच्या केबिनमध्ये येऊन बसले. लॅपटॉप चालू करून नॅनोब्जचा एकूणच आराखडा पाहू लागले. लॅपटॉपवर नॅनोब्जची प्रतिकृती जरी मोठी दिसत असली, तरी त्यातील सर्वच घटक हे नॅनोमीटर $१०^{-९}$ मी. आकारात बसवले होते. खरंच, त्यांनी स्वत: महत्प्रयासाने एक एक अणू एकत्र आणून हात, पाय, धड, डोकं याची निर्मिती केली होती. ते सर्वच कार्यक्षम करण्यास अजून अवधी होता; कारण नॅनोब्जमध्ये मुख्य स्मृतीचं रोपण करणं अजून बाकी होतं.

त्यांनी इकडे-तिकडे पाहिलं. प्रत्येक केबिनमधून प्रकाशझोत बाहेर पडत होता. त्यांनी हाक मारली.

"सुमेधऽ"

सुमेध तळेले. मूळचा इलेक्ट्रॉनिक्स इंजिनिअर; पण मूलभूत शास्त्राच्या ओढीने त्याने भौतिकशास्त्र व इलेक्ट्रॉनिक्स शास्त्रात पदव्युत्तर शिक्षण घेऊन, संशोधन करण्यास प्रारंभ केला होता. तसा तो स्कॉलर विद्यार्थी. स्मृतिसंचयावरचा त्याचा अभ्यास खोलात होता. इलेक्ट्रॉनिक्स सारणी तयार करण्यातही त्याचा हातखंडा होता. म्हणूनच रॅम (Random Access Memory), रॉम (Read Only Memory), इप्रॉम (Erasable Programmable Memory) यांसारख्या मेमरीजवर त्याचं भरपूर संशोधन सुरू होतं. या प्रकल्पात अशाच विद्यार्थ्यांची गरज डॉ. गोरेंना होती आणि नॅनोब्जच्या स्मृतिसंचयाची जबाबदारी सुमेधवर टाकून ते निश्चिंत झाले होते. उत्तरोत्तर, अतिशय सूक्ष्म पातळीवर म्हणजे आण्विक पातळीवर स्मृतिसंचय सुमेधने डॉ. गोरेंच्या मार्गदर्शनाखाली निर्माण केले होते. त्याच्या प्रात्यक्षिकाची व खऱ्या अर्थाने नॅनोब्जमध्ये रोपणासाठी ते वाट पाहत होते. हाक ऐकताच सुमेध, डॉ. गोरेंच्या केबिनमध्ये दाखल झाला.

"येस सर!"

"बैस!" खुर्चीकडे निर्देश करत ते पुढे म्हणाले, "स्मृतिसंचयाचं काय झालं?"

खुर्चीत न बसताच सुमेध उत्तरला,

"सर! त्याचीच शेवटची चाचणी घेत होतो. ॲन एक्सलन्ट मेमरी. शार्दुलने निर्माण केलेल्या नॅनो पदार्थांमध्ये प्रचंड ग्रहण व साठवण्याची शक्ती आहे. कमालीचा पदार्थ आहे."

"म्हणजे, तुझी चाचणी पूर्ण झालीय का?" डॉ. गोरेंचा उत्साही स्वर.

"होय सर! तुम्हाला सांगणारच होतो. आता येताय आपण? तुम्हाला दाखवतो."

"श्युअरऽऽ" डॉ. गोरे तडक उठले होते.

दोघंही केबिनबाहेर पडून, सुमेधच्या काचतावदानात आले. त्याच्या टेबलावर काही अद्ययावत यंत्रणांसोबतच, बहुसंख्य तारांचं जंजाळ पडलं होतं. दोघंही खुर्चीत बसताच, सुमेधने नॅनोस्कोपचा ताबा घेतला आणि त्यात काही तडजोड करू लागला. शेवटी डॉ. गोरेंना तो म्हणाला,

"सर! बघा. हीच ती नॅनो मेमरी सेल."

डॉ. गोरेंनी डोळ्याला नॅनोस्कोप लावताच, नॅनो आकारातील असंख्य मेमरीमध्ये असंख्य सेल दिसू लागले. ते कोट्यवधी, अब्जावधीच्या घरात असतील. इथे एक एक अणू खऱ्या अर्थाने स्मृतिसंचय म्हणून कार्य करत होता. डॉ. गोरे म्हणाले,

"सुमेध! याच्यात व्यवस्थित माहिती साठवली जातेय ना? डीड यू चेक

इट?''

"होय सर! बघाच. मी दाखवतो.''

सुमेधने त्याच्याशी निगडित यंत्रणा उभी करून सुरू केली आणि त्यातील माहिती साठवून काढू लागला. डॉ. गोरे अचंबित झाले होते; कारण स्मृतिसंचयाच्या माहिती देवाणघेवाणीचा वेग प्रचंड होता आणि हीच त्यांची जमेची बाजू ठरणार होती.

डॉ. गोरे हर्षोल्हासित झाले आणि म्हणाले,

"सुमेध! आत्ताच ही मेमरी आपण नॅनोब्जमध्ये रोपण करू शकतो का?''

"येस सर! का नाही? ही अशीच्या अशी उचलायची आणि नॅनो यंत्रमानवाच्या डोक्यात फिट करायची.'' सुमेध उत्तरला.

"ठीक आहे. चल तर मग. टेक दॅट मेमरी.''

सुमेधने वेगाने हालचाल करून, नॅनोस्कोप व इतर साहित्याच्या साहाय्याने मेमरी सुरक्षितपणे हाती घेतली. त्यावेळी तिथे काहीही दिसत नव्हतं.

दोघंही तत्क्षणी तक्षणाकृती (Lithography) प्रयोगशाळेत आले. ही प्रयोगशाळा पूर्णपणे वातानुकूलित असून, धूळविरहितही होती. इथेच नॅनोब्जची निर्मिती होऊ लागली होती. या प्रयोगशाळेत तक्षणाकृती सोबतच, सूक्ष्मदर्शिका व भव्य नॅनोस्कोपही होता. शिवाय, नॅनोब्ज पाहण्यासाठी भव्य स्क्रीनची व्यवस्थाही केली होती.

डॉ. गोरे व सुमेध यांनी विशेष पेहराव परिधान करून, तक्षणाकृती प्रयोगशाळेत प्रवेश केला. तक्षणाकृती सोबतच, भव्य नॅनोस्कोप चालू करताच पडद्यावर डोळ्यांना न दिसणारा, हात, पाय, धड, डोकं असणारा नॅनोब्ज दिसला. दरम्यान, नॅनोस्कोपच्या साहाय्याने सुमेधने सूक्ष्म मेमरी अपलोड केली होती.

डॉ. गोरेंनी तक्षणाकृती यंत्रणेचा ताबा घेऊन, नॅनोब्जचं डोकं वेगळं केलं आणि त्याची वरची खपली काढून सुमेधने तयार केलेली मेमरी शिताफीने बसवली आणि त्यातील असंख्य जोडतारे त्यांनी जुळवायला सुरुवात केली.

पुढचे तीन तास डॉ. गोरे अखंडपणे स्मृतिसंचयाशी खेळत होते. सुमेध त्यांची ही कृती स्क्रीनवर अचंबितपणे पाहत होता. डॉ. गोरेंच्या बुद्धिचातुर्याची कल्पना त्याला होतीच.

स्मृतिसंचयाची जोडणी झाल्यानंतर, डोकं पूर्ववत यंत्रमानवाला जोडण्यात आलं. आता त्याची पूर्णाकृती दिसू लागली होती. डॉ. गोरे म्हणाले,

"सुमेध. नाउ यू टेस्ट दिस गाय.''

सुमेधने तिथे अस्तित्वात असलेल्या काही यंत्रणांच्या साहाय्याने, नॅनोब्जच्या मेमरीला संकेत दिले आणि नॅनोब्ज हालचाल करू लागला. डॉ. गोरे व सुमेधचे चेहरे उजळले. भरपूर काही गोष्टी सुमेधने नॅनोब्जकडून करून घेतल्या.

नॅनोब्ज व त्याची चाचणी यशस्वी झाल्याने, डॉ. गोरेंचा आत्मविश्वास द्विगुणित झाला होता.

नॅनोब्जला तक्षणाकृतीच्या पिंजऱ्यातच ठेवून, दोघंही प्रयोगशाळेबाहेर पडले होते. रात्रीचे नऊ वाजून गेले होते. एक-दोघं विद्यार्थी अजूनही त्यांच्या केबिनमध्ये काम करत होते. काही जण निघून गेले होते. केबिनमध्ये येताच, डॉ. गोरे सुमेधला म्हणाले,

''सुमेधऽ''

''येस सर!''

''नॅनोब्ज तर तयार झाला. आता याची कार्यक्षमता सिद्ध करायला हवी!''

''कशी सर?''

''याचा उपयोग एखाद्या प्रयोगात करायला हवा किंवा एखाद्या जायबंदी रुग्णावर उपचारासाठी याची कार्यक्षमता जोखायला हवी.'' डॉ. गोरेंनी माहिती दिली.

''निश्चितच सर!''

डॉ. गोरेंना काहीतरी आठवताच, त्यांनी स्वत:चा मोबाइल काढला आणि एक नंबर प्रेस करून कानाला लावला.

''डॉ. वासू.''

''येस. डॉ. वासू खडसे.'' पलीकडून स्वर उमटला.

''वासू. मी शशांक. डॉ. शशांक गोरे.''

पलीकडून नाव ऐकताच उत्स्फूर्त स्वर आला,

''हं शशांक, डॉ. शशांक गोरे. बोला शास्त्रज्ञ.''

''वासू! मी नॅनोब्ज म्हणजे अतिसूक्ष्म यंत्रमानवाची निर्मिती केलीय आणि त्याचा उपयोग रुग्णांसाठी व्हावा म्हणून प्रयोग करायचाय. एखादा जायबंदी रुग्ण आढळल्यास व त्याच्या नातेवाइकांची इच्छा असल्यास मला कळव. दिस एक्स्परिमेन्ट विल डेफिनेटली बूस्ट अप दि सोशल ॲस्पेक्ट.'' डॉ. गोरेंनी सांगितलं.

''निश्चितच शशांक. मलाही या प्रयोगात सामील व्हायला आवडेल.''

''तुझ्यासारख्या प्रसिद्ध सर्जनची साथ असेल तर उत्तमच.'' डॉ. गोरे आनंदाने उत्तरले. ''ठीक आहे. आय ॲम वेटिंग.''

''ठीक आहे. आय विल किप इन माइंड.'' डॉ. वासू म्हणाले.

डॉ. गोरेंनी मोबाइल खिशात ठेवला. डॉ. वासू खडसे जळगावमधील 'शाश्वत' हॉस्पिटलचे प्रसिद्ध सर्जन होते आणि ते डॉ. गोरेंचे अतिशय जवळचे मित्र होते. डॉ. वासू त्यांच्या प्रयोगात आनंदाने सामील होतील याची खात्री त्यांना होती. रात्रीचे दहा वाजले होते. डॉ. गोरे व सुमेध प्रयोगशाळेमधून, विभागातून बाहेर आले होते. या वेळी हवा मात्र खेळती होती.

रात्रीचा एक वाजला होता. डॉ. गोरे एका वेगळ्याच जाणिवेने उठले होते. त्यांच्या पत्नी व मुलगा झोपला होता. त्यांना डॉ. गोरेंच्या अशा अवेळी प्रयोगशाळेत जाण्याची सवय होती.

डॉ. गोरे विभागात येऊन, तक्षणाकृती (Lithography) प्रयोगशाळेत दाखल झाले. तत्पूर्वी त्यांनी जैवशास्त्रीय प्रयोगशाळेच्या शीतगृहातून एक डबी उचलली होती. त्यांनी पुन्हा सर्व यंत्रणा सुरू करून, नॅनोस्कोपखाली नॅनोब्जच्या डोक्यावरील भाग शिताफीने उघडला होता. अतिविशाल सूक्ष्मदर्शिकेखाली आणून, स्मृतिसंचयाचा एक एक सेल बघू लागले. त्याच वेळी त्यांनी सोबत आणलेली पांढरी डबी उघडली आणि त्यातील पेशीसदृश संवेदक शिताफीने फोरसेफच्या साहाय्याने उचलले आणि मेमरी लोकेशनवर इंजेक्ट केले. या पेशी संवेदकांमध्ये जैवप्रथिने होती आणि ती स्वयंचलित स्मृतीचे कार्य करतील अशी अटकळ डॉ. गोरेंना होती. त्यांनी असंख्य प्रथिनांचा पुंजका त्यावर सोडला आणि त्याची रासायनिक अभिक्रिया तेथील उपस्थित कृत्रिम स्मृती संचयाशी व्हायला सुरुवात झाली. आताशी एकरूप होऊन त्यांची जैवप्रणाली व्हायला सुरुवात झाली.

डॉ. गोरे सलग तीन ते चार तास प्रयोग करत होते. त्यांचं समाधान होईपर्यंत त्यांनी हा प्रयोग केला. यात त्यांना कुणाचाच सहभाग नको होता. त्यांना एकट्यालाच हा प्रयोग करायचा होता. नॅनोब्ज पूर्ववत करून, त्यांनी यंत्रणा बंद केली होती. विभागातून बाहेर पडले तेव्हा पहाटेचे पाच वाजले होते. हवेत कमालीचा गारठा होता. त्यांना या वेळी हलकं वाटत होतं. हा प्रयोग यशस्वी झाला, तर मानवासाठी असंख्य दारे उघडणार होती.

पुन्हा नॅनोब्जवर परिश्रम घेऊन, डॉ. गोरेंनी अचूकता आणण्याचा प्रयत्न केला होता. सुमेधनी त्याची प्रात्यक्षिके करून, पाहिजे तशी कामे करून घेतली होती. हुकुमावरूनच तो वागत होता.

अजून एका वेगळ्या नॅनोब्ज निर्मितीच्या प्रक्रियेला डॉ. गोरेंनी सुरुवात केली होती. तत्पूर्वी या नॅनोब्जची उपयुक्तता सिद्ध व्हायची होती आणि त्याच संधीच्या शोधात डॉ. गोरे होते. बऱ्याच शक्यतांचा विचार त्यांनी करून ठेवला होता; पण अजून वेळ येत नव्हती.

आठ दिवसांनंतरच त्यांना ती संधी उपलब्ध झाली होती. त्यांच्या केबिनमध्ये ते काही संशोधन पेपर चाळण्यात मग्न होते, तेव्हाच त्यांच्या मोबाइलची रिंग वाजली. स्क्रीनवर डॉ. वासूंचे नाव पाहताच, त्यांनी अगतिकतेने मोबाइल कानाला लावला.

"येस! वासू."

"शशांक! नॅनोब्ज, अर्थात तुझा प्रयोग तयार आहे का?"

"होय! का रे?"

"या क्षणाला तू प्रयोग करू शकतोस?" डॉ. वासूंचा प्रश्न.

"होय! किंबहुना, मी वाटच पाहत होतो. माझी सर्व यंत्रणा तयार आहे." डॉ. गोरेंनी आनंदाने माहिती पुरवली व पुढे म्हणाले, "तुझ्याजवळ तशी केस आहे का?"

"होय! अपघाताची. पंचवीस वर्षांचा तरुण आहे. डोक्याला जबर मार बसला आहे. ऑपरेशन सध्या करू शकत नाही; कारण तो कोमात गेलाय." डॉ. वासूंनी परिस्थिती सांगितली.

"माझी काहीच हरकत नाही. आय विल बी व्हेरी हॅपी टू डू इट; पण पेशंटच्या नातेवाइकांना कल्पना दिलीय का?" डॉ. गोरेंनी विचारलं.

"मी आधीच त्यांना सर्व कल्पना देऊन ठेवलीय आणि पेशंटची क्रिटिकल कंडिशन पाहता त्यांनी या प्रयोगाची जोखीम घेण्याचं ठरवलंय. दे आर अँग्री... इन फॅक्ट त्यांनी तसं लिहून दिलंय."

"मग तर ठीक आहे. मी अर्ध्या तासात पोहोचलोच." डॉ. गोरेंनी ठामपणे सांगून मोबाइल बंद केला.

डॉ. गोरेंनी, सुमेधला बोलावून काही संशोधक विद्यार्थ्यांनाही कल्पना दिली. इतर विद्यार्थ्यांनीही या प्रयोगात सामील होण्याची सदिच्छा व्यक्त केली. डॉ. गोरेंनी त्याला आनंदानं दुजोरा दिला; कारण प्रत्येकालाच या नॅनोब्ज निर्मितीत खारीचा वाटा हवा होता. सगळ्यांनीच यंत्रणेची जुळवाजुळव सुरू केली. प्रत्येक विद्यार्थी उत्साहात होता.

समेुधने पुन्हा एकदा नॅनोब्ज संबंधित सॉफ्टवेअर व प्रोग्रॅमिंगची चाचपणी करून पाहिली. सर्वच व्यवस्थित होते.

तक्षणाकृती प्रयोगशाळेत जाऊन, डॉ. गोरेंनी स्वत: नॅनोब्जला एका छोट्या काचपात्रात ठेवलं होतं. त्यावेळी ते आश्चर्यचकित झाले होते; कारण यावेळी नॅनोब्जची जागा बदलल्याची जाणीव त्यांना झाली. हे कसं शक्य आहे? पण हा कदाचित भास असेल म्हणून त्यांनी तो विचार झटकला; कारण आता त्यांना वेळ नव्हता. त्याचवेळी त्यांना तक्षणाकृतीत काहीतरी हालचालीही जाणवल्या; पण त्याकडेही त्यांनी दुर्लक्ष केलं. आता त्यांच्या डोक्यात फक्त प्रयोग होता.

काचपात्र हातात घेऊन ते विद्यार्थ्यांसोबत बाहेर पडले. स्वत:च्याच कारमधून जाऊन, ते मुख्य गेटमधून धुळे-जळगाव हायवेवर आले. तेथून अर्धा कि.मी. अंतरावरच डॉ. वासू खडसेंचं 'शाश्वत' हॉस्पिटल होतं.

पाच मिनिटांत डॉ. गोरे हॉस्पिटलमध्ये पोहोचले. डॉ. वासू वाटच पाहत होते.

प्रथम डॉ. वासूंच्या केबिनमध्ये पेशंटचे रिपोर्ट पाहिले. डॉ. वासूंनी एम.आर.आय.चे

निष्कर्ष दाखवले. पेशंटचा मेंदूचा बहुतांशी भाग जायबंदी होऊन, प्रचंड रक्तस्राव झाल्याचं दिसत होतं. म्हणूनच पेशंट कोमात गेला होता.

डॉ. वासूंसह, डॉ. गोरे, सुमेध व इतर विद्यार्थी ऑपरेशन थिएटरमध्ये दाखल झाले.

संशोधक विद्यार्थी पटापट कामाला लागले. पेशंटला ठेवलं होतं, त्याच्या आजूबाजूला त्यांनी नियोजित यंत्रणा उभी केली. सुमेध एका लॅपटॉपसमोर बसला होता. तिथे मोठा स्क्रीन होता. तोही जोडण्यात येऊन सुरू केला. डॉ. गोरे, डॉ. वासू आसनस्थ झाले.

डॉ. गोरेंसमोरही कॉम्प्युटर होता आणि मुख्य म्हणजे नॅनोब्जला तेच नियंत्रित करणार होते.

डॉ. वासूंनी पुन्हा एकदा पेशंटची तपासणी केली. त्याचा रक्तदाब स्थिर होता.

डॉ. गोरेंनी पोर्टेबल नॅनोस्कोपच्या साहाय्याने काचपात्रातील नॅनोब्जला अलगद उचलून सिरींजद्वारे पेशंटच्या शरीरात सोडला आणि दहा सेकंदांतच मोठ्या टीव्ही स्क्रीनवर पेशंटच्या शरीरातील नॅनोब्जची प्रतिमा दिसू लागली. त्यामुळे सर्वांचेच चेहरे उजळले.

नॅनोब्जचा प्रवास सुरू झाला होता. डॉ. गोरे सफाईदारपणे की बोर्ड हाताळून त्याला संकेत देत होते. तोही त्यांच्या आदेशाचं तंतोतंत पालन करत होता.

क्षणातच मेंदूपर्यंत येऊन, डॉ. वासूंच्या साहाय्याने डॉ. गोरेंनी काही सेकंद नॅनोब्जला दिले. त्याच्याजवळ अतिसूक्ष्म अवजारे होतीच. त्याचा उपयोग करून नॅनोब्ज कामाला लागला. हळूहळू करत तो पेशंटच्या मेंदूतील होणाऱ्या रक्तस्रावावर उपचार करू लागला आणि त्याचा निचराही करू लागला. नॅनोब्जची काम करण्याची हातोटी उत्तम व आश्चर्यचकित करणारी होती. डॉ. वासू विज्ञानाच्या या आविष्काराकडे पाहतच राहिले. डॉ. गोरेही आपल्या मानसपुत्राकडे पाहत होते. त्यांना आनंद झाला होता. त्यांच्या आदेशाचे तो तंतोतंत पालन करत होता.

बराच वेळ नॅनोब्ज उपचारात व्यस्त होता. डॉ. गोरेही आता नुसतेच बसले होते. विद्यार्थीही नॅनोब्जची कृती पाहत होते. नॅनोब्ज रक्तस्राव पूर्ण आटोक्यात आणून थांबला होता आणि साकळलेल्या रक्ताचाही निचरा केला होता. आता तो जायबंदी पेशींवर उपचार करू लागला आणि डॉ. गोरे आश्चर्याने पाहतच राहिले; कारण हा संकेत त्यांनी नॅनोब्जला दिलाच नव्हता. ते नुसतेच बसून होते. त्यांनी काही डेटा फीड करून पाहिले; पण नॅनोब्ज आपलं कार्य स्वयंस्फूर्तीने करतच राहिला.

डॉ. वासू किंवा इतर विद्यार्थ्यांच्या हे लक्षात येऊच शकत नव्हतं. सुमेधच्याही हे लक्षात येत नव्हतं; कारण डॉ. गोरेच नॅनोब्जला नियंत्रित करत आहेत, असाच त्याचा समज होता. त्यांच्या या सफाईदार कार्याकडे सर्वच मंत्रमुग्धपणे पाहत होते.

डॉ. गोरेंच्या मात्र लक्षात आलं. काही जैवप्रथिने त्यांनी नॅनोब्जच्या मेंदूत इम्प्लान्ट केली होती आणि त्यांची रासायनिक अभिक्रिया होऊन, इतर घटकांशी ते एकरूप झाले होते. म्हणजे नॅनोब्ज स्वत:च विचार करत होता. नकळत केलेला प्रयोग यशस्वी झाल्याचं पाहताच, ते आनंदित झाले; पण उपस्थितांना त्यांनी जाणवू दिलं नाही. कुणाच्याही हे लक्षात येणं शक्य नव्हतं. डॉ. गोरेंच्या चेहऱ्यावर समाधानाचं स्मित होतं. यावेळी ते काहीच करत नव्हते. जे काही करत होता तो नॅनोब्ज करत होता. स्वयंस्फूर्तीने, स्वविचाराने.

जायबंदी झालेल्या पेशींना नॅनोब्ज शिताफीने दुरुस्त करत असलेला पाहून, डॉ. वासू आश्चर्याने उद्गारले,

"हाउ इज इट पॉसिबल. मानवाला जे अजून शक्य नाही ते हा खुजा करतोय. शशांक, तू हे काय निर्माण केलंय? हे तर जगातील आश्चर्यच म्हणायला हवं." डॉ. वासूंनी, डॉ गोरेंचा खांदा दाबला; पण त्यांचं लक्ष स्क्रीनवर नॅनोब्जच्या कृतीकडेच होतं. डॉ. गोरे यावर फक्त हसले. तेही निवांतच होते; कारण नॅनोब्जच आता जे काही उपचार करायचे त्याबाबत निर्णय घेत होता. अखंड दोन तास नॅनोब्ज वेगाने शल्यचिकित्सा करत होता. आणि शल्यचिकित्सा पूर्ण झाल्यानंतर स्वत:च मार्गक्रमण करून बाहेर पडला होता; पण त्यावेळी तो कुणाच्याही दृष्टीस पडला नव्हता.

नॅनोब्ज बरोबर आपल्या जागी जाईल म्हणून डॉ. गोरे निवांत होते. तो स्वतंत्र आहे. तो विचार करतोय, हे डॉ. गोरेंनी कुणालाही सांगितलं नव्हतं; कारण त्याच्याकडून अजून काही परिणाम त्यांना अपेक्षित होते. नॅनोब्जने ऑपरेशन केल्यानंतर सर्वांनीच टाळ्यांचा गजर केला. डॉ. वासूंनी, डॉ. गोरेंना कडकडून मिठी मारली आणि म्हणाले,

"शशांक! आय ॲम प्राउड ऑफ यू. वैद्यकशास्त्रातला हा उच्चांक आहे. दिस विल डेफिनेटली रिव्ह्युलशनाइज्ड. उद्याच हे सगळ्या जगाला कळेल."

"वासू! फक्त मी नाही, तर हे सर्व माझे विद्यार्थीही त्याला कारणीभूत आहेत. सुमेधने खूप कष्ट घेतलेत. हा त्याचाच परिणाम आहे." सर्वच ऑपरेशन थिएटरबाहेर आले.

पेशंटचे नातेवाईक झेपावले. डॉ. वासूंना त्यांनी आनंदाने ऑपरेशनची बातमी सांगितली. पेशंट धोक्याबाहेर असल्याचं सांगताच, नातेवाईक रिलॅक्स झाले. त्याच्या मागे डॉ. गोरे आहेत, असं सांगताच नातेवाइकांनी त्यांच्यापुढे लोटांगण घातलं. डॉ. गोरे ओशाळले.

पेशंटला आय.सी.यू.त आणण्यात आलं. कुठलीही चिरफाड न करता हे जोखमीचं ऑपरेशन झालं होतं. पेशंट मरणाच्या दारातून बाहेर आला होता.

डॉ. वासूंचा निरोप घेऊन, डॉ. गोरे विद्यार्थ्यांसह माघारी फिरले.

सायंकाळी सातच्या सुमारास डॉ. वासूंचा मोबाइल आला. पेशंट शुद्धीवर आल्याचं सांगताच, डॉ. गोरेंना अत्यानंद झाला. हे मिरॅकलच आहे, असं डॉ. वासू सांगत होते. त्याच वेळी डॉ. वासूंनी पत्रकार परिषद बोलावल्याचं सांगून, डॉ. गोरेंची वाट पाहत असल्याचं सांगितलं.

डॉ. गोरेंनी मात्र पत्रकार परिषदेत जायचं टाळलं. स्वयंप्रसिद्धीपासून ते नेहमीच लांब राहत असत. ते काम डॉ. वासू करतील याची खात्री त्यांना होती आणि रात्रीच वेगवेगळ्या चॅनल्सवर ब्रेकिंग न्यूज म्हणून डॉ. गोरेंनी निर्माण केलेल्या नॅनोब्ज आणि त्याने केलेल्या प्रयोगाची इत्थंभूत चित्रफीत दिसू लागली. डॉ. गोरेंचा फोटो झळकू लागला. डॉ. वासूंची सविस्तर मुलाखत प्रसारित होऊ लागली. पेशंटचा चेहरा दिसू लागला. रात्रीतनं डॉ. गोरे भारतातच नव्हे तर जगात प्रसिद्ध झाले. त्यांनी निर्माण केलेल्या नॅनोब्जची ही करामत होती. पत्रकार व चॅनल्सच्या प्रतिनिधींनी विद्यापीठातील त्यांच्या घरी धाव घेतली; पण डॉ. गोरे कुणालाच भेटू शकले नाही. ते अज्ञातवासात गेल्याचं सांगण्यात आलं. त्यांचे कुटुंबीयही या त्यांच्या प्रसिद्धीने भारावले. डॉ. गोरेंना त्यांच्या नकळत लोकांपुढे प्रोजेक्ट केलं होतं.

रात्री बारापर्यंत चॅनल्सवर चर्चा सुरू होती. फोन घणघणत होते. मोबाइलची मेमरी एसएमएसने भरली होती. विद्यापीठाचे कुलगुरू व अधिकारी वर्ग घरी येऊन गेले; पण डॉ. गोरे भेटू शकले नाहीत.

डॉ. गोरेंना त्यांचा प्रयोग प्रचलित झाल्यानंतर विश्वरत्न डॉ. सुब्बारावांचा मोबाइल आला होता; पण डॉ. गोरेंनी त्यांचा मोबाइल घेण्याचं जाणीवपूर्वक टाळलं होतं. त्यांना त्यांच्याशी बोलण्याची इच्छा नव्हती; पण अग्रगण्य शास्त्रज्ञ असल्याने त्यांचं स्टेटमेन्ट टीव्हीवर झळकत होतं. दांभिकतेचा हा कळस असल्याचंच डॉ. गोरेंना वाटलं.

रात्रीचा एक वाजून गेला होता. डॉ. गोरेंनी प्रयोगशाळेत जाण्याचा निर्णय घेतला. यावेळी तिथे कुणीच नसणार याची त्यांना खात्री होती.

वातावरणात गारठा होता आणि यावेळी त्यांना हलकं वाटत होतं. उत्साह वाटत होता. ते पायीच जात होते. एकटे. नॅनोब्जला भेटण्याची त्यांना अतीव इच्छा होती. त्यांना खात्री होती, की यावेळी तो प्रयोगशाळेत असेल म्हणून. ते आंतरिक ओढीने झपाझपा पावले टाकीत भौतिकशास्त्र विभागाकडे जात होते. डॉ. गोरेंनी तक्षणाकृती प्रयोगशाळेत प्रवेश करताच, त्यांना तेथील वातावरण भारावल्यासारखं वाटलं. त्यांनी अंदाज घेतला. हवेत चलबिचल होती. त्यांना काहीच दिसत नव्हतं आणि त्यांच्या डोळ्यांनाही दिसणं शक्य नव्हतं. ते दोन पावलं पुन्हा आत गेले.

...आणि त्यांच्या चोहो बाजूने शरीराच्या सूक्ष्म छिद्रांतून असंख्य अतिसूक्ष्म

जिवाणू प्रवेश करत असल्याचं जाणवलं. थवेच्या थवे त्यांच्यावर आक्रमण करत होते. आणि त्या थव्यांचा आताशी सूक्ष्मसा ध्वनीही प्रसारित होत होता. त्यांनी विचार केला आणि हॉस्पिटलला जाण्याआधी तक्षणाकृती यंत्रणेतील काही अस्तित्वाच्या हालचाली आठवताच, त्यांच्या क्षणार्धात लक्षात आलं. आणि ते नखशिखांत हादरले. त्यांच्या स्वयंचलित नॅनोब्जनं ही करामत केली. त्यानं स्वयंस्फूर्तीने स्वतःच काही नॅनोब्ज निर्माण केले होते आणि निर्माण झालेले नॅनोब्जही स्वयंस्फूर्तीने तेवढेच नॅनोब्ज तयारी करत होते आणि त्यांच्यातील गुणोत्तर प्रमाणात वाढ होत होती.

सेकंदाला दोन अशी नॅनोब्जची निर्मिती होत असलेली पाहून, डॉ. गोरे हवालदिल झाले. म्हणजेच या क्षणी मिनिटाला अब्जावधी नॅनोब्ज प्रयोगशाळेत तयार होत होते. डॉ. गोरे अगतिक झाले. त्यांच्या हातात आता काहीच उरलं नव्हतं. स्वयंचलित यंत्रणा निर्माण करण्याच्या नादात ते हे कार्य करून बसले होते.

आता वातावरणात लयबद्ध आवाज येत होता. तो आवाज असंख्य नॅनोब्जचाच होता आणि त्या सर्वांनी एकाचवेळी डॉ. गोरेंच्या शरीरात प्रवेश केला होता. डॉ. गोरे धाडकन खाली पडले. वाढत जाणारा आवाज आता क्षीण होत गेला. त्यांच्या जाणिवा बधिर होऊन त्यांनी डोळे मिटले आणि ते निश्चल झाले. सूक्ष्मसा श्वास मात्र चालू होता.

त्याचवेळी नॅनोब्ज अर्थात खुजाबा अब्जावधीचे थवेच्या थवे सेकंद दर सेकंदाला निर्माण करून, भौतिकशास्त्र विभागातून बाहेर आसमंतात झेपावत होते. पृथ्वीचा ताबा घेण्यास आता ते सर्वच आतुर झाले होते आणि मानव मात्र या आक्रमणापासून अनभिज्ञच होता; कारण अतिसूक्ष्म खुजाबे अजूनतरी त्यांच्या खिजगणतीत नव्हते.

❖

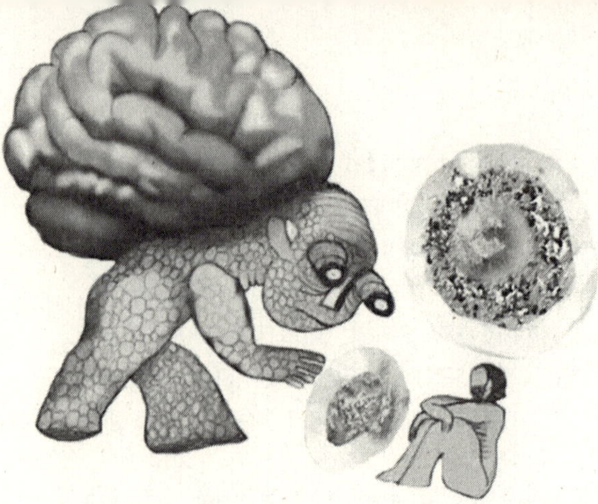

अपघात

सायंकाळचे सहा वाजून गेले होते. दवाखान्यात तशी बरीच गर्दी होती. नर्सेस व शिकाऊ ज्युनिअर डॉक्टर्स उगीचच धावपळ करत होते. आलेल्या एकेका रुग्णाला रिसेप्शनिस्ट मख्खपणे तोंड देत होती. तिच्या चेहऱ्यावर कुठल्याही सुख-दुःखाचे भाव नव्हते. मध्येच एखादा वॉर्डबॉय रुग्णाला स्ट्रेचरवर घेऊन जाताना दिसत होता. प्रत्येक खोलीत कुठला ना कुठला रुग्ण विव्हळताना दिसत होता. हा दवाखाना ऑर्थोपेडिक्सचा असल्याने बहुतांश रुग्ण हे अपघातप्रवण क्षेत्रातून आले होते आणि प्रत्येकाच्या शरीरातील कुठल्या ना कुठल्या भागाची शस्त्रक्रिया झाली होती. हे इस्पितळ प्रसिद्ध ऑर्थोपेडिक्स डॉ. कोठारींचं असल्याने रुग्णांची भाऊगर्दी होती. या परिसरातील ते निष्णात डॉक्टर होते.

डॉक्टरांची वाट पाहून रिमा व रवी वैतागले होते. आता नंबर येईल म्हणून गेले दोन तास ते आतुरतेने वाट पाहत होते. रिमा जास्तच वैतागली होती; कारण तिचं हाताचं दुखणं वेगळं आणि ही जीवघेणी वाट पाहणं वेगळं, म्हणून ती सारखं रवीचं डोकं खात होती. त्यामुळे आतापर्यंत चार-पाच वेळा रिसेप्शनिस्ट व नर्सला विचारलं गेलं होतं; पण प्रत्येक वेळी 'डॉक्टर अजून यायचेत,' असंच उत्तर येत होतं. एका नर्सने शेवटी वैतागून सांगितलं, की डॉक्टर आत केबिनमध्ये आहेत. ते रुग्ण तपासत आहेत. मनाला दिलासा मिळाला. रवी अस्वस्थपणे पुन्हा रिमाजवळ येऊन बसला; पण बाहेर बसलेल्या रुग्णांची संख्या कमी होत नसलेली पाहून तो चिडला अन् तरातरा रिसेप्शनिस्टकडे गेला. मान खाली घालून पैसे मोजण्यात गुंग असलेल्या रिसेप्शनिस्टला तो म्हणाला,

"मॅडमऽऽ"

रिसेप्शनिस्टने कुठलाही प्रतिसाद दिला नाही. ती आपलं काम करतच राहिली. रवी स्वत:ला नियंत्रित करत म्हणाला,

"मॅडम, मी तुमच्याशी बोलतोय!" रवीच्या तोंडून नकळत का होईना, स्वराची तीव्रता थोडीशी वाढलीच होती.

रिसेप्शनिस्टने महाप्रयासाने चेहरा वर केला... तिच्या कपाळावर असंख्य आठ्या होत्या. त्याच्या मनातील मधाळ बोलणाऱ्या व सुंदर असणाऱ्या रिसेप्शनिस्टच्या प्रतिमेलाच तडा गेला होता. ती वैतागून म्हणाली,

"हं, बोला–"

"अहो, बोला काय? पाच-सात वेळा मी तुम्हाला विचारलं, डॉ. कोठारी येणार कधी?"

"मीही तुम्हाला प्रत्येक वेळी हेच सांगितलं, की डॉक्टर येतीलच म्हणून! बसा तुम्ही." रिसेप्शनिस्ट थोड्या रागातच बेफिकिरीने उत्तरली.

तिचा हा पवित्रा पाहून रवी पुन्हा आवाज चढवत म्हणाला,

"येणार... म्हणजे कधी? चार वाजता अपॉइन्टमेन्ट दिली होती, आता सात वाजायला आले आहेत. तीन तास आम्ही वाट पाहत आहोत. एखादा सीरिअस रुग्ण दगावायचा अशानं!"

"हे बघा सर, तुम्हाला आम्ही अपॉइन्टमेन्ट दिली होती; पण डॉक्टर आले नाहीत. ते एका शस्त्रक्रियेत व्यग्र आहेत. ते येतीलच. तुम्ही कृपया बसा पाहू–"

रवीचा पवित्रा पाहून रिसेप्शनिस्टनं नरमाईची भूमिका घेतली; पण तिच्या चेहऱ्यावर मात्र कुठलीही अगतिकता दिसत नव्हती.

रवीचा आवाज ऐकून दोघा-तिघा रुग्णांचे नातेवाईकही रिसेप्शनिस्टजवळ येऊन थांबल्याने, रिसेप्शनिस्टला आपला तोरा कमी करावा लागला.

"अहोऽ" रिमानं हळूच हाक मारली.

रवीनं तिकडं पाहिलं.

"या, इकडे बसा..."

रवी वैतागाने रिमाजवळ येऊन बसला. ती म्हणाली,

"कशाला हुज्जत घालता तिच्याशी? डॉक्टरच आले नसतील, तर ती काय करेल?"

"मान्य! अगं, पण ही काय पद्धत झाली? बोलावून घ्यायचं आणि तासन्तास रखडवून ठेवायचं! रुग्ण जसा इथे सहलीसाठीच आलेला आहे! त्यांना काय वेदना होतात, याची साधी जाणीव नाही." रवीचा राग बाहेर पडत होता. रिमा त्याला शांत करत होती. तेवढ्यात कुठल्यातरी रुग्णाचा पुकारा झाला. रिमाला हायसं वाटलं. किमान डॉक्टर आल्याचा तो संकेत होता. हेही नसे थोडके, म्हणून रवी गप्प बसला.

अर्ध्या तासानंतर शेवटी रिमाच्या नावाचा पुकारा झाला, तसे दोघंही उठले आणि रिपोर्ट हातात घेऊन लगबगीने आत शिरले.

डॉ. कोठारींनी स्मितहास्य करीत दोघांना खुर्चीत बसायला सांगितलं. डॉ. कोठारी पन्नाशीच्या पुढचे, गोरटेले, सुदृढ आणि किंचित टक्कल पडलेले गृहस्थ होते. त्यांच्या अंगावर इस्पितळाचा ॲप्रन व तोंडावर मास्क तसाच होता. याचा अर्थ, ते शस्त्रक्रियागृहातून नुकतेच आले होते, हे सिद्ध होत होते. डॉ. कोठारी खुर्चीत बसले आणि तोंडावरचा मास्क बाजूला करत म्हणाले,

"हं, काय होतं?"

रवी सावरून बसला व स्वतःची ओळख करून देत म्हणाला,

"मी डॉ. रवी पाटील. पुणे विद्यापीठाच्या भौतिकशास्त्र विभागात प्राध्यापक आहे. ही माझी बायको रिमा. हिचा डावा हात सतत दुखतो."

डॉ. कोठारींनी रिमाकडे पाहिलं व म्हणाले,

"कधीपासून दुखतोय?"

"साधारण एक वर्ष झालं. किंबहुना, त्यापेक्षाही जास्त."

रिमा खोल आवाजात उत्तरली. कदाचित तिचा हात अजूनही दुखत असावा.

"यापूर्वी कुणाची ट्रीटमेन्ट घेतलीय का?"

"होय... संचेती हॉस्पिटलमध्ये, डॉ. बागुलकरांची."

"काय म्हणाले ते?"

"ते म्हणाले, तुमच्या डाव्या हाताचे मसल्स नाजूक झाले आहेत, तेच त्रास देत आहेत." रिमानं सांगितलं.

"त्यांनी काही औषध, व्यायाम सांगितले होते?" डॉ. कोठारी जास्त खोलात जाऊन जाणून घेऊ पाहत होते.

"हो. रक्त तपासून त्यांनी बी-१२ची पंधरा इंजेक्शन्स दिली होती. शिवाय तीन आठवडे फिजिओथेरपीही केली." रिमानं माहिती दिली.

"मग काही फरक पडला का?" डॉ. कोठारींनी विचारलं.

"नाही सर, उलट दुखणं वाढलं. एका टक्क्यानेही फरक पडला नाही." रिमा अगतिकतेनं उत्तरली.

"पूर्वीचे रिपोर्ट्स आणले आहेत का?"

"होय सर!" कॅरीबॅगेतून रिपोर्ट्स काढून टेबलावर ठेवत रिमा म्हणाली, "हाताची सोनोग्राफी आणि ब्लड रिपोर्ट आहेत."

"बघू?" डॉ. कोठारी रिपोर्ट्स चाळू लागले. पाच मिनिटे त्यांनी ते डोळ्यांखालून घातले. पुन्हा ते टेबलावर ठेवत दीर्घ श्वास सोडत म्हणाले,

"सर्व रिपोर्ट्स नॉर्मल असताना डॉ. बागुलकरांनी इंजेक्शन्स का दिली, ते

कळलं नाही. शिवाय, हात दुखत असताना फिजिओकडून व्यायाम करून घेणंही चुकीचं आहे. चला, बघू या.'' डॉ. कोठारी उठले. रिमानेही हातातली पर्स रवीच्या हातात दिली व ती रुग्ण चेकअप पॉइन्टजवळ येऊन थांबली.

डॉ. कोठारींनी रिमाच्या हाताच्या सर्व हालचाली तपासून घेतल्या. खांदे दाबून घेतले. वेगवेगळ्या कोनांतून हाताची हालचाल तपासली. रिमानं हात नेमका कुठं व कसा दुखतो, तेही सांगितलं. रक्तदाबही तपासून पाहिला.

दोघंही परत खुर्चीत येऊन बसले. डॉ. कोठारी म्हणाले,

''सध्या त्यांच्या हातात कुठलाही डिफेक्ट जाणवत नाही; पण हात दुखत असेल तर प्रथम व्यायाम बंद करा. मात्र, तत्पूर्वी ई.सी.जी. आणि रक्ताची पुन्हा तपासणी करून घ्या.''

डॉ. रवी तत्काळ म्हणाले,

''सर, प्रथम आम्ही आमच्या फॅमिली डॉक्टरांना दाखवलं, तेव्हा त्यांनी ई.सी.जी.ही काढला होता; पण ती टेस्टही नॉर्मल असल्याचं सांगितलं होतं.''

''ते काही म्हणाले होते काय?''

''ते म्हणाले होते की, हातात फॅब्रॉइड्स तयार झाले आहेत. मसल्स एकाच जागी येऊन टणक झालेले असल्याने फक्त फिजिओथेरपिस्ट किंवा एखादी चोळणारी बाईच ते काम करू शकेल, असं त्यांचं म्हणणं होतं... आणि तेच दुखण्याला कारणीभूत आहेत.'' रवीने एक वर्षापूर्वीचा रिपोर्ट सांगितला.

''पण तरीही काहीच फरक पडला नाही?''

''नाही सर!'' रिमा तत्काळ उत्तरली. ''सलग दोन महिने चोळणाऱ्या एका तज्ज्ञ बाईने हाताचं मालिश केल्यानंतरही दुखणं थांबलं नाही.''

डॉ. कोठारी काहीच बोलले नाहीत. ते विचार करत म्हणाले,

''मला वाटतं, आपण पुन्हा ई.सी.जी. व रक्ताची तपासणी करून घ्यावी.''

''तुम्ही म्हणत असाल, तर आमची काहीच हरकत नाही.'' रवी म्हणाला.

''ठीक आहे. आमच्या ई.सी.जी. सेक्शन व पॅथॉलॉजी विभागात जाऊन तपासणी करून घ्या. रिपोर्ट माझ्याकडे आले, की मी तुम्हाला पुन्हा बोलावतो.''

''ठीक आहे सर, थँक यू!''

दोघंही उठले व केबिनबाहेर पडले.

रिमाने ई.सी.जी. सेक्शनला जाऊन ई.सी.जी. काढून घेतला आणि पॅथॉलॉजी प्रयोगशाळेत जाऊन रक्ताचा नमुनाही देऊन आली. दोघंही पुन्हा प्रतीक्षा रूममध्ये येऊन डॉक्टरांच्या बोलवण्याची वाट पाहू लागले. रिमाचा चेहरा आता आळसलेला वाटत होता. तिला आताही त्रास होत होता; पण तिची सहनशक्ती कमालीची असल्याने, ती चेहऱ्यावर सहसा वेदना दिसू देत नसे. तिच्याकडे पाहून मात्र रवीचं

मन व्याकूळ होत असे.

आता एक-दोघचं पेशंट उरले होते. पंधरा मिनिटांनंतर तेही निघून गेले. रवीनं घड्याळात पाहिलं. रात्रीचे नऊ वाजून गेले होते. घरी छोटी मुले एकटीच होती. त्यामुळे रिमाचं मन काळजीने भरून आलं होतं. तेवढ्यात डॉ. कोठारींचं बोलावणं आलं. दोघंही आत गेले. खुर्चीत बसताच डॉ. कोठारी म्हणाले,

"रिपोर्ट्स नॉर्मल आहेत. शिवाय तुमच्या हाताची हालचालही चांगली आहे. आय डोन्ट सी एनी अॅबनॉरमॅलिटी."

"मग सर, हा त्रास का होतो आहे? नेमकं काय झालं आहे?" रिमा अगतिक होऊन बोलत होती.

"तेच आपण शोधण्याचा प्रयत्न करीत आहोत. मिसेस रिमा, मला वाटतं या मसल्सच्याच व्हर्च्युअल पेन्स असाव्यात. कधी कधी तिथं काहीच नसतं; पण त्रास मात्र जाणवतो. बघूयात. मी पाच दिवसांची औषधं लिहून देतो. त्यानी तुम्हाला फरक पडायलाच हवा. नाहीतर आपण सरळ तुमच्या कॉलर बोनमध्ये इंजेक्शन देऊ. त्यानं मसल्सना बळकटी मिळेल. ओ.के." डॉ. कोठारीही अंदाजे म्हणाले. त्यांनाही निदान करणे शक्य नसल्याने, ते प्रयत्न करणार होते.

"डॉक्टर..." रवी विचार करत म्हणाला.

"येस."

"सहा महिन्यांपूर्वी आम्ही नाशिकलाही दाखवून पाहिलं होतं."

"कुणाकडे? डॉ. साखळकरांकडे?"

"होय!" रवी आश्चर्याने म्हणाला.

"काय म्हणाले होते ते?"

"ते म्हणाले... हा सर्व्हिकल व्हर्टेब्रल नर्व्ह इंटिजमेन्टचा प्रॉब्लेम आहे. म्हणून त्यांनी स्पोर्ट फिजीओकडे पाठविले होते."

"मग तुम्ही तीही थेरपी केलीय?"

"होय डॉक्टर." रिमा तत्काळ उत्तरली.

"तरीही फरक नाही?" डॉ. कोठारी शांतपणे म्हणाले.

"नाही सर. तुम्ही म्हटल्याप्रमाणे उलट व्यायामानंतर त्रास वाढलाच."

"माझं नाव तुम्हाला कुणी सुचवलं?"

"आमच्या एका स्नेह्यानं. आम्ही विद्यापीठात राहत असलो तरी एवढ्या लांब आलो. सर, वुइ रिअली होप फॉर दि बेस्ट फ्रॉम यू."

डॉ. कोठारी स्मित करत म्हणाले.

"बघूयात! आवश्यकता भासल्यास आपण पुढे काही चिकित्सा करून घेऊ; पण तसं काही नसावं असं वाटतं. तुम्ही ही औषधं चालू करा. मग ठरवू. काळजी

करू नका. ओ.के.''

''ठीक आहे. डॉक्टर.''

दोघंही हात जोडून उठले व बाहेर पडले.

सर्व पेशंट निघून गेले होते. रिमा व रवीच शेवटी उरले होते. मख्ख चेहऱ्याच्या रिसेप्शनिस्टच्या जागी दुसरीच नर्स बसली होती. तिला फी देऊन दोघंही इस्पितळाबाहेर पडले. रात्रीचे दहा वाजून गेले होते. दोघंही पोरं वाट पाहून झोपी गेली असावीत. रिमाचं आईचं हृदय हेलावून गेलं.

रिमा अंगानं सडपातळ, मध्यम उंचीची, गोरीपान व राहणीमानानं एकदम साधी होती. तिचं सौंदर्य नैसर्गिक होतं. शृंगार न करताही ती सुंदर दिसे; पण स्वभावानं थोडी चिडकी, शीघ्रकोपी होती. स्वच्छतेचं तिला भारी वेड होतं. कुठं अस्वच्छता दिसली की तिचा पारा चढायचा आणि त्यामुळे जास्तच चिडचिड व्हायची. याउलट रवीचं होतं. विद्यापीठात प्राध्यापक व शास्त्रज्ञ असला तरी स्वभावानं शांत होता. अ‍ॅडजस्टिव्ह होता. संशोधनात आज जी काय त्याची प्रगती होती ती केवळ रिमामुळे असंच त्याचं मत होतं; कारण घरातली कुठलीही जबाबदारी रिमानं त्याला घेऊ दिली नव्हती. म्हणूनच त्याच नाव नाभिकीय भौतिकशास्त्रात राष्ट्रीय पातळीवर बऱ्यापैकी होतं आणि त्याचा संशोधनाचा आवाकाही मोठा होता.

खरं पाहिलं तर रिमाला दोन वर्षांपूर्वीच हाताचं दुखणं सुरू झालं होतं; पण हा वाताचा प्रकार असेल म्हणून दुर्लक्ष झालं. शेवटी वेदना वाढत गेल्याने रवीने तिला फॅमिली डॉक्टरकडे नेलं होतं. बरेच दिवस तिथे ट्रिटमेन्ट चालली. सगळ्या चाचण्या झाल्या; पण हाताचं दुखणं कमी झालं नव्हतं; म्हणून इतर तज्ज्ञ डॉक्टरांना दाखवण्याचं ठरलं. त्याप्रमाणे संचेती हॉस्पिटलमधील फक्त हाताचे तज्ज्ञ डॉक्टर बागुलकर यांना दाखवलं. तिथे किमान तीन महिने चिकित्सा चालली. वेगवेगळ्या चाचण्या होऊन औषधं घेतली. जोडीला सलग एक महिना फिजिओथेरपीही झाली; पण तसा फरक पडला नाही. रिमा तरीही निराश झाली नाही. इतर कामांमध्ये मन गुंतवून आपलं दुखणं विसरू लागली; पण एखाद्या निवांत क्षणी मात्र वेदनांची तीव्र जाणीव होत असे. त्या वेळी त्यांचा मुलगा विकास तिचा हात हळुवारपणे दाबून देत असे. त्यानं मात्र तिला बरं वाटत होतं.

चेहऱ्यावरून रिमा कुणाला आपलं दुखणं जाणवू देत नसे. ती नेहमी हसतमुख असल्याने तिच्या दुःखाची जाणीव समोरच्याला होत नसे. साधारण सूर्य जसजसा क्षितिजापलीकडे जाई तसतसं रिमाच्या हाताचं दुखणं वाढत असे आणि तिचा चेहराही मलूल दिसू लागे.

मध्ये एकदा नाशिकला जाणं झालं. मित्रानं सुचविल्याप्रमाणे तिथेही एका तज्ज्ञ डॉक्टराला हात दाखवला. त्याचीही ट्रिटमेन्ट घेऊन पाहिली होती; पण उपयोग

झाला नव्हता.

काही दिवसांपूर्वी रिमाच्या एका मैत्रिणीनं डॉ. कोठारींचा अनुभव सांगितला होता व अशा काही हाताच्या दुखण्याच्या केसेस बऱ्या झाल्याचं नमूद करून, तिथं जाण्याचा सल्ला दिला होता. त्यानुसार एक प्रयत्न म्हणून डॉ. कोठारींकडे ते आले होते. डॉ. कोठारी त्यांना चांगले डॉक्टर वाटले होते. इथे काहीतरी उपयोग होईल अशी आशा दोघांनाही होती.

पाच दिवसांची औषधं घेऊन झाली होती; पण हाताचं दुखणं कमी झालं नव्हतं; मात्र औषधांमुळे रिमाची ॲसिडिटी वाढल्यानं वेगळाच त्रास झाला होता.

पुन्हा डॉ. कोठारींकडे ते आले. जीवघेण्या प्रतीक्षेनंतर शेवटी त्यांनी केबिनमध्ये प्रवेश केला.

"या पाटील!" या वेळी डॉ. कोठारी थोडे निवांत वाटले. पुढे म्हणाले.

"कसं वाटतंय?"

"सर! औषधांचा काहीही परिणाम जाणवला नाही. हाताचं दुखणं तसंच आहे. शिवाय ॲसिडिटीही वाढलीय." रिमानं वस्तुस्थिती सांगितली.

"ॲसिडिटी औषधांमुळे वाढली असावी. बघू या." डॉ. कोठारींनी उठत रिमाला तपासणी टेबलाकडे येण्याचा निर्देश केला. तशी रिमा उठली व टेबलाकडे गेली. डॉ. कोठारींनी पुन्हा रिमाला तपासलं व थोडा वेळ विचार करत राहिले. त्यांच्या चेहऱ्यावरही गोंधळाची चिन्हे होती. रवीकडे पाहत म्हणाले.

"डॉ. पाटील, मला वाटतं आपण तीन इंजेक्शनचा कोर्स करून घ्यावा. त्यानं फरक पडेल, असं मला वाटतं."

"ॲज यू विश, डॉक्टर! तुम्ही सांगाल तसं." रवीने सहमती दर्शवली. नर्सला बोलावून डॉ. कोठारींनी इंजेक्शन तयार केलं व ते डाव्या खांद्याच्या शिरेत मध्यभागी दिलं. त्या वेळी रिमाच्या चेहऱ्यावर वेदना स्पष्टपणे जाणवल्या.

डॉ. कोठारींनी पुन्हा काही औषधं बदलून दिली आणि पुढच्या इंजेक्शनची तारीख दिली.

दोघांनीही डॉ. कोठारींचा निरोप घेतला.

मानसिकतेमुळे असेल कदाचित; पण या आठवड्यात रिमाला हाताच्या वेदना कमी जाणवल्या. तिला बरं वाटलं. दुसऱ्या आठवड्याचं इंजेक्शनही झालं; मात्र हाताचं दुखणं पुन्हा वाढलं. इंजेक्शनची जागा तर दुखायचीच, शिवाय संपूर्ण हातही ठणकायचा. तिसऱ्या इंजेक्शननंतर वेदनांची तीव्रता वाढली होती, म्हणून रवी व रिमानं डॉ. कोठारींकडे धाव घेतली. डॉ. कोठारींनी काही वेदनाशामक गोळ्या व इंजेक्शनं दिली. रिमाला तात्पुरता रिलिफ मिळाला.

विचाराअंती डॉ. कोठारींनी रिमाच्या हाताचा एम.आर.आय. करून घेतला; पण

तिथेही कुठलाही मसल दाबला अथवा फुगलेला आढळला नाही. तोही रिपोर्ट नॉर्मलच निघाला.

डॉ. कोठारींनी त्यांच्या एका प्रसिद्ध न्यूरोसर्जन मित्राशी संपर्क साधून रिमाला त्यांच्याकडे पाठवलं. त्यांनीही सर्व चिकित्सा करून, मेंदूचा एम.आर.आय. काढून घेतला; पण त्यांचाही रिपोर्ट नॉर्मलच आला. रिमाच्या हाताच्या दुखण्याशी मेंदूचा व हृदयाचा काहीही संबंध नसल्याचं चिकित्सेमध्ये स्पष्ट झालं होतं. हाताचं दुखणं मात्र कमी झालं नव्हतं.

शेवटी, डॉ. कोठारीही हताश झाले. समोर बसलेल्या डॉ. रवी व रिमाला ते म्हणाले,

''रिमा, या व्हर्च्युअल पेन्स आहेत, असंच मला वाटतंय. मी सांगतो तो व्यायाम तुम्ही चालू ठेवा. आमच्या फिजिओंना मी सांगतो.''

''पण डॉक्टर, तुम्ही तर म्हणालात, की व्यायामाचा काहीही उपयोग नाही म्हणून? शिवाय दुखत असताना कुठलाच व्यायाम करू नये, असंही म्हणालात!'' रवीने आठवण करून दिली.

डॉ. कोठारींनी रवीकडे त्रासिक नजरेने पाहिलं... त्यांना राग आला असावा. ते म्हणाले,

''हाच एकमेव मार्ग आहे.'' डॉ. कोठारी तुटकपणे म्हणाले. त्यांच्या आवाजात आता बेफिकीरीही होती. त्यांनी नर्सला हाक मारताच ती आली आणि ते म्हणाले, ''यांना फिजिओकडे न्या!''

डॉ. कोठारी न बोलता उठून मागच्या खोलीत निघून गेले. खरं तर डॉ. कोठारींचा हा विक्षिप्तपणाच होता. 'गरज सरो नि वैद्य मरो' असा हा प्रकार होता.

डॉ. कोठारींच्या अशा वागण्याकडे रवी बघतच राहिला. रिमाच्या चेहऱ्यावरही उद्विग्नता दिसत होती. डॉ. कोठारींचा हा पराभवच होता. नर्स दोघांनाही त्या मख्ख रिसेप्शनिस्टसमोर उभं करून निघून गेली.

रिमा व रवी दोघंही तिच्यासमोर पाच मिनिटं ताटकळत उभे राहिले; पण तिने लक्ष दिलं नाही. त्यांच्या अस्तित्वाची जाणीव करून देताच, ती रुक्षपणे म्हणाली,

''काय हवंय?''

''अहो, तुमचे फिजिओ कुठे आहेत? डॉ. कोठारींनी व्यायाम शिकवायला सांगितले.''

''ठीक आहे. दोन मिनिटं थांबा....'' आणि ती तिच्या कामात मग्न झाली. रवीला तिचा राग येत होता. या दवाखान्याची एकूणच पद्धत सुरुवातीपासून त्याला आवडली नव्हती; पण आशा माणसाला अगतिक बनवते, हेच खरं.

रिसेप्शनिस्ट तिचं काम झाल्यानंतर उठली व म्हणाली,

"असं करा..." आणि प्रात्यक्षिकं करून दाखवू लागली.

रवीला तिच्या या कृतीकडे पाहून राग आला. तो म्हणाला,

"तुम्ही फिजिओ आहात?"

"नाही; पण मी सांगते तेवढं करा."

"ठीक आहे. गुड बाय. साधा फिजिओ तुम्हाला स्पेअर करता येत नसेल, तर कशाला दवाखाना चालवता?" रवीनं रिमाचा हात धरला व म्हणाला, "चल रिमा, एक मिनिटसुद्धा मला इथं थांबायचं नाही."

दोघंही उद्विग्नतेने बाहेर पडले. असेही फसवणारे तज्ज्ञ डॉक्टर असतात, याचा प्रत्यय दोघांनाही आला होता. रिमाला डॉ. कोठारींचा राग येऊन तिने शिव्यांची लाखोली वाहिली. समाजात प्रतिष्ठित म्हणून वावरणाऱ्या या डॉक्टरांचा शिक्का खोटा ठरला होता. वेळ व पैसाही वाया गेला होता. दुखणं मात्र तसंच राहिलं होतं. किंबहुना, डॉ. कोठारींच्या उपचारांच्या प्रयत्नाने रिमाच्या हाताचं दुखणं वाढलंच होतं. ती कमालीची निराश झाली होती.

रिमा चांगलीच वैतागली होती. इतक्या डॉक्टरांची ट्रीटमेन्ट घेऊनदेखील तिला गुण येत नसल्यामुळे तिचा डॉक्टरांवरचा विश्वास संपला होता. कुठल्याही डॉक्टरांनी तंतोतंत निदान केलं नव्हतं. दुखणं असं असतं, की ते सर्व जाणिवांच्या पलीकडे नेतं. डॉ. रवीने रिमाला तसं समजावलं होतं. समजावण्याव्यतिरिक्त त्याच्या हातात तरी काय होतं? तोही हताश होता. रिमाचं दुखणं त्याला पाहवत नव्हतं.

रिमानं डॉ. कोठारींची औषधं बंद केली होती. ज्या औषधांनी फरक पडणार नव्हता, ती का घ्यायची, म्हणून तिनंच तो निर्णय घेतला होता.

शरीराचा एखादा अवयव चोवीस तास दुखत असेल, तर त्या व्यक्तीचं जीवनच नीरस होऊन जातं. रिमाचं तसंच झालं होतं. नियमित दुखण्यानं तिला नैराश्य आलं होतं. त्यामुळे तिची मुलावर व नवऱ्यावर चिडचिड होत असे.

दिवस जात होते. वेगवेगळे मार्ग शोधण्याचे प्रयत्न सुरू होते. रवीनं इंटरनेटच्या साह्याने अशा प्रकारच्या दुखण्याचा पाठपुरावा केला होता. जगात असंख्य लोकांना असं किंवा तत्सम प्रकारचं दुखणं होतं. बहुतांश लोकांनी आपले अनुभवही सांगितले होते. बऱ्याच जणांनी असं हाताचं दुखणं हृदय, मेंदू, मसल्सशी संबंधित असल्याचं नमूद केलं होतं; पण रिमाचे हे सर्व रिपोर्ट्स नॉर्मल होते, तरीही दुखणं थांबलं नव्हतं. रवीनं इतरांच्या अनुभव-चिकित्सेचाही उपयोग करून पाहिला; पण त्याचाही उपयोग झाला नव्हता.

आताशा वेदनाशामक गोळ्यांचाही उपयोग होत नव्हता. रात्रीची झोप उडाली होती. सतत दुखत असल्याने रिमा रात्र-रात्र जागून काढत असे; पण एक मात्र रवीच्या लक्षात आलं होतं. सतत हात दाबत राहिलं, तर तिला बरं वाटत असे.

शिवाय हाताचं तेलाने मालिश केल्यानंतरही किमान रात्रीची झोप शांतपणे होत असे.

हे लक्षात आल्यानंतर दिवसा विकास आणि रात्री रवी – असे दोघंही आळीपाळीने तिचा हात दाबून देत असत. वेदना शमवण्याचा तो एक मार्ग सापडला होता. विकास हा त्यांचा मुलगा लहानच होता; पण तो रिमाचा हात मनोभावे दाबून देत असे.

एके रात्री रिमाच्या हाताची मालिश करीत असताना रवीचा मोबाइल वाजला.

''येसऽ? रवी पाटील.''

''हं सर, मी शरद बोलतोय.''

डॉ. शरद चव्हाण हा रवीचा मित्र होता आणि आय.आय.टी., पवई येथील 'समीर' (Society for Applied Microwave Electronics Engineering and Research) या संस्थेत शास्त्रज्ञ होता. त्यांची संशोधनाची देवाण-घेवाण नेहमीच होत असे.

''हं, बोल शरद–''

''वहिनींचा हात कसा आहे?'' डॉ. शरदनं विचारलं.

रवीच्या मित्रपरिवारात एव्हाना सर्वांनाच रिमाच्या दुखण्याविषयी कळलं होतं. आपापल्या परीने ते सर्व मदत करत व मार्ग सुचवत असत.

''अरे, फारसा फरक नाही. चोवीस तास दुखत असतो; पण एक मात्र नक्की, की मी व विकास तिच्या दिमतीला असतो. हात सतत दाबला, की तिला बरं वाटतं. किमान शरीराला आवश्यक तेवढी झोप तरी लाभते.'' रवीनं नेहमीप्रमाणे सांगितलं.

''सर, इथे मुंबईत ऐरोलीमध्ये एक निष्णात होमिओपॅथी डॉक्टर आहेत. त्यांनी अशा केसेस बऱ्या केल्याचं ऐकण्यात आहे. मला वाटतं, आपण प्रयत्न करायला हरकत नाही.'' डॉ. शरदनं सुचविलं.

''माझी काहीच हरकत नाही; पण रिमा ऐकेलसं वाटत नाही; कारण तिचा आता कुठल्याही डॉक्टरवर विश्वास राहिलेला नाही. आयुष्यभर दुखणं सहन करीन; पण डॉक्टर नको– यावर ती ठाम आहे.'' रवीनं वस्तुस्थिती सांगितली.

''तरीही वहिनींना तुम्ही तयार कराच आणि उद्याच मुंबईला घेऊन या. मी वाट पाहतोय.'' डॉ. शरदनं निर्वाणीचं सांगून मोबाइल बंद केला.

रवीपुढे पर्याय उरला नव्हता. त्यानं रिमाला सांगितलं. तिनं ठाम विरोध केला; पण शरद व त्याच्या कुटुंबाशी त्यांचे जिव्हाळ्याचे संबंध असल्याने रिमा शेवटी तयार झाली. मित्र बिचारे काळजीपोटीच मदत करत होते, याची जाणीव रिमाला होती.

दोघंही मुंबईला गेले. तेथील डॉक्टरने हा वाताचा प्रकार असल्याचं सांगून औषधं सुरू केली. पुढचे सहा महिने होमिओपॅथी औषधं सुरू होती. रिमानं ती

प्रामाणिकपणे घेतली; पण कुठलाही फरक पडत नसल्याचं पाहून तिनं ती औषधंही बंद केली. चिकित्सेदरम्यान मुंबईला बऱ्याचदा येणं-जाणं झालं, ती ससेहोलपट वेगळीच. या सहा महिन्यांतही रवी व विकासनं रिमाचा हात दाबणं व मालिश नियमितपणे सुरू ठेवलं होतं. रिमालाही ती सवय झाल्याने बरं वाटत होतं.

आता मात्र रवी व रिमाने हात टेकले होते. रवी तर मित्र, स्नेही व नातेवाइकांमध्ये हा विषय आवर्जून काढीत असे. हेतू एवढाच होता, की कुणाच्यातरी अनुभवाचा फायदा रिमाला मिळू शकेल. वर्तमानपत्रांमध्ये रवीने याविषयी लेखही लिहिले. एका नातेवाइकाने सुचविल्याप्रमाणे आयुर्वेदाचीही चिकित्सा करून पाहिली. पंचकर्म केले. रेकी केली; पण उपयोग झाला नाही. वेगवेगळ्या औषधांमुळे मनावर मात्र परिणाम झाला.

मित्रांनी सुचविल्याप्रमाणे हा कदाचित मानसिक आजार असेल, म्हणून मानसोपचार तज्ज्ञांनाही दाखवलं. औषधं घेतली; पण त्याचाही उपयोग झाला नाही. वेळ मात्र गेला. मनाशी निगडित हे दुखणं असेल, म्हणून ध्यानधारणाही करून पाहिली. ध्यानधारणेचा थोडा परिणाम झाला; पण दुखणं थांबलं नाही.

रिमाला विकास व रवीकडून हात दाबून घेण्याची सवयच झाली होती. त्याशिवाय तिची झोप होणं शक्य नव्हतं. विकास लहान असल्याने तो कंटाळत असे. शिवाय त्याच्याही स्वत:च्या मर्यादा होत्या. दहा मिनिटं हात दाबले तरी त्याचे हात दुखत. त्यामुळे तो कंटाळा करीत असे. रवी मात्र नियमितपणे रात्री मालिश करून ती झोपेपर्यंत हात दाबून देत असे. त्याचेही हात आखडून येत; पण रिमाला सुखी ठेवण्याचा सध्या हाच मार्ग होता.

कधी कधी विकास व रवीकडून हात दाबण्यात खंड पडत असे. त्या वेळी वेदनेने रिमाची चिडचिड व्हायची. त्यामुळे तिच्या स्वभावातील विक्षिप्तपणाही वाढला होता. तिची प्रकृती खालावत असल्याची जाणीव रवीला होती. वेदनेने रिमाला रडताना पाहून तो हेलावून जात असे. 'मी हे दुखणं आयुष्यभर सहन करू शकत नाही,' असं ती आताशा म्हणायला लागली होती.

मध्ये कधीतरी रवी रिमाला घेऊन बुलडाण्याजवळ एका खेड्यात जाऊन आला होता. तेथे प्रसिद्ध वैद्याची चिकित्सा करून घेतली. आठ दिवस हातावर विशिष्ट वनस्पतींचा लेप लावून, धूप केली होती. चिकित्सा कठीण होती; पण रिमानं तीही नेटानं केली. त्याचाही उपयोग झाला नाही. शेवटी गंडे-दोरेही करून पाहिले. सटाण्याजवळील एका बाबाने गुरुवार करायला सांगितला. तोही रिमाने मनोभावे केला. तिच्यासोबत श्रद्धेने रवीनेही गुरुवार केला. रवीचा विश्वास नसला, तरी रिमासाठी त्याने हे सर्व केलं; पण कशाचाच उपयोग झाला नव्हता... आणि होतही नव्हता.

रवीला भौतिकशास्त्र विभाग आणि घर अशी एकाच वेळी कसरत करावी लागायची. त्याचा संशोधनाचा आवाकाही मोठा होता. त्याच्या हाताखाली आठ विद्यार्थी संशोधन करत होते. वैद्यकीय प्रवेगक, किरण व अब्जांशशास्त्रामधलं त्याचं संशोधन प्रसिद्ध होतं. राष्ट्रीय पातळीवर या क्षेत्रात त्याचं नाव होतं.

व्याख्यानादरम्यान रवीच्या मोबाइलवर काही मिस कॉल्स येऊन गेले. ते शरदचे होते. त्यानं लागलीच मोबाइल केला.

"हं, मी रवी... फोन केला होता?"

"कसं आहे वहिनींचं?" –डॉ. शरदचा प्रश्न.

"आपलं बोलणं झाल्याप्रमाणे अजूनही फारसा फरक नाही. दुखणं आहे तिथेच आहे. मी सर्वतोपरी प्रयत्न केलेत." रवी निराशेच्या स्वरात म्हणाला.

"मागे तुम्ही म्हटला होतात, की हात दाबल्यानंतर वहिनींना बरं वाटतं. वेदना कमी होतात. झोप लागते." डॉ. शरद आठवण करत म्हणाला.

"हो, तिला सुखात ठेवण्याचा आमच्याकडे तोच सध्या एक मार्ग आहे. सतत कुणी दाबत किंवा चोळत राहिलं, तर दुखणं थांबतं; पण एखाद्याचं मालिश सतत करत राहण्याला मर्यादा पडणारच. आजकाल विकासलाही कंटाळा येतो. एनी वे, वुइ विल डू अवर जॉब. शेवटी रिमाला रिलॅक्स वाटणं महत्त्वाचं. आम्ही श्रम करूच." रवीने मानवी मर्यादा स्पष्ट केल्या.

"सर, मी समजू शकतो. हाच विचार माझ्या डोक्यात सतत होता, म्हणून मी पाठपुरावा करत होतो. दरम्यान, आय.आय.टी., पवईच्या इलेक्ट्रिकल ॲन्ड इलेक्ट्रॉनिक्स विभागात सेमिनारसाठी गेलो असता, डॉ. सागर पंडित यांच्याशी भेट झाली. ते रोबोटिक्स व चुंबकीय-विद्युतीय जैव स्मृतिपटलांवर (Electro-Magnetic Bio-Memory) काम करतात. त्यांच्याजवळ वहिनींचा विषय काढताच व तुमच्या परिश्रमांची माहिती देताच त्यांनी उत्कृष्ट कल्पना सांगितली. तुम्ही व वहिनी दोघंही उद्या आलात, तर आपण त्यांना प्रत्यक्ष भेटू आणि कल्पना जाणून घेऊ. ही इज वंडरफुल गाय. मी उद्या वाट पाहतो.' डॉ. शरदनं उत्तराची अपेक्षा न ठेवताच मोबाइल बंद केला.

रिमासाठी रवी कुठेही आणि कधीही जायला तयार असे. एवढे प्रयत्न केले, आता डॉ. पंडितांचीही कल्पना जाणून घ्यायला तो उत्सुक होता. रिमाने नेहमीप्रमाणे विरोध केलाच; पण रवीने आपण डॉक्टरला नाही, तर एका शास्त्रज्ञाला भेटायला चाललो आहोत, असं सांगताच रिमा तयार झाली.

प्रथम दोघंही 'समीर' संस्थेत गेले. तिथून डॉ. शरदला सोबत घेऊन आय.आय.टी.च्या इलेक्ट्रिकल ॲण्ड इलेक्ट्रॉनिक्स विभागात आले. डॉ. सागर पंडितांची केबिन उघडताच डॉ. शरद म्हणाले,

"सर, आत येऊ?"

"याऽ या!" डॉ. पंडित खुर्चीकडे निर्देश करत म्हणाले, "बसा–"

तिघंही खुर्चीत बसले. डॉ. शरद ओळख करून देत म्हणाले,

"हे डॉ. रवी पाटील. भौतिकशास्त्राचे प्राध्यापक आणि प्रसिद्ध प्रवेगक शास्त्रज्ञ... आणि या त्यांच्या मिसेस रिमा पाटील..." दोघांनीही स्मितहास्य करत हात जोडले.

पुढे डॉ. शरद म्हणाले,

"मी सेमिनारदरम्यान तुमच्याशी चर्चा केली आहे, त्याच या रिमा पाटील. यांच्याचविषयी मी बोलत होतो. त्या वेळी तुम्ही मला एक कल्पना सांगितली होती."

"हो, हो. त्यामुळेच मी त्यांनाही बोलवायला सांगितलं होतं." रिमाकडे पाहत ते म्हणाले, "मिसेस पाटील, किती दिवस तुम्हाला हा त्रास होत आहे?"

"सर, दिवस नाहीत, गेली तीन वर्षं मी हे सोसतेय." रिमाचा आवाज कापरा झाला होता.

"हात चोवीस तास दुखत असतो? डॉ. चव्हाण म्हणाले, की तुमचा मुलगा आणि पती हात दाबतात तेव्हा तुम्हाला बरं वाटतं. वेदना कमी होतात. किंबहुना, जाणवतच नाहीत." डॉ. पंडितांनी आठवण करून दिली.

"होय सर, त्यानेच मला खूप बरं वाटतं. रात्री झोपू शकते; पण यांनाही मी फार वेळ सांगू शकत नाही. मुलगा तर आताशा कंटाळतोच; पण तरीही ते दोघं माझ्यासाठी खूप करतात. मला त्रास होणार नाही याची काळजी घेतात." रिमाचा आवाज रुद्ध झाला अन् नकळत डोळ्यांत अश्रू आले. रवीने तिच्या खांद्यावर हात ठेवून दिलासा दिला. डॉ. पंडित म्हणाले,

"खरं तर इथेच माझ्या कल्पनेचा जन्म झाला. डॉ. पाटील, तुम्ही घेत असलेल्या श्रमाची मी कदर करतो; पण ते पुरेसे नाहीत; कारण मानवी श्रमांना मर्यादा पडतात. किती दिवस तुम्ही हे करू शकाल? फार काळ नाही. मी कुठलीही चिकित्सा करणार नाही, की औषध देणार नाही; कारण मी वैद्यकीय डॉक्टर नाही. मी तुमच्या वेदना कमी करून तुमचं जीवन सुसह्य करू शकतो."

"ते कसं काय?" –डॉ. रवी व रिमाचा एकाच वेळी प्रश्न.

"मी मिसेस पाटलांच्या दिमतीला चोवीस तास यंत्रमानव देऊ शकतो."

"काऽऽय! यंत्रमानव?" –सर्वांचा प्रश्न.

"होय, यंत्रमानव; कारण या क्षणी तोच तुमचं जगणं सुसह्य करू शकतो. वैद्यकीय उपचार थांबलेले आहेत. शिवाय हाताला हळुवारपणे मालिश केलं तर तुमच्या वेदना कमी होतात, हेही सिद्ध झालेलं आहे. मी स्वत: रोबोटिक्समध्ये संशोधन करतोय. विविध प्रकारचे यंत्रमानव मी निर्माण केले आहेत. मिसेस

पाटलांसाठी मी एका स्वयंचलित यंत्रमानवाची निर्मिती करून देऊ शकतो. यू जस्ट ट्रीट धिस अ‍ॅज अ‍ॅन एक्सपरिमेन्ट. इट विल सर्टनली हेल्प यू. तुमच्या सगळ्यांच्याच जीवनाला एक दिशा मिळेल.'' डॉ. पंडितांनी स्पष्टीकरण दिलं.

रिमा उत्साहाने म्हणाली,

''सर, मला चालेल. प्रयोग असला, तरी तो माझ्यावर केलेला चालेल.''

''सर, खरंच, अशानं रिमाला तर स्टॅबिलिटी येईलच; पण आम्हा सगळ्यांनाही दिलासा मिळेल; कारण तिच्यासाठी कष्ट घ्यायला आम्हाला मर्यादा आहेत. सर, यू गो अहेड.'' रवी सहमती देत आनंदानं उत्तरला व डॉ. शरदकडे पाहत म्हणाला,

''थँक यू शरद, फॉर इन्ट्रोड्युसिंग सच नाइस सायन्टिस्ट.''

''अहो सर, तसं काही नाही. कुठल्याही मार्गाने असो– वहिनींना बरं वाटावं, एवढंच.''

''डॉ. पाटील, मला दोन दिवस द्या. मी व डॉ. चव्हाण पुण्याला येऊन प्रात्यक्षिकं देतो. एक वेगळ्या प्रकारचा यंत्रमानव मी तयार केला आहे, तोच या प्रयोगासाठी वापरूया. ठीक आहे?'' डॉ. पंडित म्हणाले.

''ठीक आहे सर. आम्ही वाट पाहत आहोत. थँक्स वन्स अगेन.'' तिघंही उठले आणि डॉ. पंडितांचा निरोप घेऊन बाहेर पडले. रिमा व रवीला खूप बरं वाटलं होतं.

डॉ. पंडित हे नामवंत शास्त्रज्ञ व रोबोटिक्समधील तज्ज्ञ होते. त्यांनी अलीकडे जैवस्मृतिपटलांमध्ये संशोधनास सुरुवात केली होती आणि त्याचा उपयोग काही यंत्रमानवांमध्येही केला होता. स्वयंचलित यंत्रमानव निर्माण करणे, हा हेतू होताच; पण जाणिवा देण्याचाही त्यांचा प्रयत्न होता. सेमिनारमध्ये हेच मुद्दे त्यांनी स्पष्ट केले. तांत्रिक व जैव अशा दोन्ही यंत्रमानव निर्मितीमध्ये त्यांचा हातखंडा होता. तिथे डॉ. चव्हाणांशी त्यांची भेट झाली होती आणि चर्चेदरम्यान या प्रयोगाची कल्पना त्यांना सुचली होती.

दोन दिवसांनी डॉ. पंडित व डॉ. शरद पुण्याला येऊन यंत्रमानवाची प्रात्यक्षिकं देऊन गेले होते.

यंत्रमानवाचं काम चोख असल्यानं रिमाला अतिशय आनंद झाला होता. पाहिजे त्या वेळी व हवा तितका वेळ रिमाच्या दिमतीला यंत्रमानव होता. शिवाय रिमाने नुसती आज्ञा सोडताच तो कामाला लागत असे. रिमा यंत्रमानवाला सांगून हातावर हवा तेवढा दाबही नियंत्रित करू शकत होती.

यंत्रमानवामुळे रिमाचंच नव्हे, तर एकूणच रवीच्या कुटुंबाचं जीवन बदलून गेलं होतं. सुखकर झालं होतं. रिमाच्या वेदना खूपच कमी झाल्या होत्या. कधी कधी रिमा गाढ झोपी गेली, तरी यंत्रमानव रात्रभर तिची सेवा करीतच असे.

एक वर्ष उलटून गेलं होतं. रिमाला यंत्रमानवाची चिकित्सा चांगलीच मानवली होती. तिच्या प्रकृतीत कमालीची सुधारणा झाली होती. यंत्रमानवाकडून सेवा करून घेणं सुरू होतं.

पण, हल्ली यंत्रमानवामध्ये काहीतरी बदल झाल्याचं रिमाच्या लक्षात आलं होतं; कारण तो मध्ये-मध्ये सेवा खंडित करीत असे. रिमा झोपी गेली, तर तोही हात दाबणं थांबवत असे किंवा आज्ञेचं लवकर पालन करीत नसे. रिमानं हे रवीच्या लक्षात आणून दिलं होतं; पण ते त्यानं हसण्यावारी नेलं होतं.

एकदा तर रिमानं यंत्रमानवाला 'असा मानवासारखा काय वागतोस?' म्हणून हिणवलं होतं. 'आळशी कुठला!' असंही तिनं त्याला म्हणायला सुरुवात केली होती; कारण सूचना देऊनही तो खूप उशिराने सेवेला सुरुवात करीत असे. रिमालाही त्याची चांगलीच सवय झाली होती.

एके दुपारी रिमा निवांत होती. तिच्या वेदना आताशा खूपच कमी झाल्या होत्या. रवी विद्यापीठाच्या त्याच्या विभागात गेला होता, तर मुलं शाळेत गेलेली होती. रिमाला झोपायचं होतं म्हणून तिनं यंत्रमानवाला आदेश दिला. हल्ली रिमाचा हात दुखत नसला, तरी ती यंत्रमानवाकडून सेवा करून घेत असे. आजही तिचा प्रयत्न तसाच होता; पण आदेश न पाळलेला पाहून तिला राग आला. ती जोरात म्हणाली,

"अरे ठोंब्याऽऽ चल ये ना, हात दाब माझा! उभा काय आहेस?"

अलीकडे रिमा त्याला ठोंब्या, आळशी अशा विशेषणांनी संबोधित असे. त्याच ठोंब्यामुळे तिचं दुखणं बरं झालं होतं, हे ती विसरली होती. त्याच्यावर तिचा अधिकारच होता.

यंत्रमानव पुढे येत नसलेला पाहून, ती जोराने बोलणार, तेवढ्यात यंत्रमानवानं हालचाल केली. तो रिमाच्या दिशेने हळूहळू येऊ लागला. स्वत:ला ओढत असल्यासारखा तो चालू लागला. त्याची चाल नेहमीसारखी नव्हतीच.

रिमाजवळ येताच त्यानं हात हळुवारपणे दाबायला सुरुवात केली. त्यातही नियमितता नव्हती. एखाद्या थकलेल्या मानवासारखी त्याची कृती होती; पण यंत्रमानव हात दाबत राहिला. रिमाला थोडीशी ग्लानी येऊ लागली, तसा यंत्रमानवानं त्याचा हात रिमाच्या दंडावरून हळूहळू खांद्यावर नेला आणि खांद्यासमोरून मानेवर आणला... अन् रिमाचा गळा पंज्यात पकडला. तशी रिमा खाडकन जागी झाली आणि तिचे डोळे विस्फारलेलेच राहिले. यंत्रमानव तिचा गळा आवळत होता आणि रिमा मात्र असहाय्यपणे हात-पाय झाडत होती. तिच्या तोंडून शब्दही फुटत नव्हता... आणि काही क्षणांतच सगळं शांत झालं. यंत्रमानव हळूच उठला व चालू लागला...

मुलं शाळेतून येताच, आई निपचित पडलेली पाहून घाबरली. त्यांनी लागलीच रवीला बोलावून घेतलं... आणि तो पाहतच राहिला. त्याने रिमाला तातडीने दवाखान्यात हलवलं; पण सारंच संपलं होतं. डॉक्टरांनी रिमाची प्राणज्योत विझल्याचं सांगताच, रवी मुलांना घेऊन ढसाढसा रडला. या गदारोळात यंत्रमानव कुठं आहे, याचं भानही रवीला नव्हतं.

बातमी कळताच डॉ. पंडित व डॉ. शरद तातडीने पुण्याला येऊन हॉस्पिटलला आले ... आणि रिमाच्या मृत्यूने अचंबित झाले. मृत्यू कसा झाला याचं आकलन कुणालाच झालं नव्हतं. रवीला विचारणं दोघांनाही प्रशस्त वाटेना, म्हणून त्यांनी डॉक्टरांना विचारलं. त्यांनी जी माहिती सांगितली, त्यानं डॉ. पंडित हादरले. रिमाचा मृत्यू गळा दाबून व गुदमरून झाला होता आणि गळ्यावर कुठलेही व्रण अथवा ठसे नव्हते. डॉ. पंडितांनी अधीरतेने रवीला विचारलं,

"डॉ. रवी... आय ॲम व्हेरी सॉरी टू आस्क... पण, यंत्रमानव कुठे आहे, पाहिलात का?"

रवीने आपली थंड नजर डॉ. पंडितांकडे वळवली आणि निराशेने म्हणाला,

"नाही सर, मला फक्त रिमाच निपचित पडलेली दिसली. माझं लक्ष नव्हतं. पण, कदाचित तो तिथेच असावा. जाईल कुठं?"

"डॉ. पंडित, तुम्हाला काय म्हणायचं आहे? या पाठीमागे यंत्रमानव?" डॉ. शरद शंकेनं उत्तरले; पण मध्येच डॉ. पंडित म्हणाले, "डॉ. चव्हाण... आपण डॉ. पाटलांच्या घरी जाऊ आणि यंत्रमानव तिथेच आहे का, यात्री खात्री करून घेऊ."

रवीचं व मुलांचं सांत्वन करून दोघंही बाहेर पडले आणि घरी आले; पण तिथे यंत्रमानव नाही, हे पाहिल्यावर डॉ. पंडित नखशिखांत हादरले. ते गंभीरपणे म्हणाले,

"डॉ. चव्हाण, मला मुंबईला गेलं पाहिजे."

"का? यंत्रमानव इथेच कुठं असेल–"

"नाही, मला ठाऊक आहे, तो कुठं असेल."

"मी नाही समजलो डॉ. पंडित?" डॉ. शरद गोंधळून म्हणाले.

"मी तुम्हाला नंतर सांगेन; पण आता मला मुंबईला जाऊ द्या. डॉ. पाटलांना सांभाळा. यू बी विथ हिम ॲन्ड टेक केअर ऑफ एव्हरीथिंग."

डॉ. पंडित व डॉ. शरद घराबाहेर पडले. डॉ. शरदने पुन्हा हॉस्पिटलकडे धाव घेतली, तर डॉ. पंडित स्वत:च कार ड्राइव्ह करत मुंबईकडे निघाले.

हायवेवर येताच त्यांच्या डोक्यात असंख्य विचारांचा गोंधळ सुरू झाला. यंत्रमानवानेच रिमाची हत्या केलीय, याबाबत त्यांची खात्री झाली होती; पण का?

काय चुकलं? असंख्य प्रश्न... त्यांचा पाय ॲक्सिलरेटरवर वाढतच गेला.

आय.आय.टी., पवईत येताच डॉ. पंडितांनी विभागाच्या बाहेर कार पार्क केली आणि तातडीने त्यांच्या प्रयोगशाळेत शिरले. सगळी प्रयोगशाळा धुंडाळली; पण यंत्रमानव कुठंच नव्हता. शेवटी रोबोटिक्सच्या क्लीनरूममध्ये ते शिरले. तिथे मात्र तो वेगळ्याच पवित्र्यात उभा असलेला दिसला. पुण्याहून इथपर्यंत हा कसा आला याचं आश्चर्य व कोडं डॉ. पंडितांना पडलं होतं. ते अनवधानाने त्याच्याजवळ गेले. थोडीशी हालचाल करताच त्या यंत्रमानवानं डॉ. पंडितांचा गळा पकडला.

डॉ. पंडित बेसावध असल्याने प्रथम त्यांच्या लक्षात काहीच आलं नाही; मात्र त्याच्याकडे लक्ष जाताच ते हादरले. त्याच्या डोळ्यांत स्पार्क होत होते, तशी त्यांच्या गळ्याभोवती यंत्रमानवाची मूठ अधिक घट्ट होत होती. डॉ. पंडितांना काय करावं, काहीच सुचत नव्हतं. श्वास कोंडायला लागला होता. तशाही स्थितीत त्यांच्या लक्षात आलं... यंत्रमानव स्वत: निर्णय घेत होता. मानवासारख्या त्याच्याही जाणिवा प्रगल्भ झाल्या होत्या. स्वयंचलित करण्याच्या नादात त्याच्या स्मृतिपटलामध्ये डॉ. पंडितांनीच जैवप्रथिने मिसळली होती. त्याचीच रासायनिक क्रिया होऊन जाणिवा निर्माण झाल्या होत्या.

डॉ. पंडितांचा श्वास कोंडला जात होता. डोळे विस्फारले गेले. लाथा-बुक्क्यांनी त्यांनी यंत्रमानवाला मारून पाहिलं; पण त्याच्यावर काहीच परिणाम होत नव्हता. त्याच्या मेंदूत काहीतरी करणं आवश्यक होतं. मेंदूतील रासायनिक अभिक्रिया विस्कळीत करायला हवी, असं लक्षात येताच, विद्युत चुंबकीय प्रारणांच्या (Electro-Magnetic Radiation) साह्याने हे शक्य असल्याचं त्यांच्या लक्षात आलं.

शेजारी टेबलाच्या ड्रॉवरमध्येच रिमोट होता; पण तिथपर्यंत हात पुरत नव्हता. शेवटी महत्प्रयासानं त्यांनी धडका देऊन व हात लांब करून ड्रॉवर उघडला. रिमोट हाती घेऊन यंत्रमानवाच्या डोळ्यांसमोर धरत दाबला आणि क्षणात त्याच्या हाताची पकड सैल होत गेली.

डॉ. पंडितांना खोकल्याची जोरदार उबळ आली. ते अद्यापही गळा चोळत होते. त्यांना धापही लागली होती. अजून काही क्षण गेले असते, तर सगळंच संपलं असतं.

त्यांनी यंत्रमानवाला तत्काळ खाली पाडलं आणि त्याच्या डोक्यामधील जैव स्मृतिपटल काढून घेतलं. यंत्रमानव आता खरा यंत्र होता. निर्विकार.

डॉ. पंडित शांतपणे खुर्चीत बसले. अजूनही त्यांची छाती धपापत होती. त्यांनी यंत्रमानवाकडे पाहिलं. तो निपचित पडला होता. आपलाच प्रयोग आपल्यावर उलटल्याची गंभीर जाणीव त्यांना झाली.

डॉ. पंडितांच्या हेही लक्षात आलं होतं, की हा प्रयोग व त्यांनी तयार केलेली जैव स्मृतिपटले यशस्वी झाली होती. यंत्रमानवाच्या मानवी जाणिवा प्रगल्भ झाल्याने तो स्वतः निर्णय घेऊ लागला. त्यामुळे राग, लोभ, मत्सर, आळस या मानवी जाणिवा त्याच्यात आल्या आणि त्यानं पुढे रिमा पाटलांच्या आज्ञाही पाळणं बंद केलं. रिमाच्या सततच्या बोलण्याने त्याचा स्वाभिमान दुखावला गेला आणि सतत हात दाबूनही तो कंटाळला होता. त्याचीच परिणती हत्या करण्यात झाली.

डॉ. पंडितांनी क्षणभर डोळे मिटले आणि आपण भयानक प्रयोग करत असल्याचं त्यांच्या लक्षात आलं. हा यंत्रमानव स्वयंपूर्ण होऊन त्याने अजून उत्पत्ती निर्माण केली असती, तर उभी मानवजातच धोक्यात आली असती. ते नखशिखांत शहारले. त्यांनी या वेळी असले मानव व निसर्गाशी खेळ खेळणारे प्रयोग न करण्याचा निर्णय घेतला.

ते खुर्चीतून उठले... त्यांना थकवा आला होता. त्यांनी पुन्हा एकदा निर्विकारपणे पडलेल्या यंत्रमानवाच्या देहाकडे पाहिलं आणि आपण शोधलेल्या जैव स्मृतिपटलांच्या तुकड्यांकडे कटाक्ष टाकला. अशाही वेळी ते स्वतःशीच हसले.

हा एक शास्त्रीय अपघात-आघात म्हणून डॉ. पंडित विसरणार होते. मिसेस रिमा पाटलांचा मृत्यू मात्र त्यांच्या स्मृतीत कायमचं घर करून बसणार होता आणि भविष्यातील संशोधनाची दिशा ठरवणार होता.

❖

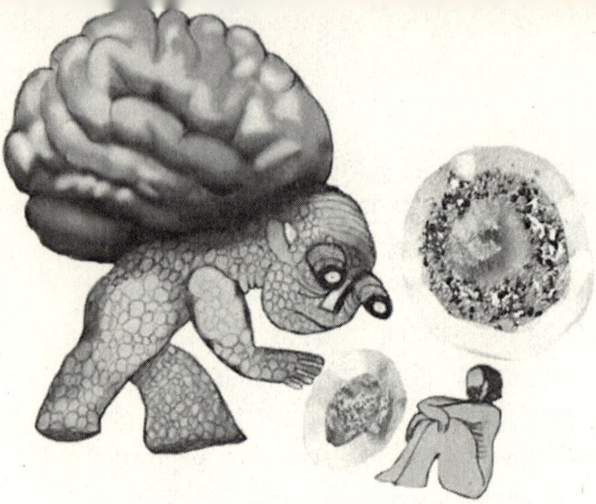

अज्ञात जिवाणू

डॉ. संपत काळे प्रयोगशाळेतील आपल्या केबिनमध्ये बसले होते. केबिन संपूर्ण काचतावदानांनी वेढली होती. म्हणूनच त्यांचं अस्तित्व सहजपणे दिसत असे. छोट्या-मोठ्या विविध प्रवेगकांची ती प्रयोगशाळा होती. तेथीलच एका कोपऱ्यात डॉ. काळेंनी काच- तावदानाची केबिन बांधून घेतली होती. त्यामुळे विद्यार्थ्यांशी सुसंवाद साधणं त्यांना सहज शक्य होई. त्याला लागूनच आतल्या खोलीत मोठा इलेक्ट्रॉन प्रवेगक होता. तर त्याच्या उजवीकडील खोलीत कमी शक्ती असलेला इलेक्ट्रॉन स्रोत होता आणि मधल्या खोलीत पदार्थ पृथक्करणासाठी लागणाऱ्या विविध यंत्रणा होत्या. यात प्रामुख्याने विद्युतीय, प्रकाशीय गुणधर्मांसोबतच जिवाणूंचा अभ्यास करण्यासाठीचीही यंत्रणा उपलब्ध होती.

डॉ. काळे उठले व शेजारीच असलेल्या कॉम्प्युटरवर बसले. त्यांनी काही महत्त्वाच्या ई-मेल्स पाहिल्या. शिवाय बराच वेळ ते त्यात मग्न होते. मध्येच तोंडाचा चंबू करून ते दीर्घ श्वास सोडत असत. एका प्रतिकृतीवर येऊन ते स्थिरावले. विचाराअंती डॉ. काळे उठले आणि पुन्हा खुर्चीत बसत टेबलावरील इंटरकॉम उचलला व नंबर डायल करून रिसीव्हर कानाला लावत म्हणाले,

''हॅलोऽऽ अविनाश आहे का?''

''हो सर! मीच बोलतोय.''

''काल मी सांगितलेल्या प्रयोगाचे परिणाम आलेत का?'' डॉ. काळेंचा प्रश्न.

''होय! सर, आताच मी त्याची जुळवाजुळव करत होतो.'' अविनाश चाचरत म्हणाला.

''मग तू आता आणू शकतोस.''

"होय सर! पाच मिनिटांत घेऊन आलोच."

डॉ. काळेंनी रिसीव्हर ठेवला व पुन्हा ते कॉम्प्युटरच्या पडद्यावरील प्रतिकृतीकडे पाहू लागले. ती कुठल्याशा पदार्थाच्या सूक्ष्मदर्शिकेची प्रतिकृती होती.

डॉ. काळे खुर्चीत थोडेसे रेलले व आजूबाजूला पाहत त्यांनी टेबलावरील एक संदर्भ संशोधन पेपर चाळायला सुरुवात केली.

डॉ. काळे हे पंचेचाळीस वर्षांचे गृहस्थ होते. त्यांची शारीरिक ठेवण सडपातळ, गौरवर्ण, शिवाय काळेभोर केस असल्याने ते तिशीतलेच भासत असत. नवीन येणाऱ्याला ते संशोधक विद्यार्थीच जाणवत असत. प्रवेगक, विविध प्रारणे व मूलकणांवरच त्यांचं संशोधन प्रसिद्ध होतं. त्यांच्याकडे इलेक्ट्रॉन, न्यूट्रॉनसारख्या मूलकणांचे उच्च व कमी शक्तीचे प्रवेगक होते. या क्षेत्रात त्यांचं राष्ट्रीय व आंतरराष्ट्रीय पातळीवर बऱ्यापैकी काम होतं. हल्ली त्यांचा वैद्यकीय प्रवेगकाकडे ओढा जास्त दिसत होता.

"सर, आत येऊ का?"

अविनाशनं काचेचं दार ढकलत केबिनमध्ये प्रवेश केला. वाचण्यात मग्न असलेले डॉ. काळे क्षणात म्हणाले,

"येऽ येऽ अविनाश. बैस!"

अविनाशनं एक खुर्ची ओढली व तिच्यात स्थानापन्न होत, हातातील परिणाम डॉ. काळेंच्या पुढ्यात ठेवत म्हणाला,

"हेच तुम्ही काल सांगितलेल्या प्रयोगाचे परिणाम आहेत."

"बघू!" आणि डॉ. काळे एक एक परिणाम पाहू लागले. मध्येच ते कॉम्प्युटर पडद्यावरील परिणामांची सांगड पुढ्यात असलेल्या परिणामांशी करून, तुलना करू लागले. थोडेसे गंभीर होत म्हणाले,

"अविनाश!"

"येस! सर."

"साधारण इलेक्ट्रॉनची ऊर्जा व मात्रा किती वापरली आहेस?"

डॉ. काळेंनी परिणामांकडे पाहत विचारलं होतं.

"सर! पाच, दहा, पंधरा किलो इलेक्ट्रॉन व्होल्ट एवढी विविध ऊर्जा वापरून, प्रत्येक ऊर्जेच्या इलेक्ट्रॉनसाठी वेगवेगळी मात्रा (dose) वापरली आहे. त्यात प्रामुख्याने एक ते शंभर रॅड एवढी मात्रा दिलेली आहे. (रॅड हे प्रारण मोजण्याचे एकक आहे.)" अविनाशनी सखोलपणे सांगितलं.

"इट इज इन्टरेस्टिंग... इलेक्ट्रॉन प्रज्वलित केलेल्या पॉलिमरवरील सूक्ष्म जीवाणूंची संख्या खूपच वाढली आहे. हे खरंतर अपेक्षित नव्हतं." डॉ. काळे विचार करत म्हणाले.

"होय सर! परिणाम पाहिल्यानंतर मीही तोच विचार करत होतो. खरं तर कमी शक्तीच्या इलेक्ट्रॉन्समुळे पॉलिमरच्या पृष्ठभागावर उणिवा तयार होतात. त्याच्याने जीवाणूंची संख्या कमी होणंच अपेक्षित होतं; पण ते खूपच वाढत आहेत." अविनाशनेही सांगितलं.

डॉ. काळे कॉम्प्युटर पडद्यावरील परिणामाकडे पाहत म्हणाले,

"याचा अर्थ अविनाश, इलेक्ट्रॉन प्रज्वलित न केलेल्या पॉलिमरवरील जिवाणूंची संख्या कमी आहे."

"होय सर! पण, हे कशामुळे, उणिवा तयार झाल्यामुळे जिवाणू तिथे अपेक्षित होते." अविनाशनं शंका व्यक्त केली.

"निश्चितच! पण त्याआधी उणिवांमध्ये वातावरणातील ऑक्सिजन बंदिस्त झाला आणि हाच ऑक्सिजन जिवाणूंसाठी पोषक ठरत आहे." डॉ. काळेंनी विचार करत सांगितलं.

"काय म्हणताय, सर!" अविनाश आश्चर्याने उद्गारला.

"होय. हेच बघ." वेगवेगळे परिणाम पुढे ठेवत ते म्हणाले, "इलेक्ट्रॉनची मात्रा जशी वाढवत नेली तसे जिवाणूंचे चलनवलन व संख्याही मुबलक प्रमाणात वाढताना दिसत आहे आणि हीच चिंतेची बाब आहे." डॉ. काळे गंभीरपणे म्हणाले होते.

"मग आता काय करायचंय, सर!" अविनाशचा प्रश्नार्थक भाव.

"प्रथम पॉलिमरवरील जिवाणूंची संख्या कमी करणं आवश्यक आहे; कारण ते अविरत वाढत आहेत हे स्पष्ट आहे. तेच नियंत्रित करण्याची गरज आहे. त्यासाठी एक काम कर."

"कुठलं सर?"

"याच नमुन्यांवर सोनं आणि चांदीच्या अतिसूक्ष्म कणांचा थर देऊन बघ; कारण धातूचे हे अतिसूक्ष्म कण अशा जिवाणूंसाठी प्रतिजैवक म्हणून कार्य करतात." डॉ. काळेंनी पुढील दिशा दर्शवली.

"ठीक आहे, सर! आपल्याजवळ मूलकणांनी तयार केलेले सोने व चांदीचे अतिसूक्ष्म कण तयारच आहेत. त्यांचा थर देऊन बघतो." अविनाश निश्चयाने म्हणाला.

"जिवाणू हाताळताना काळजी घे! कारण, त्यांची संख्या वाढत असून, ते घातकही ठरू शकतात." डॉ. काळेंनी इशारा दिला.

"काय म्हणताय, सर!" अविनाशचा प्रश्न.

"आपल्याला तसं काहीच ठाऊक नाही, अविनाश, की हे जिवाणू कसे वागतील. त्यांचे गुणधर्म अजून पाहायचेत. सो, बी केअरफुल."

"ठीक आहे, सर. मी काळजी घेतो आणि उद्याच तुम्हाला परिणामही सांगतो." अविनाश टेबलावरचे परिणाम गोळा करत म्हणाला.

अविनाश केबिनबाहेर पडला आणि डॉ. काळे क्षणभर त्याच्या पाठमोऱ्या आकृतीकडे पाहत राहिले.

अविनाश... अविनाश देवरे. खेड्यातून आलेला हुशार तरुण, बुटकेलेसा आणि अंगानं चांगलाच भरलेला. प्रथम संशोधन करण्याच्या इच्छेने आलेला; पण नंतर नेट-सेट या परीक्षांचं खूळ डोक्यात घुसल्याने, आयुष्यातील महत्त्वाची दोन ते तीन वर्षं कुठलीही ठोस परिणामे न मिळवता घातलेली. शेवटी डॉ. काळेंनी त्याला एकदा बोलावून समजावलं होतं. आयुष्यातील सुवर्णकाळ वाया घालवू नकोस म्हणून सूचित केलं होतं. अविनाशनंही त्याचा गांभीर्याने विचार केला होता व नेट-सेट परीक्षांचा नाद सोडून, त्यानं स्वत:ला संशोधनात झोकून दिलं होतं.

त्याच्या इच्छेनुसार डॉ. काळेंनी पॉलिमर, प्रारणे व प्रतिसूक्ष्म जिवाणूंवरील संशोधन करण्यास अनुमती दिली होती. कमी शक्तीचा इलेक्ट्रॉन स्रोत वापरून त्याला हा अभ्यास करायचा होता. या संशोधनात जोखीम होतीच; पण तेवढीच उत्सुकताही होती. त्याला हा संशोधनाचा विषयही मनापासून आवडला होता आणि त्याचाच पाठपुरावा तो करू लागला होता.

चर्चेनंतर अविनाश कामाला लागला होता. रासायनिक व किरणांच्या साहाय्याने त्याने सोनं व चांदीचे अतिसूक्ष्म कण तयार केले होते. यासाठी उच्च शक्तीचे इलेक्ट्रॉन वापरले होते. पुढे हेच अतिसूक्ष्म कण घेऊन तो खास जिवाणूंसाठीच्या अभ्यास करण्यासाठीच्या प्रयोगशाळेत आला होता. या प्रयोगशाळेत जिवाणू व त्यांचे गुणधर्म अभ्यासण्यासाठी अद्ययावत यंत्रणा होती. त्याच्या साहाय्याने जिवाणूंचं संवर्धन व नियंत्रण, दोन्ही गोष्टींचा अभ्यास करणं शक्य होत होतं.

अविनाशने प्रयोगशाळेत येताच ॲप्रन घालून, हातात ग्लोव्ह्ज घातले व एका काच तावदानातील चंचूपात्रात ते पॉलिमरचे नमुने ठेवले. त्यावर प्रचंड प्रमाणात जिवाणूंचं संवर्धन झालं होतं.

फोरसेफच्या साहाय्याने, अविनाश एक एक नमुना उचलून, काचेच्या चंचूपात्रात ठेवू लागला आणि त्यावर रासायनिक अभिक्रियेच्या साहाय्याने सोनं व चांदीच्या अतिसूक्ष्म कणांचा थर देऊ लागला. वेगवेगळ्या किरणांच्या मात्रेवरील नमुन्यांवर त्याने अतिसूक्ष्म कण घातले आणि पुन्हा ते विशिष्ट तापमानाला ठेवून दिले. जिवाणूंचा प्रयोग करणं म्हणजे अतिशय धोकादायक होतं; पण विशिष्ट काळजी घेऊन अविनाश प्रयोग करत असे. त्यात आता तो चांगलाच निष्णात झाला होता.

सोनं व चांदीचे कण हे जिवाणूंच्या संवर्धनाला विरोध करतील अशी अपेक्षा अविनाशला होती; कारण हे अतिसूक्ष्म कण प्रति सूक्ष्म जैवके म्हणूनच कार्यरत

होते.

अविनाशने रात्रभर ते नमुने विशिष्ट वातावरणात ठेवून दिले. दुसऱ्या दिवशी वेगवेगळ्या इलेक्ट्रॉन मात्रेच्या त्या सर्व नमुन्यांचे इलेक्ट्रॉन स्कॅनिंग मायक्रोस्कोपच्या साहाय्याने छायाचित्र घेण्यात आले आणि तो हर्षभरित झाला.

ते सर्व परिणाम घेऊन अविनाश, डॉ. काळेंच्या केबिनमध्ये दाखल झाला; पण डॉ. काळे तिथे नव्हते. तोपर्यंत सर्व परिणाम त्याने त्यांच्या कॉम्प्युटरवर लोड करून ठेवले आणि तो त्यांची वाट पाहू लागला.

थोड्याच वेळात डॉ. काळे दाखल झाले. खुर्चीत बसत ते म्हणाले,

"सॉरी! अविनाश, अरे, एक तातडीची मीटिंग होती म्हणून उशीर झाला. बरं, काय झालं त्या आपल्या सोनं व चांदीच्या अतिसूक्ष्म कणांचं. प्रयोग केला का?"

"होय सर, रात्रीच मी अतिसूक्ष्म कण तयार करून, ज्यावर जिवाणू होते, त्या पॉलिमर नमुन्यांवर प्रयोग केला. ते बघा सर, परिणाम." अविनाश त्यांच्या कॉम्प्युटर पडद्याकडे निर्देश करत म्हणाला.

स्क्रीनकडे पाहताच, डॉ. काळे आश्चर्याने पाहत राहिले. तुलनेसाठी शेजारीच अतिसूक्ष्म कणांची चिकित्सा न केलेल्या पॉलिमरचा परिणाम होता. त्यावर लक्षावधी जिवाणू दिसत होते; पण तुलनेने अतिसूक्ष्म कणांची चिकित्सा दिलेल्या पॉलिमरवर कुठेही दिसत नव्हते. फक्त सर्व मात्रांना एकच तेवढा जिवाणू शिल्लक होता. म्हणजेच सोनं व चांदीच्या अतिसूक्ष्म कणांनी जिवाणूंना प्रतिबंध घातला होता. डॉ. काळे उत्साहित होत म्हणाले,

"व्हेरी प्रॉमिसिंग रिझल्ट, अविनाश... जवळजवळ सर्वच जिवाणू नाहीसे झालेत. याचाच अर्थ, इलेक्ट्रॉन आणि अतिसूक्ष्म कणांची चिकित्सा ही खूपच उपयुक्त आहे."

"सर, पण हा एकमेव जिवाणू दिसतोय. तो का राहिला असावा?" अविनाशने शंका काढली.

"त्याचं काय आहे अविनाश. एखाद्या जिवाणूची प्रतिकारशक्ती सक्षम असावी. त्यामुळेच तो स्वतः सूक्ष्मकणांना जुमानत नसावा; पण तू एक कर. आपल्याला तोही जिवाणू नको आहे. अतिसूक्ष्म कणांचं प्रमाण वाढवून तो प्रतिबंधित होतो का ते बघ." डॉ. काळेंनी सुचवनू पाहिलं.

"ठीक आहे, सर! मी आत्ताच प्रयोग करतो. सायंकाळपर्यंत तुम्हाला परिणाम देतो."

अविनाश केबिनबाहेर पडला व प्रयोगशाळेत शिरला.

अविनाश गेल्यावर, डॉ. काळेंनी पुन्हा एकदा ते सर्व परिणाम काळजीपूर्वक पाहिले आणि त्या एकमेव जिवाणूचं तेथील अस्तित्व त्यांना आश्चर्यचकित करत

राहिलं.

कुलगुरूंनी पुन्हा तातडीची मीटिंग बोलावल्याने डॉ. काळे बाहेर गेले. त्या काळापुरता त्यांच्या डोक्यातून जिवाणूचा विषय बाजूला पडला होता.

संध्याकाळी डॉ. काळे आल्या आल्या पुढ्यात अविनाश होता. त्याच्या चेहऱ्यावर चिंता होती. परिणाम दाखवत तो म्हणाला,

"सर, बघा!"

आणि डॉ. काळे बघतच राहिले. ते अविनाशकडे पाहत म्हणाले,

"काय आहे हे अविनाश! हा तोच जिवाणू आहे का?"

"होय सर! तोच आहे. अतिसूक्ष्म कणांचं प्रमाण वाढवल्यानंतर मात्र याचा आकारच बदलला. तो आता सूक्ष्म राहिलाच नाही. इट इज व्हिजिबल विथ दि आइज."

"काय म्हणतोस, अविनाश?" डॉ. काळे आश्चर्याने उद्गारले.

"होय सर. किंबहुना मी त्याला उच्च तापमानालाही ठेवल्यानंतर त्याच्यावर काहीच परिणाम झाला नाही. उलट तो सशक्तच होत राहिला." अविनाशच्या स्वरात काळजी होती. त्याने हातातील काचेची पेटी उघडली व त्यातील पॉलिमरचा नमुना दाखवला.

डॉ. काळेंनी डोळे बारीक करून निरीक्षण केलं आणि तिथे आत त्यांना खरंच वलयांकृत आकृती दिसत होती. त्याचा आकार वाढला होता एवढं निश्चितच.

डॉ. काळे क्षणभर काहीच बोलले नाहीत. ते गंभीर झाले होते. त्यांनी इकडं-तिकडं पाहिलं आणि पुन्हा जिवाणूकडे पाहिलं. उगीचच तो वळवळत असल्याचा भास त्यांना झाला. ते स्वत:ला सावरत घड्याळात पाहत म्हणाले,

"अविनाश, आता रात्रीचे साडेनऊ वाजलेत. या नमुन्याला काळजीपूर्वक बंदिस्त करून ठेव. मी विचार करतो आणि उद्या आपण काय करायचं ते ठरवू."

"ठीक आहे, सर!" काचेची पेटी पुन्हा बंद करत अविनाशने ती हातात घेतली आणि तो बाहेर पडला.

डॉ. काळे क्षणभर विचार करत तसेच बसून राहिले. ते हळूच उठले व केबिन-बाहेर पडले. दिवसभराच्या धावपळीने त्यांना थकवा आला होता. रात्रीही ते जिवाणूचा विचार करत झोपले होते.

अविनाश बहुतांशी रात्री उशिरापर्यंत प्रयोगशाळेतच संशोधन करत असे. जेवण झाल्यानंतर त्याने काही प्रयोग केले होते. यातच रात्रीचे बारा वाजून गेले होते. तो उठला व जिवाणू ठेवला होता त्या खोलीत शिरला आणि काही काळ तो थरारून गेला. त्याच्या अंगावर रोमाचं उभे राहिले. केसही सरळ झाले. त्याला कुणीतरी ओढत असल्याची जाणीव झाली. तो सावध झाला आणि निकराने खोलीबाहेर

पडला.

अविनाश घाबरला होता. त्यानं तातडीने मोबाइल काढला आणि डॉ. काळेंना लावला. पलीकडून आवाज आला.

"येस."

"सॉरी सर! मी अविनाश. तुम्ही आत्ता या वेळी प्रयोगशाळेत येऊ शकाल?"

"का रे? काय झालं?" डॉ. काळेंचा आळसावलेला स्वर.

"सर! शब्दांत सांगणं कठीण आहे." अविनाशच्या स्वरात अगतिकता होती.

"एनिथिंग सीरिअस?" डॉ. काळे उठत म्हणाले.

"सर! तसं समजा हवं तर; पण तुम्ही या."

"बरं, मी आलोच." मोबाइल बंद झाला.

अविनाश खोलीबाहेरच अगतिकतेने फेऱ्या मारत डॉ. काळेंची वाट पाहू लागला.

डॉ. काळे येताच, अविनाश त्यांच्याकडे झेपावला व म्हणाला,

"सर! इकडे या." जिवाणू ठेवला होता, त्या खोलीकडे त्यानं निर्देश करताच तो पुढे आला.

"अरे, पण झालं काय?" डॉ. काळेंचा स्वर अर्धवट राहताच अविनाशने दार उघडलं.

आणि डॉ. काळेंच्या शरीरावरील गात्रन्‌गात्र रोमांचित झाले होते. डोक्यावरील केस ताठरले होते आणि ते ओढले जाऊ लागले. प्रसंगवधान पाहून अविनाशने त्यांना बाहेर ओढलं.

बाहेर येताच काचेच्या तावदानातून त्यांनी आत पाहिलं. काचेच्या पेटीतील जिवाणू पॉलिमर पिंजऱ्यातून बाहेर पडून काचेच्या पेटीवर अंगविक्षेप करत धडका देत होता. डॉ. काळेही विस्फारलेल्या डोळ्यांनी पाहत राहिले. अविनाश म्हणाला,

"सर, काय आहे हे? खोलीतील वातावरण?" मध्येच डॉ. काळे त्याला अडवत म्हणाले,

"अविनाश, जवळपास लोखंडाचा गज किंवा तत्सम धातू असेल तर लवकर आण. मी तुला नंतर सांगतो. गो फास्ट."

अविनाश क्षणात लोखंडाची भली मोठी तार घेऊन आला. ती काळेंच्या हातात दिली. तारेच्या एका टोकाला रोधक लावून, डॉ. काळेंनी हळूच तार आत सरकवली आणि जिवाणूला स्पर्श होताच खोलीतील वातावरण सैल झाले. डॉ. काळे तातडीने आत शिरले. त्यांच्यापाठोपाठ अविनाशही गेला; पण या वेळी खोलीतील वातावरण सामान्य होतं. डॉ. काळेंनी जिवाणूकडे पाहिलं. तो पुनश्च पॉलिमरच्या पिंजऱ्यात जाऊन बसला होता. अविनाश, डॉ. काळेंच्या कृतीने हैराण झाला होता. तो

अविश्वासाने म्हणाला,

"सर, काय होतं हे?"

"सांगतो मी तुला. मघाशी खोलीत जे वातावरण तयार झालं होतं, त्याला हा जिवाणू कारणीभूत आहे. याच्यामुळेच खोलीतील हवा भारांकित झाली होती. त्यामुळेच आपण ओढले जात होतो." डॉ. काळेंनी सांगितलं.

"पण तरी हे कशामुळे, सर?" अविनाशचा प्रश्न.

"अविनाश, हा साधा जिवाणू नाहीये. हा जैव विद्युत घट म्हणूनही कार्यरत होतो. अति उच्च दाब निर्माण करून आजूबाजूची हवाच भारांकित करून टाकतो." डॉ. काळेंनी स्पष्टीकरण दिलं.

"काय म्हणताय, सर! जैव विद्युत घट. हाय व्होल्टेज, अनबिलिव्हेबल." अविनाश त्या शांतपणे पहुडलेल्या जिवाणूकडे अविश्वासाने पाहत राहिला. तो पुढे म्हणाला, "सर, पण आता याचं काय करायचं?"

"आता तो डिसचार्ज झालेला आहे. लेट हिम बी ॲज इट इज. आपल्याला तातडीने काही निर्णय घ्यावे लागतील. आपण उद्या सकाळी बघू. तोपर्यंत तू त्याच्यावर लक्ष ठेव आणि बी केअरफुल." डॉ. काळेंनी सूचना देऊन काळजी घेण्यास सांगितलं.

डॉ. काळे प्रयोगशाळेबाहेर पडले. या वेळी रात्रीचे दोन वाजून गेले होते. पुढे त्यांना झोपच आली नव्हती.

सकाळीच डॉ. काळे हजर झाले. अविनाश रात्रभर प्रयोगशाळेतच होता. आल्या आल्या डॉ. काळे म्हणाले,

"अविनाश, रात्री काही प्रोग्रेस?"

"सर, जिवाणू तसा शांतच होता आणि खोलीतील वातावरणही सर्वसाधारण होतं." अविनाशने परिस्थिती सांगितली.

"गुड! अविनाश. हा जिवाणू स्वत: उच्च दाब निर्माण करतो आहे. याचाच अर्थ तो सर्वसामान्य नाहीच. खरं तर ऊर्जेची नितांत गरज असताना अशा जैविक विद्युत घटांचा उपयोग समाजासाठी होऊ शकेल; पण त्या आधी जिवाणूची सखोल माहिती आपल्याला घ्यावी लागेल." डॉ. काळेंनी सांगितलं.

"म्हणजे नेमकं काय करायचं, सर?" अविनाशचा प्रश्न.

"म्हणजेच याच्या गुणसूत्रांचा अभ्यास करून, त्यातील कुठले डी.एन.ए. हे विद्युत घट निर्माण करण्यासाठी कारणीभूत आहेत. त्यानुसार या जिवाणूचा उपयोगही आपल्याला ऊर्जानिर्मितीसाठी करता येऊ शकेल." डॉ. काळे आशेने म्हणाले.

"काय म्हणताय, सर! विद्युत घट आणि ऊर्जा?"

"होय! अविनाश. निसर्गातील हा चमत्कारच म्हणायला हवा. एखादा जिवाणूच

ऊर्जा निर्माण करतो ही किमयाच आहे.'' डॉ. काळेंनी वस्तुस्थिती सांगितली.

''ठीक आहे, सर! मी जैव माहितीशास्त्र विभागात जाऊन, डी.एन.ए. मॅपिंग करून घेतो.''

अविनाश बाहेर पडला. या वेळी त्याच्या हातात जिवाणू असलेली काचेची पेटी होती. तो आता कमालीचा स्थिर होता.

दुपारपर्यंत जिवाणूच्या डी.एन.ए. मॅपिंगचे रिझल्ट हाती आले. अविनाश, डॉ. काळेंच्या केबिनमध्ये शिरत म्हणाला,

''सर! हे घ्या. जिवाणूचे डी.एन.ए. प्रिंटिंग.''

डॉ. काळे जिवाणूचे डी.एन.ए. प्रिंटिंग पाहताच सावरून बसले. इतर जिवाणूंची तुलना करताच मात्र ते आश्चर्यचकित झाले.

ते उद्गारले, ''अमेझिंग!''

''काय झालं, सर?'' अविनाशचा उत्सुक स्वर.

''या जिवाणूचे डी.एन.ए. पृथ्वीवरील अस्तित्वात असणाऱ्या कुठल्याही जिवाणूशी मिळत नाही. दे आर टोटली डिफरन्ट.''

''म्हणजे काय, सर!''

''याचा अर्थ हा जिवाणू पृथ्वीवरचा नाहीच.'' डॉ. काळे विचाराअंती म्हणाले,

''काय म्हणताय, सर!'' अविनाश आश्चर्यचकित होत म्हणाला.

''होय! हा कदाचित अवकाशातून आला असावा. किंबहुना, दुसऱ्या ग्रहावरीलसुद्धा असावा.'' डॉ. काळे म्हणाले.

''सर! मग आता काय करायचं?'' अविनाशचा चिंतित स्वर.

''विद्युतघट आणि आपल्याला उपयुक्त असला तरी तो परकीय आहे. त्याच्याबद्दल काहीच माहीत नाही. त्याला नष्ट करणे उत्तम.'' डॉ. काळे निर्णायक बोलले.

''काय? नष्ट?'' अविनाश आश्चर्याने उद्गारत पुढे म्हणाला,

''पण कसं?''

''मला वाटतं आपण इलेक्ट्रॉन, गॅमा, न्यूट्रॉनसारख्या किरणांचा वापर करून त्याला नष्ट करू शकतो आणि हे लवकरात लवकर करण्याची गरज आहे; कारण त्याने अजून काही उपद्रव करण्याअगोदर आपल्याला मार्ग काढावा लागेल.'' डॉ. काळे निर्णायक स्वरात म्हणाले,

''सर, मला वाटतं, आत्ताच आपण सुरुवात करूयात.'' अविनाश तातडीने म्हणाला.

''ठीक आहे. प्रवेगक आणि जनित्रे चालूच आहेत. चल.'' दोघंही उठले होते. जिवाणूला सोबत घेऊन ते प्रवेगकांच्या खोलीत आले आणि प्रयोगाला सुरुवात केली.

दोघंही काळजीपूर्वक जिवाणू हाताळत होते. उच्च शक्तीचे इलेक्ट्रॉन व गॅमा किरणांचा काहीच परिणाम जिवाणूवर झाला नव्हता. म्हणून ते दोघं न्यूट्रॉन प्रज्वलित करण्यासाठी न्यूट्रॉन जनित्र खोलीत दाखल झाले होते.

न्यूट्रॉन्सचा मारा करताच मात्र त्याच्यात कमालीचे बदल होऊन, त्याच्या अवयवांत बदल झाला. पॉलिमर जाळ्यातनं बाहेर पडून, पूर्ण प्रयोगशाळेत त्याने संचार केला. डॉ. काळे अचंबित झाले. न्यूट्रॉन्सचा त्याच्यावर परिणाम होतोय हे दिसत होतं; पण तो जास्तच हिंसक होऊ पाहत होता, म्हणून डॉ. काळेंनी न्यूट्रॉन्सची मात्रा वाढवून जनरेटर बंद केला. त्याच क्षणी जिवाणूचा आकार लहान होऊन तो खाली कोसळला.

तो जिवाणू आता निश्चल होता. अविनाशने फोरसेफच्या साहाय्याने त्याला काचेच्या पेटीत बंदिस्त केलं आणि डॉ. काळेंना म्हणाला, ''सर, आता काय करायचं?''

''अविनाश, मला वाटतं, हा जिवाणू खूपच धोकादायक आहे. कुठल्याही विघातक किरणांना तो जुमानत नाही. किंबहुना, तो ऊर्जा घेऊन स्वत: सशक्त होत आहे. त्याचा मघाशी आकार पाहिलास? प्रचंड मोठा होता. न्यूट्रॉनमुळे तो जास्त क्रियाशील होतोय, एवढं मात्र निश्चित. एक काम कर.''

''कुठलं, सर?''

''याला दहा मीटर खड्डा खणून त्यात ही जिवाणूची पेटी पुरून टाक. जेणेकरून त्याच्यापर्यंत कुठलीही प्रारणे अथवा किरणे पोहोचणार नाहीत; कारण ही प्रारणेच खऱ्या अर्थाने त्याची ऊर्जा आहे.'' डॉ. काळे जिवाणूकडे पाहत म्हणाले.

''ठीक आहे, सर! मी हे काम आत्ताच करतो.'' पेटी हातात घेऊन अविनाश बाहेर पडला आणि दोन तासांतच तो पुन्हा प्रयोगशाळेत आला. डॉ. काळे त्याला म्हणाले,

''अविनाश, तू छान काम केलंस. हा जिवाणू परग्रहावरचाच होता आणि तो विशिष्ट हेतूनेच इथे आला होता, यात शंका नाही; पण यापुढे याचं मूळ आपल्याला शोधावं लागेल.''

...आणि कॉम्प्युटर पडद्यावर दोघंही त्या जिवाणूच्या प्रतिकृतीकडे पाहू लागले आणि ते स्थिर चित्रही हलताना पाहून मात्र दोघंही गर्भगळीत झाले; कारण जिवाणूचं अस्तित्व अजूनही नष्ट झालेलं नव्हतं.

डॉ. काळे व अविनाश स्थिर व शून्यवत झाले होते. त्यांच्या हालचालीच बंद झाल्या होत्या.

❖

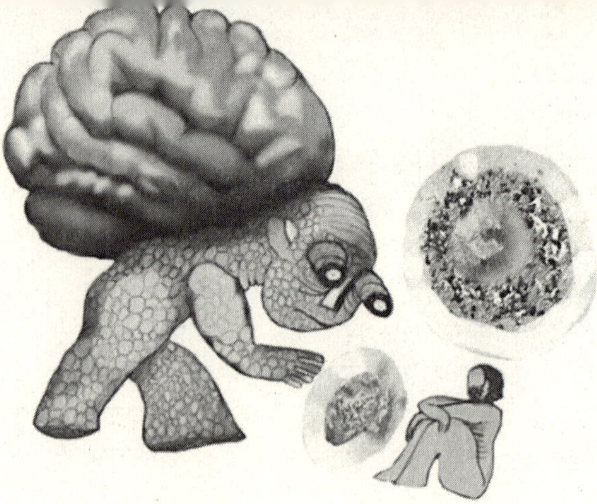

संकेत

रात्रीची नीरव शांतता... नऊ वाजण्याचा सुमार होता. पावसाळ्याचे दिवस असल्याने आसमंतात काळे ढग जमा झालेले. गार हवा सुटलेली; पण पाऊस अजून पडत नव्हता. रिमझिमही नव्हती. पावसाला कधीही सुरुवात होणार होती.

नियंत्रणकक्ष व प्रयोगशाळेत व्यस्त असलेला डॉ. संतोष भारुडे क्षणासाठी बाहेर आला. वातावरणानं त्याला आल्हाददायक वाटलं होतं. सगळीकडे काळोख होता आणि परावर्तित प्रकाश काही गोष्टींच्या अस्तित्वाची जाणीव करून देत होता. असंख्य महाकाय दुर्बिणी अवकाशाकडे तोंड करून उभ्या होत्या. वेगवेगळ्या आकाशगंगेतून कित्येक प्रकाशवर्षं प्रवास करून येणाऱ्या रेडिओलहरींचं ग्रहण या महाकाय दुर्बिणी करत होत्या आणि रात्रंदिवस त्यांच्या विश्लेषणाचं कार्य डॉ. संतोष भारुडे करत होता.

जाअॅन्ट मीटर रेडिओ टेलिस्कोप (जीएमआरटी)चा भारतातीलच नाही, तर जगभरातील महत्त्वाकांक्षी प्रकल्प, खोडद येथे होता आणि त्याची उभारणी भारतीय शास्त्रज्ञांनी परिश्रमपूर्वक केली होती. आत्तापर्यंत या अंतर्गत शंभरच्या वर दुर्बिणी चाळीस-पन्नास किमी परिघापर्यंतच्या क्षेत्रात विकसित करण्यात आल्या होत्या. या सगळ्याच दुर्बिणी जी.एम.आर.टी. व एन.सी.आर.ए., पुणे येथील नियंत्रण कक्षा व प्रयोगशाळेला जोडल्या गेल्या होत्या. चोवीस तास लहरींचे ग्रहण व विश्लेषणाचे कार्य इथे चालत असे.

जगातील मोजक्याच प्रकल्पांपैकी हा प्रकल्प असल्याने, जगभरातील शास्त्रज्ञही इथे संशोधनासाठी येत असत. त्यासाठी पुण्याबरोबर, खोडद इथेही अभ्यागत निवासाची सोय केली होती. काही कनिष्ठ शास्त्रज्ञ, ज्येष्ठ शास्त्रज्ञ, तंत्रज्ञ, अभियंते,

प्रशासकीय अधिकारी, कर्मचारी पुण्याहून येत असत, तर काही शास्त्रज्ञ प्रयोगासाठी आठ-दहा दिवस सलग खोडद इथेच राहत असत. त्यामुळे दिवसा वर्दळ राहत असली तरी रात्री मात्र शांतता असे. तुरळक शास्त्रज्ञ, कर्मचारी कामानिमित्त थांबत असत. काही कर्मचारी स्थानिक असल्याने व आजूबाजूच्या गावात राहत असल्याने, ते दररोज ये-जा करत असत; पण ही संस्था उभारण्यात प्रत्येकाचंच योगदान होतं आणि तिथे रात्रंदिवस चालणाऱ्या कामामुळे, या विश्वाचं रहस्य उलगडण्याचं महत्त्वाचं संशोधन येथील शास्त्रज्ञ करत होते. त्यापैकी डॉ. संतोष भारुडे होता.

डॉ. संतोष भारुडे सत्ताविशीतील तरुण. गोरागोमटा. एखाद्या नटालाही लाजवेल असा. अंगानं सडपातळ व बोलण्यात माधुर्य. मराठी व इंग्रजीवर कमालीचं प्रभुत्व. तसा तो शेजारीच पंधरा किलोमीटर असणाऱ्या बेल्हे गावचा. त्याचं आयुष्यच या परिसरात गेलेलं. त्याचे वडील मध्यमवर्गीय शेतकरी. आई अशिक्षित. तसा तो त्यांचा एकुलता एकच मुलगा. मुलानं आपल्याजवळ राहून शेतीच सांभाळावी ही माफक अपेक्षा; पण बुद्धिमत्ता कमालीची असल्याने, तो पुढे जात राहिला. त्याच्याच शेतात शिवाराच्या पलीकडे महाकाय दुर्बीण होती. लहानपणापासूनच तो या दुर्बिणीकडे पाहत होता. त्याचं कुतूहल जागृत होत होतं. या प्रकल्पाला त्याने लहानपणी शिक्षकांसोबत भेटही दिली होती आणि आपण याच ठिकाणी काम करायचं, ही खूणगाठ त्याने बांधली. काम काय करायचं हे मात्र त्याला कळत नव्हतं; पण या छत्र्यांसारख्या दिसणाऱ्या दुर्बिणीचं आकर्षण मात्र त्याला होतं आणि पुढे त्याचं व्यासंगात रूपांतर झालं. पुढे सर्वच शैक्षणिक पातळीवर तो प्रथम येत गेला. केवळ शास्त्रज्ञ व्हायचं या इच्छेने त्याने पारंपरिक व्यावसायिक कोर्सला नंबर लागलेले असतानाही जाणीवपूर्वक तो मूलभूत शास्त्राकडे वळला. आयुकासारख्या संस्थेत पदव्युत्तर होऊन, जी.एम.आर.टी-एन.सी.आर.ए.सारख्या संस्थेत नूतन संचालक डॉ. राजीव सिन्हा यांच्या मार्गदर्शनाखाली पी.एचडी. करून, पुढची दोन वर्षं त्यानं येथील महाकाय दुर्बिणीवर संशोधन केलं व वेगवेगळ्या आकाशगंगांचा वेध घेतला. त्याचा एकूणच आवाका पाहता डॉ. सिन्हांनी त्याला वरिष्ठ संशोधक पदावर एन.सी.आर.ए. संस्थेत बोलावून घेतलं आणि त्याच्या विनंतीवरून त्याची नेमणूक खोडद येथील जी.एम.आर.टी.च्या प्रकल्पावर करण्यात आली. गावाजवळच नेमणूक झाल्याने त्याला आनंद झाला व लहानपणीचं स्वप्न साकार होऊन, आता तो येथूनच अवकाशाचा वेध घेत होता. त्याचे कनिष्ठ सहकारीही सोबत होते.

डॉ. संतोषचे आई-वडील धन्य झाले होते. मुलानं नाव काढलं होतं. घरात त्यानिमित्ताने सुबत्ता आली होती; पण डॉ. संतोषच्या वडिलांनी शेती करणं सोडलं नव्हतं. त्या निमित्ताने दोन जणांना रोजीरोटी मिळत होती, हा त्याच्यामागचा हेतू होता.

डॉ. संतोषने केसांतून हात फिरवला. अंग सैल झाल्याने त्याला हलकं वाटत होतं. पुन्हा आकाशात नजर फिरवली. काळोखच होता. काळ्या ढगांचा थर चहूबाजूने पसरला होता. आत्ताशी हवा जास्तच गार झाली होती. अभ्यागत इमारतीकडे त्यानं पाहिलं. त्यातील तुरळक खोलीतील लाइट चालू होते. दोघं-तिघं कदाचित थांबले असावेत.

डॉ. संतोषने घड्याळात पाहिलं. रात्रीचे साडेदहा वाजले होते. अभ्यागतांच्या खानावळीत जाऊन त्यानं जेवण घेतलं. थोडीशी शतपावली करत, पुनश्च नियंत्रण कक्षेत आला. आत्ताशी रात्रीचे अकरा वाजले होते.

नियंत्रण कक्ष व प्रयोगशाळा विविध अत्याधुनिक उपकरणांनी सज्ज होती. सगळ्याच महाकाय दुर्बिणी या कक्षेला जोडल्या गेल्या होत्या. कित्येक प्रकाशवर्षं प्रवास करून येणाऱ्या लहरींचे ग्रहण व दुर्बिणी करत असत. अतिशय संवेदनक्षम असल्याने सूक्ष्म तरंगलहरींची नोंदही या दुर्बिणी घेत असत. मीटररेंजमधील या दुर्बिणीची कक्षा असल्याने, अंतराळात कित्येक प्रकाशवर्षांचा वेध त्यामुळे घेता येणं शक्य होतं.

आजूबाजूला कित्येक कॉम्प्युटर स्क्रीन होते आणि त्यावर सलगपणे तरंगस्वरूपातील माहिती वेगवेगळ्या दुर्बिणीमधून येत होती. डॉ. संतोष वेगवेगळ्या येणाऱ्या संकेतांच्या विश्लेषणात गुंतला होता. त्याचा हा छंदच होता. त्या निमित्ताने तोही या अंतराळात विहार करत असे. वेगवेगळ्या सैद्धांतिक प्रतिकृती वापरून डॉ. संतोष येणाऱ्या संकेतांचा पाठपुरावा करत होता.

यातच रात्रीचे बारा वाजून गेले होते. तो उठला. शेजारीच असलेल्या कॉफी मेकरमधून कपात कॉफी ओतली. कॉम्प्युटर पडद्याकडे पाहत कॉफीचे घोट घेऊ लागला. विचारमंथन चालूच होतं.

तेवढ्यात बावन्न नंबरच्या दुर्बिणीमधून येणाऱ्या संकेताकडे त्याचं लक्ष गेलं. त्यात काही वेगळ्या तरंग वारंवारितेची नोंद झाल्याचं डॉ. संतोषच्या लक्षात आलं आणि पुढच्याच क्षणात त्या वारंवारितेत प्रचंड वाढ झाली. डॉ. संतोषने वेगाने अर्धवट कॉफीचा कप बाजूला ठेवला आणि तो त्या कॉम्प्युटर स्क्रीनकडे झेपावला. तो क्षण व संकेत त्याने झपाट्याने स्टोअर करून ठेवला. संकेतलहरी पूर्ववत झाल्या.

डॉ. संतोषना आश्चर्य वाटलं. आत्तापर्यंतच्या संशोधनात हे प्रथमच घडत होतं. हा नॉइज तर नसेल, अशी शंका त्याच्या मनात येऊन गेली; पण पृथ्वीतलावर एवढ्या वारंवारितेच्या या तरंगलांबीचा नॉइज तयारच होऊ शकत नाही, हे त्याच्या लक्षात येताच, तो अचंबित झाला. हे काय आहे? सद्य:स्थितीत त्याला आकलन होत नव्हतं. त्यानं वाट पाहायचं ठरवलं.

काही क्षण जाताच, त्या संकेतावर पुन्हा जोरदार वारंवारितेचा प्रवाह आला व क्षणात नाहीसाही झाला. ही वारंवारता उपलब्ध असणाऱ्या विद्युतचुंबकीय पटलाच्या खूपच बाहेर होती. कसं शक्य आहे? काहीतरी गडबड आहे, हे डॉ. संतोषच्या लक्षात आलं. काही वेळ तो तसाच विचार करत राहिला. कॉम्प्युटर पडद्याकडे पाहत राहिला आणि त्याच वेळी पुन्हा संकेतावर सुपरइम्पोज होत प्रचंड प्रमाणात वेगवेगळ्या वारंवारितेच्या लहरी मॉड्युलेट झाल्याचं आढळलं. हे काय चाललं आहे लक्षात येत नव्हतं. याच दुर्बिणीतून हे संकेत मोठ्या प्रमाणात नोंदले जात होते आणि इतर काहींमध्ये थोड्याफार फरकाने नोंद होत होती. ही दुर्बिण डॉ. संतोष यांच्या बेल्हे गावातील त्याच्या शेताच्या शिवारातीलच होती हे विशेष.

डॉ. संतोष वेगाने या संकेतलहरींची माहिती गोळा करण्यात व्यग्र झाला. ते क्षण या वेळी वेळ न घालवता पकडणं महत्त्वाचं होतं. त्याची बोटं कॉम्प्युटरवर फिरू लागली आणि पुढच्याच क्षणी सगळंच नॉर्मल झालं. या वेळी रात्रीचा एक वाजला होता. वेळेचीही नोंद झाली होती. सर्वच दुर्बिणीपासून येणारे संकेत दिसत होते. डॉ. संतोष बराच वेळ अवलोकन करत राहिला; पण पुन्हा त्या प्रबळ संकेताची पुनरावृत्ती झाली नव्हती. डॉ. संतोषच्या बुद्धीस मात्र चालना मिळाली होती. हा काहीतरी वेगळाच संकेत असल्याचं त्याच्या मनात आलं. त्याचाच पाठपुरावा करावा लागणार होता.

विचारातच डॉ. संतोषने पलंगावर अंग टाकलं. प्रबळ संकेत अजूनही डोळ्यांतून जात नव्हते. त्यातील चढ-उतार डोळ्यांसमोर येत होते. तेवढ्यात बाजूला असलेला त्याचा मोबाइल वाजला. नंबर पाहिला. त्याच्या वडिलांचा होता. त्याने घाईने कानाला लावला. अधीरतेने म्हणाला,

"हं, बोला तात्या... काय झालं? एवढ्या रात्री?"

डॉ. संतोष वडिलांना लहानपणापासूनच तात्या म्हणत होता.

"अरे संतोष, तू आपल्या शेताच्या शिवारात, परब्याच्या घरात येतो का?"

"आत्ता?... आणि परब्याकडे?" परब्या हा त्यांच्या शेतीचा राखणदार होता. त्याचं कुटुंब शेतातच राहत होतं. त्यांना मूलबाळ नव्हतं.

"होय! आत्ताच." तात्यांचा अगतिक आग्रह.

"काही प्रॉब्लेम?" डॉ. संतोषचा पुन्हा प्रश्न.

"तू लागलीच नीघ. मग सांगतो."

"ठीक आहे. मी निघालोच."

डॉ. संतोषने मोबाइल ठेवला. कपडे घातले. अभ्यागताच्या पार्किंगमध्येच लावलेली कार बाहेर काढली आणि मुख्य रस्त्यावर आणली. पावसाचा जोर या वेळी कमालीचा वाढला होता. समोरचं दिसेनासं होत होतं. मध्येच वीज चमकून

आसमंत प्रकाशमय होत होता आणि ढगांचा गडगडाट होत होता. डोक्यात काळजीने काहूर माजलं होतं. तात्यांनी एवढ्या रात्री का बोलावलं म्हणून डॉ. संतोष गोंधळून गेला होता. पाऊण तासात डॉ. संतोष शिवारात होते. परब्याच्या घरासमोरच त्यानं गाडी लावली. घरात दिवा मिणमिणत होता. पाऊस अजूनही थोडा थोडा पडत होता. त्यामुळे आवाज होत होता. डॉ. संतोष गाडीतून उतरून परब्याच्या घरात शिरला. तिथेच तात्या एका खुर्चीत बसले होते. परब्या व त्याची बायको बया आडोशाला उभे होते. परब्या पुढे होत म्हणाला,

"या भाऊ. बसा!" परब्या डॉ. संतोषला भाऊ म्हणूनच संबोधित होता. शेजारीच खाटेच्या टोकावर बसत, डॉ. संतोषने प्रश्नार्थक मुद्रेने पाहिलं. अजूनही त्याच्या चेहऱ्यावर गोंधळ कायम होता.

या सर्वांनीच एकमेकांकडे पाहिलं. तेवढ्यात शेजारीच काहीतरी हालचाल व वळवळत असल्याचं डॉ. संतोषच्या लक्षात आलं. घुर्रर्रऽऽ असा आवाज येताच डॉ. संतोषने निरखून पाहिलं आणि तो पाहतच राहिला. आश्चर्याने उद्‌गारला.

"हे काय आहे?"

समोर नवजात आणि अतिशय सुदृढ सावळ्या रंगाचं बाळ हालचाल करत होतं. त्याचं डोकं व डोळे सोडता इतर अवयव नॉर्मल वाटत होते. डोळे व डोकं सर्वसामान्य बालकापेक्षा खूपच मोठं होतं. त्याची हालचाल कमालीची होत होती आणि तोंडातून विशिष्ट प्रकारचा आवाज निघत होता. तात्या तत्काळ उत्तरले,

"संतोष! हे बाळ थोड्या वेळापूर्वी त्या महाकाय छत्रीजवळ सापडलं." दुर्बिणीला छत्री म्हणण्याची इकडे पद्धत होती.

"व्हय भाऊ! पाऊस पडतोय म्हणून मी थोडं बाहेर शिवारात गेलो, तर छत्रीच्या खाली मला रडण्याचा आवाज आला. मी बयेला बॅटरी घेऊन बोलावलं. छत्रीजवळ जाताच, हे बाळ पाण्यात भिजत जमिनीवर पडलं होतं आणि रडत होतं. बयेनं त्याला उचलून पदराखाली घेतलं आणि आम्ही तडक घरात घेऊन आलो. आम्ही गोंधळलो. तात्याला लागलीच बोलावून आणलं. तोपर्यंत बयेनं पोराचं अंग टिपून खाटेवर टाकलं होतं. या एवढ्याशा जिवाला रात्रीचं कोणी टाकलं असंल?"

"काय आई-बाप आहेत की राक्षस?" बया रागाने उत्तरली.

"तात्यांना आम्ही सारं सांगितलं. तात्या म्हणाले, आपण संतोषला बोलावून घेऊ. मग ठरवू." परब्या म्हणाला.

"होय संतोष! मला वाटलं ही केस वेगळीच आहे. म्हणून तुझा सल्ला घेऊनच पुढे जावं. या बालकाचं काय करायचं. पोलिसात..." तात्यांचे शब्द मध्येच खंडित करत परब्या म्हणाला,

"नाही भाऊ. एवढ्याशा जीवाला पोलिसात नको."

''भाऊ... खरंच, कुठंबी देऊ नका या बाळाला. आम्हालाबी पोरबाळ नाही. सांभाळीन मी. माझं लेकरूच जणू.'' बया काकुळतीला येऊन म्हणाली. तिचे हातही जोडले गेले होते.

डॉ. संतोषने आजूबाजूला पाहिलं. निःश्वास सोडला. असं कुणी आपल्या पोटचा गोळा सोडून जाईल याच्यावर त्याचा प्रथम विश्वासच बसत नव्हता; पण मानव निर्दयी होऊ शकतो, याची प्रचिती त्याला होती. त्याने परब्या व बयेकडे पाहिलं. त्यांच्या चेहऱ्यावर अगतिकता दिसत होती. तात्यांकडे पाहत डॉ. संतोष म्हणाला,

''तात्या! मला माहीत नाही याचा परिणाम काय होईल. या बाळाला पोलिसांच्या किंवा अनाथ आश्रमाच्या ताब्यात देण्यापेक्षा परब्या-बयाजवळच राहू द्यावं. तेच त्याचा चांगला सांभाळ करू शकतील. काही प्रश्न उद्‌भवलेच तर आपण आहोतच.''

''अगदी माझ्या मनातला बोलला, संतोष. फक्त आपल्यालाच ही गोष्ट माहिती आहे. त्यांनाही अपत्यसुख मिळेल. काहीही हरकत नाही.'' तात्या आनंदाने म्हणाले.

परब्या व बया दोघंही आनंदले. बया अगतिकतेने खाटेजवळ आली व बाळाला उचलून तिनं छातीशी कवटाळलं. डॉ. संतोषकडे पाहत म्हणाली,

''भाऊ, आजपासून हे माझंच लेकरू.''

तात्या व संतोष दोघंही उठले. तात्यांनी बयेच्या डोक्यावर हात ठेवून आशीर्वाद दिला. डॉ. संतोषने बाळाकडे पाहिलं. त्याचे डोळे क्षणिक चमकले. प्रारणे बाहेर पडत असल्यासारखे. त्यांनी डोळे बंद केले. पुन्हा उघडले. ते बाळ मिणमिणत्या प्रकाशातही मिश्किलपणे हसत असल्याचा भास डॉ. संतोषला झाला. डॉ. संतोष स्वतःशीच हसला; पण त्याच्या मेंदूने एका वेगळ्या संकेताची नोंद मात्र घेतली होती. या वेळी ते सांगणं मात्र कठीण होतं.

तात्या व डॉ. संतोष बाहेर पडले. पाऊस अजूनही पडतच होता. डॉ. संतोषने तात्यांना घरी सोडलं व आईला भेटून डॉ. संतोष खोडदला निघाले. त्याला थांबणं शक्य नव्हतं. पुन्हा जाऊन नियंत्रण कक्षातील संकेतांचा अभ्यास करायचा होता. गोंधळात अजून भरच पडत होती.

पहाटेचे पाच वाजले होते. पावसाचा जोर आता अधिकच वाढला होता. या वेळी त्या बाळाचे चमकणारे डोळे व डोकं त्याच्या डोळ्यांपुढे येत होतं. कुठलाही अन्वयार्थ त्याला या वेळी लावता येत नव्हता.

गाडी मुख्य रस्त्यावरनं येऊन जी.एम.आर.टी.च्या आवारात शिरली होती. गाडी पार्क करून, डॉ. संतोष नियंत्रण कक्षात शिरला. तिथे दोघं कनिष्ठ सहायक अर्धवट झोपेत होते.

काही सांकेतिक लहरी पुन्हा आल्याचं त्याच्या लक्षात आलं. हे काय आहे अजूनही लक्षात येत नव्हतं. गुंता वाढतच जात होता. पुन्हा काही डेटा एन्ट्री करून

तो उठला आणि अभ्यागत निवासातील आराम कक्षात गेला. सकाळी यावर सखोल विचार करायचा म्हणून, डॉ. संतोषने अंग टाकलं. क्षणात त्याला झोप लागली.

दुसऱ्या दिवशी डॉ. संतोष लागलीच प्रयोगशाळेत हजर झाला. या वेळी प्रशासकीय कर्मचारी व इतर शास्त्रज्ञांची वर्दळ वाढली होती. डॉ. संतोष नियंत्रण कक्षात आला. तिथे त्यांचे अधिक काही सहायक उपस्थित राहून, सिग्नल प्रोसेसिंग करण्यात गुंतले होते. हे त्यांचं नियमित काम असल्याने, त्यांनी कामाला सुरुवात केली होती.

डॉ. संतोषने पुन्हा बावन्नाव्या दुर्बिणीशी संबंधित असणाऱ्या कॉम्प्युटरचा ताबा घेतला आणि तो आश्चर्याने पाहतच राहिला. रात्रभरातून बऱ्याच सांकेतिक लहरींची देवाण-घेवाण झाली होती. ती काय होती, अजूनही त्याच्या लक्षात येत नव्हतं. हा अनाकलनीय संकेत होता. त्यात काय होतं? कुठून येत होता? काहीच अर्थबोध होत नव्हता.

डॉ. संतोषने मोबाइल काढला आणि मेमरीतून नंबर काढून प्रेस केला.

"हॅलोऽऽ सर!"

"हं! हॅलो, संतोष, बोल." पलीकडून जी.एम.आर.टी.चे संचालक डॉ. सिन्हा बोलत होते.

"सर! आपण आता कुठं आहात?"

"अरे! मी आत्ताच गाडीत बसलोय. खोडदला यायला निघालोय. काही महत्त्वाची प्रशासकीय व प्रायोगिक कामं आहेत. का रे? कशासाठी?" डॉ. सिन्हांचा प्रतिप्रश्न.

"ठीक आहे, सर. तुम्ही येतच आहात. तुम्ही इकडे येऊ शकाल का? यासाठीच विनंती करणार होतो." डॉ. संतोषचा विश्वास.

"काही अर्जंट आहे का?" डॉ. सिन्हांचा काळजीचा स्वर.

"होय सर, तुमच्याशी एका महत्त्वाच्या परिणामावर चर्चा करायचीय."

"कुठल्या?"

"सर, काल रात्रीपासून. काही वेगळे संकेत दुर्बिणीने दिलेत. ते कुठून येताहेत कळत नाहीये. शिवाय, त्यांची वारंवारिता व तरंगलांबी खूपच जास्त आहे. विद्युत चुंबकीय पटलाच्या बाहेरच्या रेडिओलहरी आहेत. पृथक्करण करणं अवघड झालं आहे." डॉ. संतोषने माहिती दिली.

"काय म्हणतोस, संतोष. पटलाबाहेरच्या रेडिओलहरी. व्हेरी इन्टरेस्टिंग... मी दीड तासात आलोच. लेट्स सी."

"ठीक आहे, सर. मी वाट पाहतोय." मोबाइल बंद झाला.

डॉ. संतोष पुन्हा त्या संकेतलहरीच्या विश्लेषणात मग्न झाला. त्याला आता

काही कनिष्ठ शास्त्रज्ञही साहाय्य करत होते; पण ते या सिग्नल प्रोसेसिंगमध्ये निष्णात नसल्याने त्यांच्या आकलनापलीकडे होते. डॉ. संतोष जेवढं काम सांगत होता, तेवढीच आकडेमोड करण्याची मदत ते करत होते.

दोन तास डॉ. संतोष व्यग्र होता. डॉ. सिन्हा नियंत्रण कक्षेत हजर झाले होते. डॉ. संतोषने एक खुर्ची ओढली व त्यावर डॉ. सिन्हा आसनास्थ झाले. इतर शास्त्रज्ञही जमा झाले होते. डॉ. संतोषने कॉम्प्युटर स्क्रीनवर दाखवण्यास सुरुवात केली.

स्क्रीनवर अद्‌भुत व अकल्पित सांकेतिक लहरी बघून डॉ. सिन्हाही आश्चर्यचकित झाले. त्यांच्या चाळीस वर्षांच्या कारकिर्दीमध्ये असे संकेत त्यांना मिळालेच नव्हते. हे निश्चितच वेगळे संकेत आहेत याची त्यांना खात्री पटली. ते म्हणाले,

"संतोष? कधी मिळाले तुला हे संकेत?"

"सर, काल रात्रीच आणि कमी-अधिक प्रमाणात त्यांची प्रखरता वाढतच आहे." डॉ. संतोषने सांगितलं.

डॉ. सिन्हा थोडेसे गंभीर झाले. त्या संकेताकडे पाहत डॉ. सिन्हा विचार करत म्हणाले,

"संतोष, मला वाटतं यासारखा आकार व प्रखर असणाऱ्या लहरी फक्त सजीव सृष्टीकडूनच येऊ शकतात."

"काय म्हणताय, सर?"

"होय संतोष, दिस इज ट्रू. यात काय दडलंय हे आपल्याला त्वरित शोधावं लागेल." एका कनिष्ठ शास्त्रज्ञाकडे पाहत डॉ. सिन्हा पुढे म्हणाले, "डॉ. मोहन पालखेंना बोलावता का?"

कनिष्ठ शास्त्रज्ञ त्वरेने बाहेर गेला.

डॉ. सिन्हा मोठे शास्त्रज्ञ होते. या दुर्बिणी उभारण्यात त्यांचा सिंहाचा वाटा होता आणि विश्वातून वेगवेगळ्या आकाशगंगा व ग्रहांपासून उत्सर्जित होणाऱ्या लहरींवर त्यांचं संशोधन प्रसिद्ध होतं. कुठला संकेत कसा आहे, हे त्यांना तत्काळ कळत असे. म्हणूनच डॉ. संतोषने दाखवलेल्या संकेतावर ते चिंतित व धीरगंभीर झाले होते.

डॉ. मोहन पालखेंनी प्रवेश केला होता. डॉ. सिन्हा म्हणाले,

"डॉ. पालखे, डॉ. संतोषला या काही सांकेतिक लहरी मिळालेल्या आहेत. त्याचं पृथक्करण करणं गरजेचं आहे; पण त्या लहरी विद्युत चुंबकीय पटलाच्या बाहेरील आहेत. सो युवर जॉब इज व्हेरी टफ. कॅन यू?"

"येस सर, श्योऽऽ फर्स्ट लेट मी सी." डॉ. पालखेंनी स्वत: त्या संकेतलहरी पाहिल्या आणि तेही क्षणभर पाहत राहिले आणि म्हणाले,

“अ‍ॅमेझिंग! सर, हा मोठाच परिणाम आहे. यात काय दडलंय हे शोधायचं म्हणजे एक मोठंच चलेन्ज आहे. डॉ. संतोष, तुम्ही हा डेटा माझ्या सेक्शनला फीड करा. आय विल ट्राय माय लेव्हल बेस्ट.” डॉ. पालखें साशंकतेने उत्तरले.

“लेव्हल बेस्ट नाही, डॉ. पालखे. यू हॅव टू टेक आउट दि इन्फर्मेशन फ्रॉम दिस सिग्नल.” डॉ. सिन्हा ठासून म्हणाले.

“येस सर! मी मिळवेनच.”

“गुड.” डॉ. सिन्हा हसत म्हणाले.

डॉ. पालखे अतिशय तल्लख बुद्धीचे मध्यमवयीन शास्त्रज्ञ होते. वेगवेगळ्या ग्रहांपासून येणाऱ्या लहरींच्या पृथक्करणात त्यांचा हातखंडा होता. मोर्स कोडवर त्यांचं विशेष संशोधन होतं. म्हणूनच डॉ. सिन्हांनी ही जबाबदारी त्यांच्यावर सोपवली होती. डॉ. संतोष म्हणाला,

“पालखे सर, काही तासांपासून कमी-अधिक प्रमाणात आलेले हे संकेत सारखेच येत आहेत. जर का तुम्हाला काही कळलं तर तुम्ही मला तत्काळ कळवा. विल टेक सम मेजर्स.”

“शुअर, डॉ. संतोष. याचे परिणाम मिळवण्याचे मी शक्य तेवढे प्रयत्न करतो.”

“थँक यू, सर!”

“इट्स माय प्लेजर.” डॉ. पालखे, डॉ. सिन्हा व डॉ. संतोषचा निरोप घेऊन, त्यांच्या प्रयोगशाळेत निघून गेले. जाताना त्यांचा चेहराही गंभीर झाला होता. पंधरा दिवस मध्ये गेले; पण डॉ. पालखे अजूनही त्यातून माहिती मिळवण्यात यशस्वी झाले नव्हते.

डॉ. संतोष, डॉ. पालखेंच्या परिणामांची आतुरतेने वाट पाहत होते; कारण या दरम्यान सांकेतिक लहरी नियमितपणे येऊ लागल्या होत्या. त्यांच्यातील दळणवळण वेगाने होत होतं. डॉ. संतोष व डॉ. सिन्हांची काळजी वाढू लागली होती. पंधरा दिवसांनंतरही परिणाम मिळत नव्हते. गेले पंधरा दिवस डॉ. संतोषला झोप नव्हती.

त्याच रात्री नियंत्रण कक्षात असतानाच डॉ. संतोषचा मोबाइल वाजला.

“हॅलोऽऽ संतोष.”

“काय तात्या? ठीक आहे ना सर्व?”

“अरे, कसलं काय?”

“काय झालं?” डॉ. संतोषचा चिंतित स्वर.

“परब्या-बयाचं बाळ बेशुद्ध पडलंय. कुठलीही हालचाल नाही. श्वसनक्रिया, मेंदू चालू आहे. मी त्याला नारायणगावला घेऊन निघालो.” तात्यांचा घाईतला स्वर.

“असं काय झालं अचानक? काही लागलं का?”

"माहिती नाही. तसं काहीही झालं नाही म्हणतात दोघं. त्याचा तो काळानिळा पडत बेशुद्ध झाला म्हणे." तात्यांनी सविस्तर सांगितलं.

"ठीक आहे तात्या. तुम्ही त्याला डॉ. श्रीकांत बागलेच्या 'स्वीकार' हॉस्पिटलमध्ये न्या. ते निष्णात बालसर्जन आहेत. मी तिथे आलोच."

"आम्ही निघालोच आहे. तुझी वाट पाहतोय." तात्यांनी मोबाइल बंद केला. डॉ. संतोषना काय चाललंय कळतच नव्हतं. इकडे सांकेतिक लहरी तर तिकडे बाळाचं रहस्य. सगळंच त्याच्या दृष्टीने अनाकलनीय होतं; पण पाठपुरावा करावाच लागणार होता.

डॉ. संतोष तत्काळ कक्षेबाहेर येऊन खाली आला व पार्किंगमधून गाडी काढून हमरस्त्यावर आणली. या वेळी आकाश निरभ्र होतं. विचारातच डॉ. संतोषने वेग वाढवला.

अर्ध्या तासातच डॉ. संतोष, डॉ. बागलेंच्या 'स्वीकार' हॉस्पिटलच्या आवारात होता. या परिसरातील हे अद्ययावत बालरुग्णालय होतं आणि डॉ. बागले निष्णात सर्जन होतेच, शिवाय ते पुण्यातीलही बहुसंख्य हॉस्पिटलला अ‍ॅटॅच होते. परदेशातही त्यांना मागणी होती.

हॉस्पिटल चारमजली होतं. दुसऱ्या मजल्यावर डॉ. बागलेंची प्रशस्त केबिन होती. त्यांच्या आजूबाजूला भिंतीलगत काचतावदानामध्ये विविध प्रकारची अर्भके ठेवली होती. अ‍ॅबनॉर्मल अशी. केबिनमध्ये शिरताना डॉ. संतोषने हे सर्व टिपलं होतं. यातून डॉ. बागलेंची संशोधक दृष्टी जाणवत होती. केबिनमध्ये शिरताच डॉ. संतोष म्हणाला,

"डॉक्टर, आत येऊ का?"

समोर बसलेल्या तात्यासाहेबांकडे पाहत डॉ. बागले म्हणाले,

"अरे संतोष, ये ना. बैस. तात्याही आले आहेत." तात्यांच्या शेजारील खुर्चीत बसत डॉ. संतोष म्हणाला,

"तात्या, बाळ कुठं आहे? आणि परब्या, बया?"

"बाळ तिसऱ्या मजल्यावरील आय.सी.यू.त शिफ्ट केलं आहे. त्याचे आई-वडील सोबतच आहेत." डॉ. बागले उत्तरले.

"आय.सी.यू.त? एवढं सीरियस आहे?" डॉ. संतोष आशंकेने म्हणाला.

"तसं आहे किंवा नाही, दॅट वुइ हॅव टू सी! तेच मी तात्यांशी बोलत होतो."

"काय डॉक्टर? एनी सीरिअस मॅटर?"

"संतोष, डॉक्टर म्हणतात, हे बाळ नेमकं दाम्पत्याचंच आहे का?" तात्यांनी पुढे सांगितलं. "मी त्यांना सर्व सांगितलं."

डॉ. संतोष आळीपाळीने तात्या व डॉ. बागलेंकडे पाहू लागला. त्याचा

प्रश्नार्थक चेहरा पाहून डॉ. बागले म्हणाले,

"डॉ. संतोष... तात्यांनी वस्तुस्थिती सांगितल्यावर मी त्या बाळाची सर्व चाचणी केली. किंबहुना, एम.आर.आय.ही काढला. हा बघ." डॉ. बागले बाळाच्या मेंदूच्या असंख्य इमेजेस असलेल्या स्लाइड्स दाखवू लागले व पुढे म्हणाले,

"हा मानवी मेंदूच नाही."

"काय?" डॉ. संतोष आश्चर्यचकित झाला. डॉ. बागलेकडे तो क्षणभर अविश्वासाने पाहत राहिला. तो म्हणाला,

"मानवी मेंदू नाही. मग काय आहे सर हे. बाळ तर सर्वसाधारण आहे."

"तेच आश्चर्यकारक आहे. या बाळाची गुणसूत्रंही वेगळी आहेत. किंबहुना तो या पृथ्वीतलावरचाच नाही." डॉ. बागले शंका व्यक्त करत म्हणाले.

"कसं शक्य आहे, सर! काहीतरी गोंधळ होतोय. मला वाटतं आपण पुन्हा शहानिशा करावी." डॉ. संतोष अजिजीने म्हणाला.

"एक पर्याय आहे." डॉ. बागले म्हणाले.

"कुठला?" तात्यांचा व संतोषचा प्रश्न.

"त्याच्या मेंदूचं ऑपरेशन करून शहानिशा करून घेणं आणि शक्य झाल्यास शुद्धीवर आणणं. ऑपरेशन टेबलावरच आपल्याला बाळाच्या मेंदूची रचना कळू शकेल." डॉ. बागले पर्याय ठेवत पुढे म्हणाले, "आणि एक सांगतो; आपण वेळ घालवायला नको."

डॉ. संतोष व तात्या क्षणभर स्तब्ध व विचार करत राहिले. निर्णय घेणं अटळ होतं; कारण बाळाची स्थिती नेमकी काय आहे हे कळणं गरजेचं होतं. आणि वेळ गेला तर काहीही होऊ शकणार होतं. रहस्य उलगडण्यासाठी बाळ शुद्धीवर येणं गरजेचं होतं. डॉ. संतोष निर्वाणीचं म्हणाले,

"डॉक्टर, प्लीज, यू गो अहेड. बाळ ही वेगळी केस आहे. आपल्याला शोधावंच लागेल. यू कॅन ऑपरेट इट."

"पण त्याचे आई-वडील?" डॉ. बागले शंकेने उत्तरले.

"मी त्यांना सांगतो." तात्या ठामपणे म्हणाले.

तिघंही केबिनमधून बाहेर पडले. आय.सी.यू.त येऊन डॉ. बागलेंनी बाळाला पुन्हा पाहिलं. तो अजूनही बेशुद्धावस्थेतच होता. चेहरा मात्र तरीही टवटवीत होता. डॉ. बागलेंना तेच आश्चर्य वाटत होतं. सहायक डॉक्टरांची टीम तयार होती. परब्या व बयाला काहीच कळत नव्हतं. बयाचं काळीज तुटत होतं. गेल्या काही दिवसांत बाळाशी तिचं नातं जुळलं होतं. ती कासावीस होत होती. तात्यांनी दोघांनाही सांभाळलं व समजावलं होतं.

बाळाला ऑपरेशन थिएटरमध्ये नेण्यात आलं.

बाहेर डॉ. संतोष, तात्या, परब्या व बया बसले होते. लाल दिवा ऑपरेशन चालू असल्याची जाणीव करून देत होता. डॉ. संतोषची वेगळ्याच अर्थाने घालमेल सुरू होती.

तेवढ्यात डॉ. संतोषचा मोबाइल वाजला. नंबर डॉ. सिन्हांचा होता.

"हं सर... संतोष बोलतोय."

"संतोष! मी खोडदला येतोय."

"आता?"

"होय. मी निघालेलोच आहे. तू कुठं आहेस?" डॉ. सिन्हा.

"सर! मी नारायणगावात एका हॉस्पिटलमध्ये आहे." डॉ. संतोषने माहिती दिली.

"हॉस्पिटल? सर्व ठीक आहे ना?" डॉ. काळजीने म्हणाले.

"ठीक आहे, सर! पण तुम्ही आत्ता कुठे आहात?" डॉ. संतोषने अंदाज घेतला.

"मी आता पाच मिनिटांत नारायणगावला पोहोचणार आहे."

डॉ. संतोष त्यावर तत्काळ म्हणाला,

"सर! मग तुम्ही सरळ डॉ. बागलेंच्या स्वीकार हॉस्पिटललाच या. आपण इथेच काही महत्त्वाचं बोलू."

"ठीक आहे. मी पोहोचलोच." मोबाइल बंद झाला.

थोड्याच वेळात डॉ. सिन्हा स्वीकार हॉस्पिटलला पोहोचले. ऑपरेशन थिएटर बाहेरील वातावरण बघून ते साशंक झाले.

डॉ. संतोषने शांतपणे गेल्या काही दिवसांतील घटना सांगितल्या. बाळाची हकिकतही सांगितली. डॉ. सिन्हा गंभीर झाले. गुंतागुंत वाढली होती आणि त्यामागील धागे जुळवण्याचा ते प्रयत्न करत होते. ते म्हणाले,

"संतोष! हे सगळंच अद्भुत वाटत आहे. इज इट टु? कारण या सगळ्यांचाच एकमेकांशी संबंध आहे असं वाटतं?"

"तेच रहस्य उलगडण्यासाठी ऑपरेशन चाललं आहे." डॉ. संतोष सकारात्मक बोलला.

"डॉ. पालखेंचा फोन आला होता?" डॉ. सिन्हांनी विचारलं.

"नाही सर. त्या सांकेतिक लहरींचा उलगडा अजून झालेला नाही. त्याचं म्हणणं संकेतातील प्रखरतेत दिवसेंदिवस वाढच होत आहे. मला त्यांच्याकडून खूपच अपेक्षा आहे, सर!" डॉ. संतोष अपेक्षेने म्हणाला.

"त्या संकेतलहरींमध्ये खूप गुंतागुंत असल्याचं ते म्हणाले होते. त्यांच्यासारख्या निष्णात शास्त्रज्ञाला झटावं लागत आहे. काही गोष्टींची चर्चा करण्यासाठीच त्यांनी

मला विनंती केली होती. म्हणून मी रात्रीच निघालो.'' डॉ. सिन्हांनी माहिती दिली.

त्या दोघांत बरीच चर्चा झाली. तात्या ऐकत होते. परब्या व बयेला काहीच कळत नव्हतं.

दोन तासांनंतर डॉक्टर बागले बाहेर आले. ते म्हणाले,

''सिम्पली अॅमेझिंग. असा मानवी मेंदू मी कधीही पाहिला नाही. प्लीज, कम इन, आय विल शो यू.''

तशाही परिस्थितीत डॉ. संतोषने, डॉ. सिन्हांची ओळख करून दिली. डॉ. बागले नतमस्तक होत दोघांनाही ऑपरेशन थिएटरमध्ये घेऊन गेले.

ऑपरेशन टेबलावर बाळाचा देह निपचित पडला होता. समोरच टीव्ही स्क्रीनवर त्याच्या शल्यचिकित्सा केलेल्या मेंदूची प्रतिकृती दिसत होती. डॉ. बागले म्हणाले,

''संतोष, मानवी मेंदूची अशी ठेवण नाहीच मुळी. या मेंदूत जैवशास्त्रीय असं बरंच आहे. अशा परिस्थितीत हे बाळ असं जिवंत राहणं केवळ अशक्य आहे. निसर्गातील हा अपघात म्हणायचा का?''

डॉ. बागले, डॉ. सिन्हा व डॉ. संतोषना बरंच काही सांगत होते. ते त्यांच्या आकलनापलीकडचं होतं; पण मानवी मेंदूची रचना दोघांनाही ज्ञात होती. बाळाच्या मेंदूतच वेगवेगळ्या आकाराचे छोटेसे अवयवही होते. त्यांचं कार्य काय, हे डॉ. बागलेंनाही कळत नव्हतं.

तेवढ्यात डॉ. संतोषचा मोबाइल वाजला. पलीकडून डॉ. पालखे होते.

''हं! बोला सर!'' डॉ. संतोष अधीरतेने म्हणाला.

''संतोष, संकेत लहरींचं विश्लेषण करण्यात मी यशस्वी झालो. इट्स रिअली अॅमेझिंग. अविश्वसनीय. कित्येक प्रकाशवर्षं दूर असणाऱ्या आकाशगंगेत ते इथं नारायणगावात येत आहेत आणि आश्चर्य म्हणजे इथूनही त्यांना प्रतिसाद दिला जात आहे. मुख्य म्हणजे त्या विश्लेषणात तुझीही प्रतिमा आहे.'' डॉ. पालखे सांगू लागले.

''काय म्हणताय, सर? माझी प्रतिमा? कसं शक्य आहे?''

''होय! कारण ती इथून प्रक्षेपित करण्यात आली आहे.'' डॉ. पालखेंचं विश्लेषण.

''काय? इथून?'' आणि डॉ. संतोषच्या डोक्यात त्याच क्षणी लख्ख प्रकाश पडला. बाळाचे चमकणारे डोळे त्याच्या पुढे तरळून गेले. ते डोळे तर कॅमेरा आणि प्रक्षेपणाचे काम तर करत नाहीत ना, या विचाराने डॉ. संतोष सुन्न झाला. तो निपचित पडलेल्या बाळाकडे अविश्वासाने पाहत होता. डॉ. पालखे पुढे काही बोलत होते; पण त्यांचं लक्षच नव्हतं; कारण लहरीतील माहितीनेही तो हादरला होता.

डॉ. सिन्हा व डॉ. बागले त्याच्या भयभीत चेहऱ्याकडे पाहत राहिले.

डॉ. सिन्हांकडे मोबाइल देत डॉ. संतोष म्हणाला,

"सर! प्लीज, यू टॉक टू डॉ. पालखे. ते काहीतरी लहरींबद्दल सांगत आहेत. त्यात त्यांना माहिती मिळालेली आहे." डॉ. सिन्हांनी अधीरतेने मोबाइल कानाला लावला.

"हं! बोला पालखे."

"सर! या संकेतामध्ये प्रगत जीवसृष्टीचा उल्लेख आहे आणि तेथील अनागोंदीमुळे त्यांना पृथ्वीसारखा ग्रह व जीवसृष्टी हवी आहे. याविषयी त्यांच्यात अजून देवाण-घेवाण सुरू आहे. आपल्या पृथ्वीची माहिती क्षणाक्षणाला जात आहे. सर, ती शोधून खंडित करायला हवी. नाहीतर येत्या काळात पृथ्वीवर अरिष्ट येईल, हे निश्चित." डॉ. पालखेंनी माहिती व त्यातील जोखमीचा उल्लेख करून मोबाइल बंद केला.

डॉ. सिन्हा खालीच बसले होते. काय करावं त्यांना सुचत नव्हतं. डॉ. बागलेंना परिस्थितीची व गांभीर्याची कल्पना येत नव्हती.

डॉ. संतोष उठला व बाळाजवळ येत डॉ. बागलेंना म्हणाला,

"डॉ. बागले, या बाळाची हृदयक्रिया तुम्ही बंद करू शकता का?"

"काय? हृदयक्रिया बंद? म्हणजे मृत्यू देणं. काय म्हणताय तुम्ही हे संतोष?" डॉ. बागलेंचा अविश्वास.

"सर, मी अतिशय जबाबदारीने हे बोलतोय; कारण आता तोच एकमेव मार्ग आहे." डॉ. संतोष म्हणाला.

"कुठला मार्ग?" डॉ. सिन्हा न समजून उत्तरले.

"सर, डॉ. पालखेंनी जे निष्कर्ष काढले, त्याला हे बाळच कारणीभूत आहे."

"ते कसं काय?" डॉ. सिन्हांचा प्रतिप्रश्न.

"कारण, मला कळलंय हे बाळ परग्रहीय आहे आणि तोच खऱ्या अर्थाने प्रक्षेपक आणि ग्राहक म्हणून कार्यरत आहे." डॉ. संतोष पुढे होऊन बाळाच्या मेंदूकडे निर्देश करत म्हणाला, "सर, हे बघा जैव व रासायनिक मिश्रणांचे हे अवयव आहेत आणि तेच रेडिओलहरींचे प्रक्षेपक व ग्राहक म्हणून कार्यरत आहेत. सर, तो अजूनही आपली सर्व माहिती प्रक्षेपित करत आहे. ते थांबवणं आवश्यक आहे."

"पण कसं?" डॉ. सिन्हा व डॉ. बागलेंचा एकाच वेळी प्रश्न.

"या बाळाची हृदयक्रिया बंद पाडून; कारण प्रक्षेपक व ग्राहकांना त्याच्या हृदयापासून ऊर्जा मिळतेय हे माझ्या लक्षात आलं आहे. ते जर बंद झालं तर आपली माहिती जाणं थांबेल; कारण सर, या माहितीद्वारे अनिश्चित वेगाने ते आपल्या मानव जातीचा अभ्यास करत आहेत. याचाच अर्थ ते खूप प्रगत आहेत, हे लक्षात येतं.

ही माहिती थांबवणं केवळ या बाळाच्या मृत्यूनेच शक्य आहे.'' डॉ. संतोषने वस्तुस्थिती सांगितली.

डॉ. सिन्हा दिङ्मूढ झाले. डॉ. बागलेही अस्वस्थ झाले. डॉ. सिन्हांचा पूर्ण विश्वास होता. गेले काही महिने तो या संकेतावर झटला होता. त्याचाच हा शोध होता. म्हणूनच मानवजातीसाठी काहीतरी निर्णय घेणं गरजेचं होतं. डॉ. सिन्हा, डॉ. बागलेंकडे पाहत म्हणाले,

''डॉ. बागले, संतोष सांगतोय ते खरं आहे. जर हे आपण थांबवलं नाही, तर उभी मानवजातच पणाला लागणार आहे.''

''सर, पण वैद्यकीय एथिकलमध्ये एखाद्याचा जीव घेणं म्हणजे गुन्हा आहे.'' डॉ. बागलेंचा गोंधळलेला स्वर.

''बरोबर आहे डॉ. बागले; पण कधी? मानवानेच मानवजातीवर असं केलं तर तो प्रश्न येतो. इथं तर हे अरिष्ट आहे. हा परजीवी आहे. त्याचा हेतू चांगला नाहीये, हे तो प्रक्षेपित करत असलेल्या लहरींवरून ज्ञात होत आहे. हे फार घातक आहे. मानवजातच नष्ट होण्याच्या मार्गावर आहे. हे आपण थांबवलं पाहिजे. सो प्लीज डॉ. बागले, मानवाचं संरक्षण करणं हे तुमचं प्रथम कर्तव्य आहे.'' डॉ. सिन्हा भावनावेगाने बोलत होते. डॉ. बागले भानावर आले. वस्तुस्थितीची जाणीव होताच ते निर्धाराने म्हणाले,

''सर, आय विल डू इट.''

आणि ते पुढे सरसावले. त्यांनी हृदयक्रिया बंद पाडण्याचं इंजेक्शन बाळाच्या कमरेत दिलं.

हृदयक्रिया बंद पडताच, बाळाच्या मेंदूतून निळ्याशार रंगाची प्रारणे बाहेर पडू लागली. ती खोली संपूर्णतः निळ्या प्रकाशाने न्हाऊन निघाली. सर्वच आश्चर्याने पाहत राहिले. हळूहळू बाळाच्या शरीरातील अवयव शिथिल होत गेले. तसा मेंदूतून प्रकाशित होणारा निळा प्रकाश थांबला होता.

तेव्हा डॉ. पालखेंचा पुनश्च फोन आला. डॉ. संतोषने अधीरतेने मोबाइल घेतला.

''संतोष! थँक गॉड. सांकेतिक लहरी प्रक्षेपित होणं पूर्णतः थांबलंय. देवाण-घेवाण खंडित झालीय.''

डॉ. संतोषने दीर्घ निःश्वास सोडला व म्हणाला,

''सर, आपण यशस्वी झालोत. बाळाने लहरी प्रक्षेपित करणे पूर्णतः थांबवले आहे.'' पुढे डॉ. बागलेकडे पाहत म्हणाला, ''डॉक्टर, या बाळाचा मृतदेह एका शिशाच्या पेटीत बंद करून चार मीटर खड्डा खणून पुरून टाकला पाहिजे.''

''पण का?'' डॉ. बागलेंचा स्वाभाविक प्रश्न.

''कारण परग्रहवासीयांच्याही लहरी त्याच्यापर्यंत येऊ नयेत, म्हणून ही काळजी

घ्यायचीय. यापुढे कुठल्याही पद्धतीचं दळणवळण होता कामा नये.'' डॉ. संतोषने सांगितलं.

डॉ. सिन्हा पुढे येत खांद्यावर थोपटत म्हणाले,

''गुड! माय बॉय. वेलडन. मानव जातीचा विचार करून तू मोठं कार्य केलं आहेस. मला तुझा अभिमान आहे. तुझं संशोधन त्याकामी आलं. कीप इट अप.''

''थँक यू, सर!'' डॉ. संतोष ओशाळला.

क्षणात बाळाची विल्हेवाट लावली गेली. कुठलाही सुगावा परग्रहवासीयांसाठी ठेवण्यात आला नाही.

डॉ. बागलेंचे शतशः आभार मानून, डॉ. संतोष व डॉ. सिन्हा हॉस्पिटलबाहेर पडले. या वेळी दोघांच्याही चेहऱ्यावर आनंद व समाधान होतं.

परग्रहावरील जीवसृष्टीचा शोध घेताना त्याचा परिणाम कसा होईल, याची शाश्वती नसते; पण तरीही संशोधन मात्र थांबत नाही.

डॉ. संतोष स्वत:शी हसला. दोघंही गाडीत बसले. गाडी खोडदच्या दिशेने जाऊ लागली. या वेळचं वातावरण मात्र सुखावह होतं.

❖

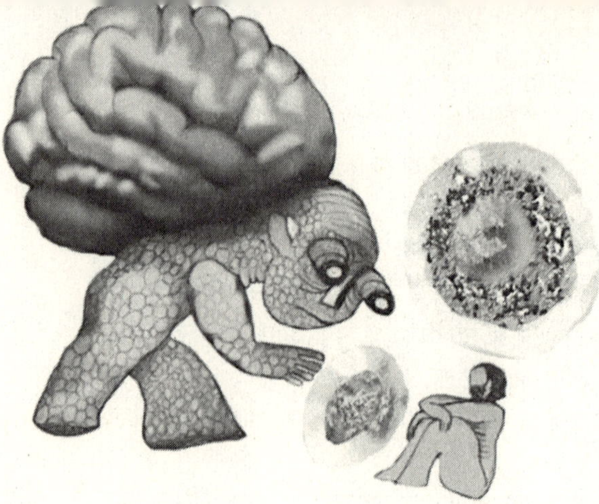

अगम्य

"**स**र... आत येऊ का?"

डॉ. गणेशन कुठलातरी संशोधन पेपर चाळण्यात मग्न होते. त्यांच्या शेजारीच असलेल्या कॉम्प्युटरवरही काही संशोधन पेपर्स त्यांनी डाउनलोड करून ठेवले होते. एका मुख्य संशोधन प्रकल्पावर ते सध्या काम करत होते. वाचण्यात मग्न असल्या कारणानं त्यांनी दचकून वर पाहिलं आणि क्षणात म्हणाले, "अरे सुमेध... ये, ये! काय झालं आपल्या प्रयोगाचं?"

सुमेध त्यांच्याकडे अदबीनं पाहत म्हणाला, "सर, तेच सांगण्यासाठी आलोय. तुम्ही सांगितल्याप्रमाणे मी विविध अल्फा (हेलिअम मूलद्रव्य) कणांचे किरणोत्सारी स्रोत वापरून न्यूट्रॉन सोर्स तयार केलेले आहेत... आणि न्यूट्रॉन्सची मात्रा मोजण्यासाठीचा प्रयोगही प्रस्थापित केलेला आहे. तुम्ही येऊन बघता का?"

"निश्चितच!" हातातला संशोधन पेपर बाजूला ठेवत ते म्हणाले. "चल, मी सांगितल्याप्रमाणे सेटअप केलाय का?"

"होय सर."

"चल तर मग–" डॉ. गणेशन उठत म्हणाले.

दोघंही डॉ. गणेशनच्या केबिनबाहेर पडले आणि समोर कॉरिडॉरमध्ये येऊन डावीकडील कोपऱ्यावरच्या प्रयोगशाळेत शिरले. त्या प्रयोगशाळेच्या दारावर 'किरणोत्सर्ग क्षेत्र' म्हणून लिहिलं होतं व त्याखाली किरणांच्या धोक्याचं चिन्ह होतं.

प्रयोगशाळेत जागोजागी शिशाचा बारीक पत्रा लावलेल्या काँक्रीटच्या जाड भिंती होत्या. शक्तिमान किरणांना थांबविण्यासाठीची ती सर्व योजना होती, जेणेकरून किरणोत्सर्गाची बाधा बाहेर होणार नाही.

आत प्रयोगशाळेच्या कोपऱ्यात प्रयोग सेटअप केला होता. तिथे येताच सुमेधनं हातात हातमोजे घातले, एका शिशाच्या बॉक्समधून बाटली काढली व डॉ. गणेशनना म्हणाला,

"या अशा चार बाटल्या वेगवेगळ्या अल्फा कणांचे किरणोत्सर्ग वापरून तयार केलेल्या आहेत."

"कुठले किरणोत्सर्ग घेतलेत?"

"पोलोनिअम, रेडियम, ॲमरशिअम आणि प्लुटोनियम."

"हे सर्वच द्रवरूपात मिळालेत का?" डॉ. गणेशननं विचारलं.

"होय सर, हे सर्व द्रवरूपात असल्या कारणाने त्यात बेरिलिअम मूलद्रव्याची सूक्ष्म पावडर मिसळणं शक्य झालं. यानेच पोलोनिअम किंवा रेडियममधून अल्फा कण बाहेर पडून, बेरिलिअम अणूशी नाभिकीय क्रिया (Nuclear Reaction) घडून आली आणि त्यातूनच न्यूट्रॉन्स बाहेर पडले." सुमेधनं स्पष्टीकरण दिलं.

"न्यूट्रॉन्सची साधारण ऊर्जा किती आहे?"

"सर्व न्यूट्रॉन्सची शक्ती सरासरी दोन मिलियन इलेक्ट्रॉन व्होल्ट एवढी आहे. तसा याचा सलग वर्णपटल आहे. यात सर्व प्रकारचे शक्तिमान न्यूट्रॉन्स आहेत."

"न्यूट्रॉन मात्रा (dose) किती आहे? मोजलीस का?" –डॉ. गणेशनचा प्रश्न.

"नाही सर! तीच मोजण्यासाठीचा हा प्रयोग आहे. यात गॅमा रे स्पेक्ट्रोस्कोपी वापरलेली आहे. तुमच्यासमोरच तो प्रयोग करावा, म्हणून तुम्हाला बोलवलंय." सुमेध उत्तरला.

"गो अहेड." डॉ. गणेशन डोळ्यांवरचा चष्मा हातात घेत स्पेक्ट्रोस्कोपी न्याहाळत म्हणाले.

सुमेधनं डिटेक्टरसमोर ॲल्युमिनियम पत्रा गुंडाळलेला न्यूट्रॉन सोर्स ठेवला आणि पॉवर सप्लाय, ॲम्प्लिफायर– सर्वकाही सुरू केलं... आणि कॉम्प्युटरवर हव्या त्या गॅमा किरणांच्या ऊर्जेचा पीक दिसू लागला. त्यावरून सुमेधनं लागलीच समीकरणांच्या साह्याने न्यूट्रॉन्सची मात्रा काढली. इतर न्यूट्रॉन सोर्सवरही त्यानं हाच प्रयोग केला व त्यांची मात्रा काढून घेतली. या प्रयोगांना साधारण दोन तास लागले; पण डॉ. गणेशनही तिथून हलले नाहीत. शेवटपर्यंत ते तिथेच होते. ते म्हणाले,

"सुमेध, कुठल्या सोर्सची मात्रा जास्त मिळाली?"

"सर, पोलोनिअम-बेरिलिअम हा सोर्स जास्त परिणामकारक आहे, असं दिसतं; कारण इतर सोर्सच्या तुलनेत याची मात्रा जास्त आहे. साधारण एका सेकंदात एक कोटी एवढे न्यूट्रॉन्स बाहेर पडताना दिसत आहेत. बाकी न्यूट्रॉन सोर्स याच्यापेक्षा कमीच आहेत."

"व्हेरी गुड, सुमेध! आपल्याला अशाच न्यूट्रॉन सोर्सची आवश्यकता होती. यू

रिपीट अॅण्ड ऑप्टिमाइझ दि ऑल न्यूट्रॉन सोर्सेस... आणि मग माझ्या केबिनमध्ये ये. हा सोर्स वापरून पुढच्या प्रयोगाची योजना सांगतो.''

''ठीक आहे, सर, मी आलोच.''

डॉ. गणेशन किरणोत्सारी पदार्थांच्या प्रयोगशाळेतून बाहेर पडले.

सुमेधनं पुन्हा एक एक न्यूट्रॉन सोर्स काळजीपूर्वक हाताळला व त्याची मात्रा मोजली. पुन्हा पोलोनिअम-बेरिलिअम सोर्सचीच मात्रा जास्त आढळली होती. त्यामुळे तो चांगलाच उत्तेजित झाला. तो पुन्हा काही प्रयोग करण्यामध्ये गढून गेला.

डॉ. गणेशन हे पंचावन्न वर्षांचे गृहस्थ होते. सावळे, शरीराने किडकिडीत; पण चपळ असणारे; मात्र त्यांना सतत बडबड करण्याची सवय होती. ते नाभिकीय क्षेत्रातील एक बुद्धिमान शास्त्रज्ञ होते. आता ते बी.ए.आर.सी. (BARC)च्या नाभिकीय भौतिकशास्त्र विभागाचे प्रमुख होते. बी.ए.आर.सी.त त्यांचा प्रवेश ट्रेनिंग स्कूलमार्फतच झाला होता. प्रथम त्यांनी सैद्धांतिक भौतिकशास्त्रात काम केलं, नंतर त्यांना प्रायोगिक– मुख्यत्वे नाभिकीय वैद्यकशास्त्रामध्ये रुची निर्माण झाली. त्यानुसार त्यांनी स्वत:त बदल घडवून आणले. आज ते या क्षेत्रातील एक अग्रगण्य शास्त्रज्ञ होते. अलीकडे ते विविध प्रकारची किरणे व जैवपेशी यांवर संशोधन करत होते. त्यांच्या हाताखाली बऱ्याच कनिष्ठ शास्त्रज्ञांनी संशोधन पदव्या प्राप्त केल्या होत्या.

सुमेध साळवे हा तरुण आत्ताच ट्रेनिंग स्कूलमधनं येऊन, त्यांच्या विभागात शास्त्रीय अधिकारी म्हणून रुजू झाला होता. तोही अंगानं सडपातळ व गोरटेला होता. त्याचं लग्न झालं होतं आणि त्याला नुकतीच पुत्रप्राप्ती झाली होती. तसा सुमेध हुशार व प्रामाणिक होता. दिलेलं काम तो मनोभावे करत असे. शिवाय, स्वत: विचार करून त्यातनं मार्गही काढत असे. हा होतकरू मुलगा डॉ. गणेशनच्या नजरेत आला होता आणि त्याला त्यांनी संशोधन करण्यासही प्रवृत्त केलं होतं. नोकरी करत असताना विद्यावाचस्पतीची पदवी मिळविण्याची योजना बी.ए.आर.सी.त प्रभावीपणे राबवली जात असे; पण मार्गदर्शक म्हणून फक्त विभागप्रमुखांनाच विद्यार्थी घेण्याची मुभा होती. त्यानुसार तेथील शास्त्रज्ञांवर बंधनं आली होती. त्यातच कनिष्ठ व वरिष्ठ शास्त्रज्ञ या दर्जांमुळे बऱ्याच विभागांमध्ये बेबनाव निर्माण झाला होता; पण तरीही काही जण नेटाने संशोधन करत असत. त्यातीलच डॉ. गणेशन होते. ते नाभिकीय वैद्यकशास्त्रामध्ये संशोधन करत असल्याने, त्यांच्या डोक्यात अफलातून कल्पना निर्माण होत होत्या; फक्त त्या कल्पना राबविणारे हात त्यांना मिळत नव्हते; पण सुमेधच्या रूपाने त्यांना एक हुशार व होतकरू संशोधक मिळाला होता. त्याचं मूलभूत विज्ञान उत्तम असल्याने, कुठलीही गोष्ट त्याला चटकन समजत असे.

जेव्हा डॉ. गणेशननी 'न्यूट्रॉन्स आणि त्याचे जैव पेशींवर होणारे परिणाम' हा

विषय सांगितला, तेव्हा तो चांगलाच प्रभावित झाला होता. त्याला हा विषय मनापासून आवडला होता. शिवाय, त्याचा सखोल अभ्यास केल्यानंतर या क्षेत्राची व्याप्ती त्याला कळली होती. प्रयोगशाळेत द्रव्य स्वरूपातील न्यूट्रॉन सोर्स तयार करून, त्याचे जैव पेशींवरील परिणाम त्यांना पाहावयाचे होते. त्यानुसार डॉ. गणेशननी सुमेधला द्रव्यरूपातील विविध मात्रा असणारे न्यूट्रॉन सोर्स विकसित करण्यास सांगितले होतं... आणि आजच्या प्रयोगाने सुमेध त्यात यशस्वी झाला होता.

सुमेधनं पुन्हा पोलोनिअम, रेडियम, ॲमरशिअम, प्लुटोनियमसारखे किरणोत्सारी द्रव्य व बेरिलिअम पावडर याचे व्यस्त प्रमाण घेऊन न्यूट्रॉन्सची मात्रा मोजली होती. शेवटी पोलोनिअम-बेरिलिअम हे संयुगच सरस ठरलं होतं. त्यामुळे पुढील प्रयोगासाठी हाच न्यूट्रॉन सोर्स वापरण्याचा निश्चय सुमेधनं केला.

सगळा डेटा घेऊन तो पुन्हा डॉ. गणेशनच्या केबिनमध्ये शिरला व खुर्चीत बसत म्हणाला,

"सर, हे बघा– चारही न्यूट्रॉन सोर्स तयार आहेत. त्यात पोलोनिअम-बेरिलिअम न्यूट्रॉन सोर्सपासून चांगल्या प्रमाणात मात्रा मिळते आहे."

डॉ. गणेशन मात्रांचा डेटा पाहत म्हणाले,

"व्हेरी गुड... मग तर पुढच्या प्रयोगासाठी आपण तोच न्यूट्रॉन सोर्स वापरू या."

"कुठला प्रयोग, सर?" सुमेध उत्सुकतेनं विचारलं.

"त्यासाठीच मी तुला बोलावलंय." आणि ते स्वत:ला सावरून टेबलावर रेलून त्याच्याकडे पाहत म्हणाले, "हे बघ सुमेध, इट इज ॲन एक्साइटिंग एक्सपरिमेन्ट. तू तयार केलेला द्रव्य स्वरूपातील न्यूट्रॉन सोर्सचा प्रयोग मानवाआधी एखाद्या प्राण्यावर करण्याचा प्रयत्न आहे."

"कोणावर?"

"उंदरावर! कारण उंदराचे आणि मानवाचे गुणधर्म जवळजवळ सारखेच असतात, अगदी गुणसूत्रेसुद्धा. म्हणूनच मानवी उत्कर्षासाठी प्रथम शास्त्रीय प्रयोग उंदरावरच केला जातो, मगच मानवावर. असं म्हणतात, की मानवाची प्रगती ही उंदराशिवाय अपूर्ण आहे. त्यासाठीच आपल्याला उंदरावरच प्रथम प्रयोग करायचा आहे." डॉ. गणेशननी योजना सांगितली.

"सर, जर का उंदरांवर प्रयोग करायचा असेल, तर आपल्याजवळ तशा प्रकारची अद्ययावत प्रयोगशाळा हवी. आपली तर नाभिकीय प्रयोगशाळा आहे. यात अशी कुठलीही सुविधा नाही." सुमेधनं शंका काढली.

"बरोबर आहे तुझं, सुमेध... मी तीही व्यवस्था आधीच करून ठेवलीय.

आपल्याच केंद्रामध्ये जैव भौतिकशास्त्राचा विभाग आहे. त्यातील शास्त्रज्ञ डॉ. सीताराम बागले हे माझे चांगले मित्र आहेत. शिवाय, ते जैवतंत्रज्ञानामधील तज्ज्ञही आहेत. विविध प्राण्यांच्या गुणसूत्रांवर ते काम करत आहे. याव्यतिरिक्त प्राण्यांच्या व मानवी शरीरात अनियंत्रित वाढणाऱ्या पेशींवरही ते संशोधन करत आहेत. त्यांच्यासोबत आपण संशोधनाची देवाण-घेवाण करू या. मी त्यांच्याशी यावर आधीच चर्चा केली आहे.'' डॉ. गणेशन उत्तरले.

''पण आपण नेमका कुठला प्रयोग करू इच्छिता सर?'' –सुमेधचा पुनश्च प्रश्न.

''तू न्यूट्रॉन सोर्स तयार केलेलाच आहेस. त्याच न्यूट्रॉन्सचा अविरत वाढणाऱ्या पेशींवर काय परिणाम होतो किंवा नुसत्याच न्यूट्रॉन्समुळे सर्वसाधारण पेशींवर काय परिणाम होऊ शकतो, हे बघायचंय. कारण असे मूलकण कर्करोग बरा करण्यासाठी उपयुक्त असतात, पण अतिमात्रा दिल्यास त्याच्यापासून कर्करोग उद्भवण्याची शक्यता असते. म्हणूनच न्यूट्रॉनच्या तंतोतंत मात्रेचा शोध मला घ्यायचाय. कारण न्यूट्रॉन हे कण फारच परिणामकारक असतात. त्यासाठी आपल्याला एक सुदृढ व एक कर्करोगग्रस्त अशा दोन उंदरांची गरज भासणार आहे.'' डॉ. गणेशनने स्पष्टीकरण दिलं होतं.

''प्रथम आपल्याला असे उंदीर शोधावे लागतील.'' सुमेध विचार करत म्हणाला.

''त्याचीही सोय झाली आहे सुमेध. डॉ. सीतारामकडे असे दोन्हीही नमुने आहेत... आणि त्यांनी त्यांच्यावर प्रयोग करण्यास अनुमतीही दिलेली आहे.'' डॉ. गणेशन म्हणाले.

''सर, हे छानच झाले. मग हा प्रयोग आपण आजच करू शकतो?'' सुमेध आनंदानं म्हणाला.

''का नाही? मी आत्ताच डॉ. सीतारामशी बोलतो.'' डॉ. गणेशनने टेबलावरचा फोन उचलून नंबर डायल केला. पलीकडून आवाज आला,

''येस– डॉ. सीताराम हिअर.''

''हं, मी डॉ. गणेशन.''

''हं सर, बोला. झालेत का आपले न्यूट्रॉन सोर्स तयार?''

''हो, झालेत! सुमेधने चार प्रकारचे न्यूट्रॉन सोर्स तयार केलेले आहेत. पण त्यातील पोलोनिअम-बेरिलिअम सोर्सची मात्रा जास्त परिणामकारक आहे. तोच आपण प्रयोगासाठी वापरू या. काल तुमच्याशी चर्चा झाल्याप्रमाणे आता आपण उंदरावर प्रयोग करू शकतो का?'' डॉ. गणेशननी परवानगीदाखल विचारले.

''होय, मी तयारच आहे. यू कॅन कम एनी टाइम. उंदरांचे दोन्ही नमुनेही तयार

ठेवलेले आहेत. त्यांच्यापैकी एक हायली मॅलिग्नंट आहे. तुम्ही तुमचा प्रयोग करू शकता. मी प्रयोगशाळेतच आहे. तुम्ही सरळ तिथे आलात तरी चालेल.'' डॉ. सीतारामने अनुमती दिली.

''ठीक आहे. आम्ही निघालोच.''

डॉ. गणेशननी फोन ठेवला व सुमेधकडे पाहत म्हणाले, ''चल सुमेध, तू न्यूट्रॉन सोर्स घेऊन ये. मी पोर्चमध्ये येतोच.''

सुमेध केबिनबाहेर पडला. काही क्षणांतच त्याच्या हातात शिशाचा बॉक्स होता. थोड्या वेळाने डॉ. गणेशनही लागलीच पोर्चमध्ये आले. दोघंही जैव भौतिकशास्त्र विभागाकडे जाऊ लागले.

जैव भौतिकशास्त्र विभाग पूर्णत: काचेच्या तावदानांनी बनवलेला होता. आधुनिक व अद्ययावत यंत्रणा तिथं होती. गुणसूत्रांसोबतच त्यांच्यातील शृंखलांचाही अभ्यास इतर काही ग्रूप्स करत होते. डॉ. गणेशन व सुमेध अशा काचेचे तावदान असलेल्या एका प्रयोगशाळेत शिरले. ती प्रयोगशाळा पूर्णत: वातानुकूलित होती. पेशी व त्यामधील गुणसूत्रांचा अभ्यास करण्यासाठीची यंत्रणा तिथे होती. जागोजागी कॉम्प्युटर्स होते. त्यावर गुणसूत्रांच्या प्रतिकृतींची हालचाल होत होती. कोपऱ्यातच तिथे एका खुर्चीत पांढरा ओव्हरकोट घातलेले, फ्रेंच दाढी ठेवलेले बुटकेलेसे गृहस्थ बसले होते. त्यांच्या हातात काचेची नळी होती.

डॉ. गणेशन त्यांचं लक्ष वेधत म्हणाले,

''हॅलोऽ डॉ. सीताराम!''

डॉ. सीतारामने वर पाहिलं. डॉ. गणेशनला पाहताच ते उठत म्हणाले,

''या सर, तुमचीच वाट बघत होतो.'' मग सुमेधकडे पाहत म्हणाले, ''कसा आहेस?''

''छान, सर!''

आणि तिघंही काचेच्या पिंजऱ्याजवळ आले. त्याच्याकडे निर्देश करत डॉ. सीताराम म्हणाले,

''हेच ते उंदरांचे नमुने. एक नॉर्मल आहे, तर दुसरा कर्करोगग्रस्त. त्याच्या शरीरावर दिसतेय ती गाठ कर्करोगाची आहे. वुइ कॅन डू दी एक्सपरिमेन्ट. कुठं आहे न्यूट्रॉन सोर्स?''

तिघांनीही ग्लोव्ह्ज घातले होते. सुमेधनं शिशाच्या बॉक्समधून बाटली काढली व डॉ. सीतारामना म्हणाला,

''सर, हे द्रव्य म्हणजेच न्यूट्रॉन सोर्स आहे.''

''आणि तेच विशिष्ट मात्रेने आम्हाला या उंदरांच्या शरीरात सोडायचेत.'' डॉ. गणेशननी पुढचा हेतू सांगितला.

डॉ. सीतारामनी लागलीच एका ड्रॉवरमधून सिरिंज काढून डॉ. गणेशनच्या हाती दिली.

सुमेधने बाटलीचं टोपण हळूच उघडलं. डॉ. गणेशननी किरणोत्सारी द्रव्य सिरिंजमध्ये काळजीपूर्वक भरले. त्याच वेळी डॉ. सीतारामनी एका उंदराला पकडून डॉ. गणेशनच्या ताब्यात दिलं. डॉ. गणेशननी उंदराच्या शरीरात न्यूट्रॉन द्रव्य हळुवार रितं केलं. थोडा वेळ दोघंही उंदीर सैरभैर झाले. नंतर थोड्या वेळाने शांत पडले. सुमेधने रेडिएशन सर्व्हेमीटरच्या साह्याने त्यांच्यामधून येणाऱ्या किरणांची पातळी मोजली व खात्री करून घेतली. उंदरांच्या शरीरात द्रव्य पसरलं होतं.

डॉ. गणेशन व डॉ. सीताराम काही वेळ प्रयोगावर चर्चा करत राहिले. सुमेध मात्र त्या वेळी उंदरांच्या हालचालींचे निरीक्षण करत होता. त्याला या प्रयोगातून परिणामांची आशा होती.

डॉ. गणेशन व सुमेधने डॉ. सीतरामचा निरोप घेतला. चार दिवसांनंतर ते परिणाम पाहायला पुनश्च येणार होते.

दोन दिवसांनीच डॉ. सीतारामचा मोबाइल कॉल डॉ. गणेशनना आला. डॉ. गणेशन व सुमेध प्रयोगशाळेत तत्काळ हजर झाले. डॉ. सीताराम म्हणाले, ''परवा तुम्ही नॉर्मल उंदराच्या शरीरात न्यूट्रॉन्सचं द्रव्य टाकलं होतं, त्याचे काय परिणाम झालेत बघा–''

डॉ. गणेशननी वाकून पाहिलं. त्याच्या शरीरावर प्रचंड मोठी गाठ आली होती. तो बऱ्यापैकी सैरभैर झाला होता. दुसऱ्या उंदराच्या गाठीत मात्र काहीही फरक जाणवला नव्हता. डॉ. गणेशन दीर्घ श्वास सोडत म्हणाले,

''डॉ. सीताराम, याचा अर्थ या उंदराला न्यूट्रॉन्सनी खूपच अपाय केलेला आहे. त्याच्या पेशी अविरत वाढल्या आहेत. दुसरीकडे मात्र मॅलिग्नंट उंदरावर काहीही परिणाम झालेला नाही.'' डॉ. गणेशन सुमेधकडे पाहत पुढे म्हणाले, ''सुमेध... न्यूट्रॉन्स मात्रेचा घोळ तर झाला नाही ना?''

''नाही सर, अतिशय कमी प्रमाणात न्यूट्रॉन्सची मात्रा दिलेली आहे.''

''मला या मॅलिग्नंट उंदराच्या गाठीचा आकार कमी होण्याची अपेक्षा होती.'' डॉ. गणेशन अपेक्षा करत पुढे म्हणाले, ''व्हॉट डू यू थिंक, डॉ. सीताराम?''

''तुम्ही म्हणताय ते बरोबर आहे. कदाचित ओव्हरडोस झाला असावा. यू हॅव टू थिंक अदर वे.'' डॉ. सीताराम विचार करत म्हणाले.

''सर, अजून एखाद्या नॉर्मल उंदराला न्यूट्रॉन द्रव्याची कमी मात्रा देऊन पाहायची का?'' सुमेधने सुचविले.

''काहीच हरकत नाही! कारण आपल्याला असे बरेच प्रयोग करावे लागतील.

त्यानंतर ऑप्टिमायझेशन होईल. बऱ्याच उंदरांना सॅक्रिफाय मात्र करावं लागेल. दॅट इज पार्ट ऑफ दि गेम. आपण मानवासाठीच हे करीत आहोत.'' डॉ. गणेशन दिङ्मूढ होत म्हणाले.

डॉ. सीतारामनी दुसऱ्या एका नॉर्मल उंदराची व्यवस्था केली. सुमेधने कमी प्रमाणात न्यूट्रॉन्स द्रव्य सिरिंजमध्ये भरून उंदराला टोचलं. तद्नंतर त्याने न्यूट्रॉन्सची पातळी पुन्हा मोजून घेतली. म्हणजेच, न्यूट्रॉन्सची मात्रा शरीरात कार्यरत झाली होती.

पुढील काही प्रयोगांची आखणी व योजना डॉ. गणेशननी डॉ. सीतारामना सांगितली. त्यानुसार या उंदरांच्या काही गुणसूत्रांचाही अभ्यास करण्याचं ठरलं. त्यातील काही ठरावीक डी.एन.ए.वर न्यूट्रॉन्सचा परिणाम होतो का, शिवाय उंदरांच्या स्वभावात बदल होतोय का– याच्या नोंदी सुमेधला ठेवण्यास सांगितलं. दोघंही पुन्हा नाभिकीय विभागात येऊन आपापल्या कामाला लागले होते.

सुमेध दर तीन-चार दिवसांनी जैव भौतिकशास्त्र विभागात येऊन, तिन्ही उंदरांचे डी.एन.ए. मॅपिंग व स्वभावातील बदलांच्या नोंदी करून जात असे.

असे बरेच दिवस गेले. डॉ. गणेशननी सुमेधला अजून काही अशक्त असे न्यूट्रॉन्स सोर्स तयार करण्यास सांगितले; जेणेकरून संपूर्ण शरीराची चिकित्सा करण्याऐवजी शरीराच्या गरजांनुसार व्याधिग्रस्त भागावर चिकित्सा करता येईल का, हे जाणून घेण्याची त्यांची योजना होती. त्यासाठी अतिसूक्ष्म पोलोनिअम-बेरिलिअम द्रव्याची गरज होती... आणि ते द्रव्य केवळ सुमेधच तयार करू शकत होता; कारण तो आता बऱ्यापैकी या किरणक्षेत्रात निष्णात झाला होता.

सुमेध एकाच वेळेस दोन पातळ्यांवर संशोधन करत होता. जैव भौतिकशास्त्र विभागात जाऊन डॉ. गणेशननी सांगितल्याप्रमाणे आणखी काही प्रयोग त्याने करून पाहिले होते. त्याच वेळी नाभिकीय विभागात सूक्ष्म न्यूट्रॉन्स सोर्सवर त्याचं काम चालू होतं.

सुमेध तीन महिने अथक परिश्रम करून विविध प्रयोग करत होता. एके दिवशी रात्री आठ वाजता सुमेध किरणोत्सारी पदार्थांच्या प्रयोगशाळेत आला. कॉरिडॉरमध्ये शुकशुकाट असला तरी, प्रयोगशाळांमध्ये तुरळक संशोधक आपल्या संशोधनात मग्न होते. न्यूट्रॉन्स सोर्सचा प्रयोग ज्या ठिकाणी प्रस्थापित केला होता, त्या ठिकाणी सुमेध आला. बाहेर पोलोनिअम-बेरिलिअम न्यूट्रॉन सोर्सची बाटली पाहून त्याला आश्चर्य वाटलं. शिशाचा बॉक्स उघडाच होता. अनवधानानं त्यानं बाटली उचलली आणि शिशाच्या जाळ्यात ठेवली. त्या वेळी त्याच्या बोटाला जखम होती. त्या ठिकाणी ओलसरपणा जाणवला. त्यानं न्याहाळून पाहिलं. तो पोलोनिअम-बेरिलिअम

न्यूट्रॉन सोर्सचा द्रव होता. तो हादरला. त्यानं ज्या ठिकाणी बाटली उचलली, त्या ठिकाणी पाहिलं, तर तेथे द्रव पडला होता... आणि बाटली पुन्हा पाहिली, तर तिचं झाकण सैल होतं. म्हणजे, कुणीतरी खोडसाळपणा केला होता.

सुमेध मात्र क्षणभर गांगरला. त्याला काय करावं, सुचलं नाही. घटनेचं गांभीर्य लक्षात येताच तो वॉशबेसिनकडे धावला. बोट खसाखसा धुऊन काढलं. डिटर्जन्टने पुन:पुन्हा धुतलं. तो किरण मोजण्याच्या मापणीकडे आला. डिटेक्टरजवळ बोट धरताच मापणीवर आकडे प्रचंड वेगाने धावून, किरणांची सर्वोत्तम पातळी दाखवू लागले. सुमेधनं पुन्हा हात धुतले; पण किरणांच्या पातळीत फरक नव्हता. सुमेध आता मात्र चांगलाच घाबरला. पोलोनिअम-बेरिलिअमचा द्रव त्याच्या बोटालाच चिकटला होता. तो अस्वस्थ झाला. दाबानं त्याला अजूनच घाबरायला झालं.

सुमेध किरणोत्सारी प्रयोगशाळेतून बाहेर पडला... आणि डॉ. गणेशनच्या केबिनकडे धावला. सुदैवाने डॉ. गणेशन यांची केबिन उघडीच होती. कधी कधी तेही उशिरापर्यंत काम करत असत.

केबिनमध्ये आत शिरताच सुमेध म्हणाला, "सरऽऽ" अचानक आलेल्या आवाजानं डॉ. गणेशनने दचकून पाहिलं... आणि सुमेधच्या घाबरलेल्या चेहऱ्याकडे पाहत विचारलं,

"अरेऽ सुमेध...! काय झालं? असा का घाबरलास?"

"सर, आपल्या प्रयोगशाळेत कुणीतरी पोलोनिअम-बेरिलिअम न्यूट्रॉन सोर्सची बाटली उघडी करून ठेवली होती... शिवाय त्याचं द्रव्यही खाली सांडलेलं होतं!" सुमेध घाबरतच तुटकपणे उत्तरला.

"तुला काही झालं तर नाही ना?" डॉ. गणेशनने घाईने व तेवढ्याच काळजीने विचारलं.

"सर, अनवधानाने म्हणा किंवा नकळत म्हणा– माझ्या ते लक्षात आलं नाही. मी बाटली हाताळली आणि पुनश्च शिशाच्या जाळ्यात ठेवली. त्या वेळी माझ्या बोटावरील जखमेत ते द्रव्य मिसळले गेले." सुमेध साशंकतेने म्हणाला.

"कायऽऽ म्हणतोस, सुमेध! तुझ्या हातावर किरणोत्सारी पदार्थ पडला?" डॉ. गणेशन उडालेच होते. ते पुढे गंभीरपणे म्हणाले, "तू हात धुतलास का?"

"होय सर, मी दहा वेळा धुतला."

"मग?"

"तरीही उपयोग झाला नाही. किरणांची पातळी मोजली, तर ती आउट ऑफ रेंज दाखवतेय. व्हेरी हाय डोस!" सुमेधचा आवाज भयानं कापरा झाला होता.

"काऽऽय? हाय डोस! सुमेध, इट इज व्हेरी सीरिअस. चल पाहू. मला पुन्हा एकदा तपासू दे." डॉ. गणेशन तत्काळ उठले व सुमेधसोबत चालू लागले.

डॉ. गणेशनने किरणोत्सारिता मोजमापी हातात घेतली आणि सुमेधच्या बोटाजवळ नेली. मोजमापीचा आकडा अनंत (क्षमतेच्या पलीकडे) पातळीवर दाखवत होता. डॉ. गणेशनना शंका आली, तशी त्यांनी मापिका सुमेधच्या सर्व शरीरावरून फिरवली आणि डॉ. गणेशन आश्चर्यचकित झालेच; पण त्यापेक्षा हादरले. सुमेधच्या सर्व शरीराच्या भागातून किरणोत्सारिता बाहेर पडत होती... आणि त्याची पातळी बऱ्यापैकी उच्च होती! डॉ. गणेशन लगबगीने म्हणाले,

"सुमेध, या सोर्सची शक्ती किती होती?"

"सर, हाच सोर्स सर्वांत शक्तिमान होता. हायली रेडिओॲक्टिव्ह. एक मिनिट सर... मला मळमळायला लागलंय." सुमेध वॉश बेसिनकडे धावला. त्याला ओकारी आली होती. पुन्हा डॉ. गणेशनकडे येत तो म्हणाला,

"सर, मला खूपच अस्वस्थ वाटतंय. हृदयाचे ठोके वाढताहेत. गरगरायलाही होतंय..." सुमेध डोक्याला हात लावत म्हणाला.

डॉ. गणेशन आता चांगलेच गंभीर झाले. त्यांनी तत्काळ हालचाली करून सुमेधला आधार दिला. हळूहळू त्यांनी त्याला त्यांच्या कारजवळ आणलं. सुमेधला मागच्या सीटवर झोपवून ते स्वत: ड्राइव्ह करू लागले.

रात्रीचे दहा वाजले होते. कार बी.ए.आर.सी.च्या गेटमधून बाहेर पडताच, टाटा मेमोरिअल हॉस्पिटलच्या दिशेने धावू लागली.

सुमेधनं क्षीण आवाजात विचारलं,

"सर, कुणी केलं असेल असं?"

"आय डोन्ट नो, सुमेध; पण याचा छडा लावावाच लागेल." डॉ. गणेशन विचार करत म्हणाले.

अर्ध्या तासातच कार टाटा हॉस्पिटलच्या आवारात होती. टाटा हॉस्पिटलचं आवार सुशोभित व प्रशस्त होतं. तिथे विविध रोगांवर उपचार होत होते. डॉ. गणेशनने लागलीच मुख्य डॉक्टरांशी चर्चा केली.

प्रसंगाचं गांभीर्य पाहून व बी.ए.आर.सी.चा शास्त्रज्ञ असल्याने सुमेधला तत्काळ आय.सी.यू.त ॲडमिट करण्यात आलं आणि विविध तपासण्या होऊ लागल्या. त्याच्या दिमतीला चार-पाच डॉक्टर्स होते. डॉ. गणेशन आय.सी.यू.च्या बाहेर आले. त्यांनी लागलीच डॉ. सीतारामना मोबाइल कॉल केला, त्याच वेळी सुमेधच्या बायकोलाही त्यांनी कळवलं होतं.

पंचवीस मिनिटांतच डॉ. सीताराम हजर झाले आणि डॉ. गणेशननी घटनेचं गांभीर्य सांगताच ते सुन्न झाले. निरोप मिळताच सुमेधची बायको सुजाता धावत-पळतच हॉस्पिटलमध्ये आली. दीड वर्षाच्या मुलाला ती घरीच ठेवून आली होती. आल्याआल्याच तिला अश्रू अनावर झाले. डॉ. गणेशन सांत्वन करत म्हणाले,

"सुजाता, सांभाळ स्वत:ला. हा अपघात आहे, असं समज. तो बरा होईल."

"पण सर, हे झालं कसं?" –सुजाताचा आंतरिक प्रश्न.

"माहीत नाही; पण झालं. ही वेळ चर्चेची नाही, तर सुमेधला सांभाळण्याची आहे." डॉ. गणेशननी वास्तवाची जाणीव करून दिली. तेवढ्यात डॉ. गणेशनकडे येत एक डॉक्टर म्हणाले.

"सर, मि. सुमेध बेशुद्धावस्थेत गेले आहेत."

"काऽऽय? डॉक्टर... सुमेध बेशुद्धावस्थेत?" डॉ. गणेशन व सीताराम आश्चर्याने म्हणाले.

"होय, कारण त्यांच्या शरीरातून ॲक्यूट किरणांचा डोस बाहेर पडतोय. तोच डायल्यूट करण्याचा आमचा प्रयत्न आहे आणि ते बेशुद्ध का झाले, याच्याही चाचण्या सुरू आहेत." डॉक्टरांनी स्पष्टीकरण दिलं.

"डॉक्टर, मी त्यांच्याजवळ जाऊ का?" सुजाता अजिजीने म्हणाली. तिच्या डोळ्यांतून अजूनही अश्रू वाहत होते.

"नाही... सध्यातरी त्यांच्याजवळ कुणालाही जाण्याची मुभा नाही... ते स्वत:च किरणांचे स्रोत झालेले आहेत." डॉक्टरांनी परिस्थिती सांगितली.

"किरणांचा स्रोत?" सुजाता न समजून उत्तरली.

डॉक्टरांनी फक्त असहायपणे पाहिलं. डॉ. गणेशन तत्काळ समजले. त्यांनी सुजाताला हळूच बाजूला नेलं. डॉ. सीतारामनी तिला किरणस्रोताबद्दल व त्या घटनेबद्दल सांगताच सुजाता त्राण गेल्यासारखी बाकावर बसली... आणि पाहत राहिली.

डॉ. गणेशन, डॉ. सीताराम व सुजाता आय.सी.यू.बाहेर तीन तास बसून होते. डॉ. गणेशन मध्येच उठून अंदाज घेत होते. अजूनही चाचण्या चालूच होत्या.

तेवढ्यात एक डॉक्टर बाहेर आले आणि डॉ. गणेशनना म्हणाले,

"एक्सक्यूज मी!.. तुम्हाला मुख्य डॉक्टरांनी बोलावलंय." त्याने समोरच्या केबिनकडे निर्देश केला.

तिघंही आत गेले. तिथे एक मध्यमवयीन व प्रसन्न व्यक्तिमत्त्वाचे डॉक्टर बसलेले होते. ते म्हणाले,

"या डॉ. गणेशन, डॉ. सीताराम... आय नो बोथ ऑफ यू. मी डॉ. दाते. हॅव अ सीट."

तिघंही खुर्चीत बसले. डॉ. गणेशन म्हणाले,

"डॉक्टर, या सुजाता... सुमेधच्या पत्नी."

डॉ. दातेंनी गंभीर स्मित केलं. कशी सुरुवात करावी, हे त्यांना प्रथम सुचलं नाही. ते डॉ. गणेशनकडे पाहत म्हणाले,

"सर, सुमेधच्या मेंदूचा एम.आर.आय. आलेला आहे. जिथे प्रमस्तिष्क आहे आणि स्मृतिसंचय आहे, त्या ठिकाणी ट्यूमर लोकेट झाला आहे. इट इज मॅलिग्नंट."

"काऽऽय? किरणांचा एवढा जलद परिणाम?" डॉ. गणेशन यांनी विचारलं.

"नाही, हा किरणांचा परिणाम नाही. किरणांमुळे त्याचे काही न्यूरॉन्स बाद झाले आहेत, तो वेगळाच प्रश्न आहे. हा ट्यूमर आधीच विकसित झालेला आहे, त्यामुळे ते बेशुद्ध पडले आहेत." डॉ. दातेंनी माहिती दिली.

"सर, पण तत्काळ उपचार म्हणून ऑपरेशन करणं शक्य असेल?" डॉ. सीतारामनी विचारलं.

"नाही, सध्या तशी परिस्थिती नाही; कारण त्यांच्या शरीरातील किरणांची पातळी कमी झाल्याशिवाय ऑपरेशन शक्य नाही."

"ॲट लीस्ट इट वुइल टेक सिक्स मंथ्स. शिवाय ट्यूमरही वाढत आहे. इट इज जिओ ब्लास्टोमा मल्टिफोम (GBM). यात पेशंटची स्मृती कमी होत जाते. इट इज लास्ट स्टेज– ऑपरेशननंतरही तो बरा होईल याची खात्री नाही." डॉ. दाते अंदाजे म्हणाले.

"काऽऽय! सहा महिने? तोपर्यंत ते बेशुद्धच असतील?" –सुजाताचा भाबडा प्रश्न. सुमेधला शेवटच्या टप्प्यातील ब्रेन ट्यूमर आहे म्हटल्यानंतर ती अजूनच उद्ध्वस्त झाली होती. ती पुढे म्हणाली,

"पण पूर्वी त्यांना कुठलाही त्रास झालेला नाही. मग असं अचानक... कसं काय?" आणि ती ओक्साबोक्शी रडू लागली.

तिला काही वेळ तिघांनीही तसंच रडू दिलं. डॉ. गणेशननी मात्र तिच्या खांद्यावर हात ठेवीत मायेनं धीर दिला. त्यानं तिला आणखीच भरून आलं.

रात्रभर डॉ. गणेशन, डॉ. सीताराम व सुजाता हॉस्पिटलमध्येच होते. सुमेध अजूनही बेशुद्धावस्थेतच होता.

सकाळीच डॉ. गणेशन व डॉ. सीताराम घरी गेले होते. सुजाता मात्र तिथेच होती. अजूनही सुमेधला ती भेटू शकली नव्हती.

दुसऱ्या दिवशी डॉ. गणेशन व डॉ. सीताराम यांनी बी.ए.आर.सी.चे संचालक डॉ. सुनील तोडकर यांना भेटून सुमेधविषयी इत्थंभूत माहिती दिली व प्रयोगशाळेतील घटनेचीही सविस्तर कल्पना दिली. संचालक गंभीर झाले. 'असूयेपोटी असं कुणी केलं असेल का?' म्हणून त्यांच्या मनात आलं. डॉ. तोडकर म्हणाले,

"ही खूपच गंभीर बाब आहे. मी समिती गठित करून चौकशीचे आदेश देतो. गुन्हेगाराला शिक्षा ही होईलच. डोन्ट वरी, यू टेक केअर ऑफ मि. सुमेध."

दोन दिवसांतच समिती गठित करून सदस्य कामाला लागले होते. नाभिकीय

भौतिकशास्त्र विभाग व जैव भौतिकशास्त्र विभागातील शिपाई, क्लार्क, प्रशासकीय अधिकारी, कनिष्ठ सहायक व ज्येष्ठ शास्त्रज्ञांची समितीने चौकशी केली. इतकंच काय, डॉ. गणेशन व डॉ. सीतारामनाही समितीने बोलावलं होतं. याच्यावरून समिती अतिशय बारकाईनं चौकशी करत होती. सतत तीन दिवस समिती काम करत होती. चौकशी समितीचा अहवाल मात्र अजून यायचा होता.

दरम्यान, सुमेध शुद्धीवर आला होता; पण अजूनही त्याच्याजवळ जायला कुणालाही मुभा नव्हती. डॉक्टर व नर्सेससुद्धा किरणांचं चिलखत घालूनच सुमेधजवळ जात होते व चिकित्सा करत होते. सुमेधला पाहण्यासाठी सुजाता तळमळत होती. गेले सात दिवस ती त्याला भेटू शकली नव्हती.

समितीचा अहवाल मात्र बाहेर आला होता आणि त्याचे निष्कर्ष पाहून डॉ. गणेशन कमालीचे हादरले होते. आश्चर्यचकित झाले होते; कारण समितीने डॉ. गणेशनना जबाबदार धरून सुमेधचाच निष्काळजीपणा असल्याचं नमूद केलं होतं. या निष्कर्षानं डॉ. सीताराम खूपच चिडले होते, तर डॉ. गणेशन सुन्न झाले होते. डॉ. गणेशन व सुमेध हे प्रामाणिकपणे संशोधन करणारे शास्त्रज्ञ होते. त्याचीच किंमत त्यांना मिळत होती. या चौकशीदरम्यानही डॉ. गणेशननी एकदाही हॉस्पिटलमध्ये जाण्यात खंड पडू दिला नव्हता. स्वत:च्या अपत्यासारखी ते सुमेध व त्याच्या कुटुंबाची काळजी घेत होते. त्यामुळेच सुमेध शुद्धीवर आल्याने त्यांना खूपच आनंद झाला. सध्या समितीचा निष्कर्ष त्याच्यापर्यंत न जाऊ देणं किंवा चर्चा न करणं, हेच योग्य होतं.

परिणामकारक औषधांमुळे सुमेध ग्लानीतून बाहेर आला होता. त्याला आता फ्रेश वाटू लागलं होतं. त्यामुळे डॉक्टरांनी त्याला काचेची तावदानं असणाऱ्या एका खोलीत स्थलांतरित केलं होतं.

सुजाता आपल्या मुलाला घेऊन आली होती. पंधरा दिवसांनंतर ती आपल्या पतीला काचतावदानातून पाहत होती. सुमेधचा मलूल चेहरा पाहून तिला गलबलून आलं. त्याचं लक्ष जाताच त्यानं हात वर करून ठीक असल्याचा इशारा दिला. त्याचं मलूल स्मितही तिला हायसं देऊन गेलं. तिच्या डोळ्यांतून अश्रू वाहू लागले... आणि मुलाला पाहून सुमेधलाही गहिवरून येऊ लागलं. स्वत:च्या मुलालाच सुमेध कवेत घेऊ शकत नव्हता; कारण आता तो किरणस्त्रोत होता, याची जाणीव त्याला झाली होती.

तीन महिने झाले होते. सुमेध थोडा हिंडू-फिरू लागला; पण अजूनही खोलीबाहेर पडण्याची अथवा कुणालाही आत जाण्याची मुभा नव्हती. त्याच्या सगळ्या चाचण्या पुन्हा करण्यात आल्या होत्या.

डॉ. दातेंनी डॉ. गणेशन व सुजाताला तत्काळ त्यांच्या केबिनमध्ये बोलावून घेतलं.

डॉ. गणेशन व सुजाता काळजीने डॉ. दातेंसमोर बसले. त्यांच्या बाजूस बऱ्याच एम.आर.आय. इमेजेस लावल्या होत्या.

डॉ. गणेशन म्हणाले, ''सर, एनीथिंग हॅपन्ड वुइथ सुमेध? इज ही ऑल राइट?''

डॉ. दातेंच्या चेहऱ्यावर आश्चर्य होतं. ते कधी डॉ. गणेशनकडे, तर एम.आर.आय. इमेजेसकडे पाहत होते. डॉक्टर काय म्हणतात म्हणून सुजाताचं काळीज धडधडत होतं. डॉ. दाते आश्चर्याने म्हणाले,

''डॉ. गणेशन, हे मिरॅकलच म्हणायला हवंय! सुमेध इज इम्प्रूव्हड व्हेरी मच. हे बघा इथे–'' एम.आर.आय. इमेजकडे निर्देश करत पुढे म्हणाले, ''त्याच्या ट्यूमरचा आकार निम्म्याहून कमी झाला आहे. आय ॲम रिअली वंडर! हा अतिशय मॅलिग्नंट ट्यूमर आहे. अ फास्ट ग्रोइंग. मी सांगितलं नव्हतं; पण सुमेधचं फार काही लाइफ नव्हतं; पण आता पाहतो तर, ट्यूमरसाइज इज गेटिंग रिड्यूस्ड. जस्ट मिरॅकल! म्हणूनच सुमेधची तब्येतही सुधारतीय.''

''काय म्हणताय डॉक्टर! ट्यूमरचा आकार कमी होतोय?'' –डॉ. गणेशनचा उल्हसित स्वर. सुजाताच्याही डोळ्यांत चमक तरळली.

''होय! मला कळत नाही. ट्यूमरवर हे अतिसूक्ष्म कण कुठले आहेत?''

डॉ. गणेशननी एम.आर.आय. बारकाईने पाहिला आणि त्यांच्या तत्काळ लक्षात आलं; पण डॉ. गणेशननी चेहऱ्यावर कुठलेही हावभाव येऊ दिले नाहीत. ते म्हणाले.

''डॉक्टर, किरणांच्या पातळीचं काय?''

''तेही आता बऱ्यापैकी कमी होत आहेत. मला वाटतं, अजून तीन महिन्यांनी मानवी शरीराला लागणाऱ्या किरणांच्या पातळीखाली येऊन न्यूट्रॉन्स मात्रा जाईल; पण या मॅलिग्नंट पेशींची संख्या का कमी होतेय, याचा शोध घेणं गरजेचं आहे. धिस मे हेल्प अदर पेशंट ऑल्सो.'' डॉ. दाते निश्चयाने उत्तरले.

डॉ. गणेशन व सुजाताने डॉ. दातेंचा निरोप घेतला. सुजाताला अजून तीन महिने सुमेधला भेटता येणार नव्हतं. डॉ. गणेशनच्या चेहऱ्यावर मात्र समाधान होतं.

तीन महिन्यांनंतर डॉ. दातेंनी सर्वांनाच सरळ सुमेधच्या खोलीत बोलावून घेतलं. सुमेध उठून बसला होता. तो प्रसन्न दिसत होता. सुजातानं त्याला कवेत घेतलं होतं, तर सुमेधनं बाळाला कुशीत घेऊन कवटाळलं होतं. मायेनं त्याचे

पटापटा मुके घेतले होते. सुजातालाही त्यानं कुशीत घेतलं होतं. तिच्या डोळ्यांतून अश्रूधारा वाहू लागल्या. उपस्थितांपैकी कुणीही त्यांना अडवलं नाही. डॉ. दाते म्हणाले,

"डॉ. गणेशन, सुमेध इज फ्री फ्रॉम ट्यूमर. मला माहीत नाही– का व कसं? पण, ही नैसर्गिक जादूच झाली म्हणायची!"

"नाही डॉक्टर, ही जादू नाही. हे आम्ही करत असलेल्या प्रयोगाचेच नकळत मिळालेले परिणाम आहेत!" डॉ. गणेशन विचार करत म्हणाले.

"कुठला परिणाम? कुठला प्रयोग? मी नाही समजलो." डॉ. दाते गोंधळून म्हणाले.

डॉ. सीतारामच्याही लक्षात आलं होतं. सुजाता मात्र समाधानानं पाहत होती. बाळ सुमेधच्या कुशीत विसावलं होतं, तर डॉ. गणेशन काय म्हणताहेत ते सुमेध काळजीपूर्वक ऐकत होता.

डॉ. गणेशन म्हणाले,

"डॉक्टर, तुम्हाला आठवतंय– तीन महिन्यांपूर्वी तुम्ही मला सुमेधच्या ट्यूमरच्या एम.आर.आय.मध्ये काही कण दाखवले होते. तेच कण हे द्रवरूपातील व न विरघळलेले पोलोनिअम-बेरिलिअमचे कण होते. ते स्वत: न्यूट्रॉन स्रोत म्हणून काम करत होते. ते द्रव्य जेव्हा सुमेधने नकळत हाताळलं, तेव्हा त्याच्या बोटाच्या जखमेतून ते सरळ रक्तात मिसळलं व शरीरात पसरलं. त्याच वेळी अगोदरच असलेल्या ट्यूमरवरही हे स्रोत जाऊन बसले आणि त्या विषारी पेशींचा खात्मा केला."

"सर, म्हणजे हा सर्व परिणाम त्या न्यूट्रॉन्सचा होता?" सुमेध प्रश्नार्थक उत्तरला.

"होय सुमेध. नकळत, अनवधानाने किंवा जाणूनबुजून म्हणा – तुझ्याशी हा खेळ खेळला गेला. किरणोत्सारी द्रव्य तुझ्या शरीरात गेलं. तू स्वत:च न्यूट्रॉन स्रोत झालास. त्रास झालाच; पण त्याची परिणतीही चांगलीच झाली. या न्यूट्रॉन्सने तुला नवं आयुष्य दिलंय." डॉ. गणेशन म्हणाले.

"सुमेध, तुला आठवतंय? आपण उंदरांवर प्रयोग करत होतो. तू तयार केलेल्या न्यूट्रॉन द्रव्याची मात्रा बदलत होता; पण निसर्गाने तुझ्याकरवीच हा प्रयोग मानवावर यशस्वीरीत्या घडवून आणलाय!" डॉ. सीताराम आठवण करून देत म्हणाले.

डॉ. दाते विचार करत म्हणाले,

"याचा अर्थ, ही न्यूट्रॉन थेरेपी यशस्वी झाली म्हणायची! आता इतर रुग्णांनाही त्याचा फायदा व्हावा."

"नाही डॉक्टर, अजून काही दिवस थांबावं लागेल. ट्यूमर नाहीसा करण्यासाठी न्यूट्रॉन्सची किती मात्रा लागेल, याचा अभ्यास करून सुमेधच्या शरीरात अजूनही

असलेल्या न्यूट्रॉन्सच्या साह्याने निष्कर्ष काढावा लागेल; कारण पोलोनिअमचा अर्धायान (half life) माहीत आहे आणि सध्याची न्यूट्रॉन्सची पातळी जाणून घेऊन ते शक्य होईल.'' डॉ. गणेशनने माहिती दिली.

''तुम्ही तिघंही समाजासाठी खूप मोठं संशोधन करत आहात– त्यात यशस्वी व्हाल, याची मला खात्री आहे.'' डॉ. गणेशनचा हात हातात घेत डॉ. दाते म्हणाले.

सुमेधनं डॉ. गणेशनकडे अभिमानाने पाहिलं व सद्‌गदित होत म्हणाला,

''सर, माझ्यामुळे तुमच्यावर खूप आरोप झाले. समितीने तुम्हालाच दोषी ठरवलं आणि माझाच हा निष्काळजीपणा होता, असंही समिती म्हणालीय ना?''

''अरे! कुणी सांगितलं तुला?''

डॉ. गणेशननी आश्चर्याने विचारलं.

''डॉ. दातेंनी मला सर्व काही सांगितलंय, सर!''

डॉ. गणेशननी डॉ. दातेंकडे कृतज्ञतेनं पाहिलं. सुमेधच्या खांद्यावर हात ठेवत डॉ. गणेशन म्हणाले,

''एनी वे सुमेध, समाजात असे घटक असतातच; पण आपण ते विसरायचं असतं. त्याची परिणती चांगली झाली आणि तू जीवघेण्या आजारातून बरा झालास, यातच मी समाधानी आहे.'' थोडा वेळ थांबत डॉ. गणेशन पुढे म्हणाले,

''सुमेध, आता ही सुविधा इतर रुग्णांना कशी उपलब्ध करून द्यायची याची जबाबदारी तुझी. तू न्यूट्रॉन स्रोत व किरणोत्सारित पदार्थांत निष्णात आहेस. तू हे करू शकतो.''

''जरूर सर!'' डॉ. गणेशननी दाखवलेल्या विश्वासानं सुमेध सद्‌गदित झाला. पुढे तो बोलूच शकला नाही. त्यानं फक्त त्यांचे हात दाबून सहमती दर्शविली.

''तुम्ही आता सुमेधला घेऊन जाऊ शकता. फक्त रूटीन चेकअपसाठी काही दिवस येणं गरजेचं आहे.'' डॉ. दाते स्मित करत म्हणाले. सुजाताला आनंद झाला. तिनं हळुवारपणे सुमेधच्या केसांत हात फिरवला आणि ती तयारीला लागली. बाळ सुमेधच्या अंगावर खेळत होतं.

सर्व जण बाहेर पडले. डॉ. गणेशनने सुमेधकडे कौतुकाने पाहिलं. हा मुलगा त्यांना सुरुवातीपासूनच होतकरू असल्याने आवडला होता. एका अतर्क्य, अगम्य व अगाध अशा प्रयोगाच्या अपघाताचे परिणाम ते पाहत होते. सुमेधनं निसर्गावर मात केली होती, की निसर्गानं त्याला साथ दिली होती? काहीही असो; पण तो यशस्वी झाला होता, नकळतपणे. हा प्रसंग आठवून डॉ. गणेशन स्वत:शीच हसले आणि त्या सर्वांबरोबर चालू लागले.

❖

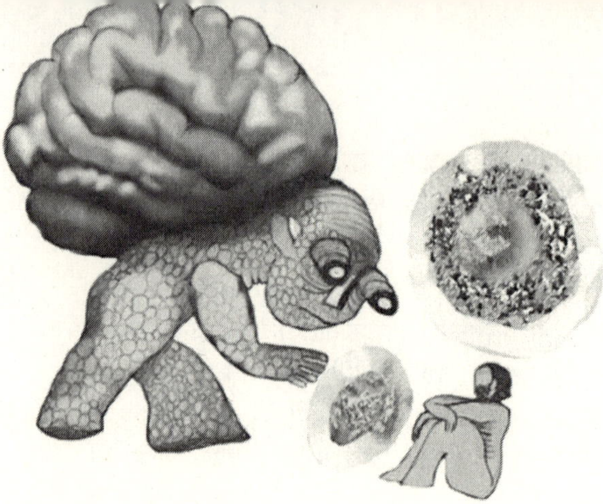

शिखंडी

प्रा. डॉ. वसंत बोरकर आपल्या इलेक्ट्रॉन प्रवेगक प्रयोगशाळेच्या बैठकीत बसले होते. विभागात त्यांची अभ्यासिकेची स्वतंत्र खोली होती; पण सहसा ते तेथे क्वचितच वेळ घालवत. दिवसाचा बहुतेक वेळ ते या प्रवेगक प्रयोगशाळेतच बसत असत. या प्रयोगशाळा-बांधणीत त्यांचं महत्त्वाचं योगदान असल्यानं, तीवर त्यांचं विलक्षण प्रेम होतं. शिवाय विद्यार्थ्यांच्या सान्निध्यात राहता येत होतं. विद्यार्थ्यांचाही तिथे नेहमीच वावर होता. त्यात बहुतांश विद्यार्थी हे संशोधक व पदव्युत्तर विद्यार्थीच होते.

आताही त्यांनी काही विद्यार्थ्यांचे प्रयोग करण्यासाठी इलेक्ट्रॉन प्रवेगक सुरू केला होता. इलेक्ट्रॉन बीम काढण्याच्या किमान एक तास आधी प्रवेगक वॉर्मिंग-अप करावा लागतो. त्यासाठी तो सुरू केला होता... आणि शेजारील खुर्चीत येऊन बसले होते. एक संशोधन पेपर उघडून त्यांनी हाक मारली.

"अविनाशऽऽ"

अविनाश आतून धावतपळत आला. अविनाश बुटकेलेसा, शरीरानं भरलेला व तरतरीत मुलगा होता. तो डॉ. बोरकरांसमोर आला आणि म्हणाला,

"काय सर?"

"प्रयोगाची तयारी झाली का?"

"होय सर! एक मिनिट–" आणि पळतच पुन्हा आत गेला व क्षणात परत हातात नमुने घेऊन आला.

"हे बघा सर– असे नमुने तयार केलेत." त्यातील छोट्याशा बाटलीतील एक नमुना हाती घेत डॉ. बोरकर म्हणाले,

“यातील सोल्यूशनचं प्रमाण व्यवस्थित घेतलंस ना? कारण या रसायनामधील मूलद्रव्य आपल्याला इलेक्ट्रॉन बीमच्या साह्याने प्रज्वलित करून, तिथे बुडविलेल्या पॉलिमरमध्ये पाठवायचेत. त्यासाठी व्यस्त प्रमाण आवश्यक आहे; कारण त्यामुळे पॉलिमरचे गुणधर्म बदलणार आहेत. सो, बी केअरफुल.”

“होय सर! मी व्यवस्थित प्रमाण घेतलेलं आहे... आणि वेगवेगळे नमुनेही तयार करून ठेवले आहेत.” अविनाशनं सांगितलं.

“इलेक्ट्रॉन प्रवेगक आता सुरू होणार आहे. अजून कुणाला काही नमुने प्रज्वलित करायचेत का?” डॉ. बोरकरांचा प्रश्न.

“होय सर, महेशही त्याच्या नमुन्यांसाठी इलेक्ट्रॉन बीम प्रज्वलित करण्याचं म्हणत होता.” अविनाश सांगत होता, त्याच वेळी महेश धावतपळत येत म्हणाला,

“सर, माझेही प्रदीप्त पदार्थ तयार आहेत. किरणमात्रेसाठीचा तो अभ्यास आहे. अविनाशचं झालं की, मी माझे नमुने करीन.”

“ठीक आहे.”

डॉ. बोरकर खुर्चीतून उठले... आणि इलेक्ट्रॉन प्रवेगकाच्या नियंत्रण कक्षात आले. प्रवेगकाचे पॅरामीटर्स बऱ्यापैकी स्थिर होते. प्रवेगकाच्या विविध गोष्टी अर्धा तास ॲडजेस्ट करून, अखेर इलेक्ट्रॉन बीम आला.

दरम्यान, अविनाशने इलेक्ट्रॉन प्रज्वलित करण्यासाठी त्याचे नमुने प्रवेगकासमोर ठेवले होते... आणि डॉ. बोरकरांनी प्रवेगक सुरू केला होता.

अविनाशचे सर्व नमुने प्रज्वलित होऊन, आता महेशच्या नमुन्यांचं काम सुरू होतं.

संध्याकाळचे सहा वाजले होते. डॉ. बोरकरांना याच वेळेस प्रवेगक सुरू करायला आवडत असे; कारण या वेळी सर्वत्र शांतता असे.

प्रज्वलित नमुन्यांवरील प्रयोग करायला अविनाश निघून गेला. महेश मात्र तिथेच डॉ. बोरकरांबरोबर होता.

तेवढ्यात डॉ. बोरकरांच्या टेबलावरील फोन वाजला. महेशनं तो घेतला.

“हॅलोऽऽ”

“डॉ. बोरकर आहेत?” –पलीकडून विचारणा.

“हो आहेत ना! देऊ का?”

“द्या बरं–” महेशनं माउथ पीसवर हात ठेवत म्हटलं, “सर, तुमचा फोन आहे!”

डॉ. बोरकर नियंत्रण कक्षातून म्हणाले,

“कोण आहे? विचार.”

“सर, आपण कोण बोलत आहात?” महेशनं रिसीव्हर पुन्हा कानाला लावत

विचारलं.

"मी डॉ. नाथ– प्राणिशास्त्र विभागाचा प्रमुख."

"सर, डॉ. नाथ आहेत."

डॉ. बोरकर तत्काळ आले आणि हातात रिसीव्हर घेत म्हणाले,

"हं, बोला सर!"

"सर, एक काम होतं–" डॉ. नाथनी विचारलं.

"सांगा ना!" –डॉ. बोरकर.

"सर, आम्हाला काही जिवाणू इलेक्ट्रॉनने प्रज्वलित करायचे होते. आपल्याला कधी वेळ आहे?" डॉ. नाथनी विचारलं.

"तुमचे जीवाणूंचे नमुने तयार आहेत का?" डॉ. बोरकरांनी विचारलं.

"होय सर, त्यांचं संवर्धन करून ठेवलेलं आहे. मागे आपण प्रज्वलीकरण केलं होतं, त्याच पद्धतीने."

"असं करा– प्रवेगक सुरूच आहे. आत्ता आणू शकता?"

"होय सर, आणू शकतो."

"या किंवा तुमच्या विद्यार्थ्याला पाठवून द्या."

प्रा. डॉ. बोरकर हे पुणे विद्यापीठात भौतिकशास्त्र विभागात सुप्रतिष्ठित प्राध्यापक होते. विद्यापीठाने त्यांची नेमणूक नुकतीच केली होती.... आणि डॉ. नाथशी त्यांचे पूर्वीपासून संबंध होते. शिवाय त्यांच्यात शैक्षणिक व संशोधनाची देवाण-घेवाण नियमित होत असे. डॉ. बोरकर हे किरणशास्त्रातले तज्ज्ञ होते आणि त्यांनी प्रवेगकाचा वापर वेगवेगळ्या विभागांना उपलब्ध करून दिला होता. त्या अंतर्गतच डॉ. नाथनी कामाला सुरुवात केली होती. ते स्वत: प्रयोगशाळेत विविध विषाणू, जीवाणूंचे संवर्धन करत असत आणि त्यांच्या डी.एन.ए. व आर.एन.ए.चा अभ्यास करत असत. किरणांचा मारा करून डी.एन.ए.मध्ये परिवर्तन घडवून आणण्यात त्यांना विशेष रुची असे. म्हणूनच हा प्रयोग त्यांना तातडीने करायचा होता. अतिउच्च ऊर्जा असलेले इलेक्ट्रॉन कण त्यांना वापरायचे होते; कारण त्यांची भेदनक्षमता चांगली असल्याने, जीवाणूंच्या डी.एन.ए. साखळीतच बदल होऊ शकेल, असा त्यांचा कयास होता. संशोधनाची देवाण-घेवाण असल्यामुळे डॉ. नाथ यांचं काम डॉ. बोरकरांना ठाऊक होतं. त्यामुळे नव्या जीवाणूंचा शोध घेणं शक्य होत असे.

थोड्याच वेळात डॉ. नाथ व त्यांची संशोधक विद्यार्थिनी कोमल शिंदे हजर झाली.

डॉ. बोरकर म्हणाले, "याऽ याऽ डॉ. नाथ." डॉ. बोरकरांनी प्रवेगक हाताळताना, शेजारच्या खुर्चीत त्यांना बसायची विनंती केली.

खुर्चीत बसत डॉ. नाथनी जीवाणूंच्या विविध नमुन्यांची माहिती दिली. डॉ. बोरकरांनी त्यातील एक बाटली उचलून दिव्यासमोर धरून पाहिलं. त्यात जिवाणू वळवळताना दिसले.

डॉ. बोरकर म्हणाले,"बरेच ॲक्टिव्ह आहेत!"

"होय सर. या कोमलने, ते शोधून संवर्धन केलेले आहेत." डॉ. नाथनी सांगताच, डॉ. बोरकरांनी तिच्याकडे असलेले सर्वच नमुने हाताळले. महेशला बोलावून त्यांनी ते सर्व नमुने त्याच्या हातात दिले व प्रवेगकासमोर ठेवायला सांगितले. कोमलही सोबत गेली. शेवटी संशोधनाचा प्रॉब्लेम तिचा होता. यापूर्वीही लार्व्हासाठी तिनं इलेक्ट्रॉन प्रज्वलीकरण केलेलं होतं.

एक-एक नमुना घेऊन डॉ. बोरकरांनी इलेक्ट्रॉन प्रज्वलित केले आणि प्रत्येक वेळी इलेक्ट्रॉनची मात्रा त्यांनी बदलली. सगळे नमुने झाल्यानंतर डॉ. बोरकर व डॉ. नाथनी आणखी सविस्तर चर्चा केली आणि काय जे परिणाम येतील ते कळवितो, असं म्हटलं म्हणून डॉ. नाथ उठले.

"थँक्स सर!..." डॉ. नाथ डॉ. बोरकरांचा हात हातात घेत म्हणाले.

डॉ. नाथ व कोमल प्रयोगशाळेतून बाहेर पडले.

उपलब्ध तंत्रज्ञान व यंत्राच्या साह्याने कोमलने सर्वच जीवाणूंचे गुणधर्म दुसऱ्या दिवशीच पडताळले. डी.एन.ए. मॅपिंगही केलं होतं. प्रत्येकाच्या डी.एन.ए. साखळीमध्ये होणाऱ्या बदलांचा वेध कोमलने घेतला होता. त्यात काहींचे परिणाम आश्चर्यकारक होते. ते तिच्या कल्पनेपलीकडचे होते. डॉ. नाथ यांच्याशी चर्चा केल्यानंतरच ते कळणार होते.

डॉ. नाथ यांची प्रयोगशाळा अतिशय कुशल आणि विविध तंत्रे व यंत्रांनी सुसज्ज होती. सक्षम सूक्ष्मदर्शिका होत्या. पूर्ण प्रयोगशाळा काच-तावदानांच्या कप्प्यांनी बांधलेली होती व वातानुकूलित होती. जागतिक पातळीवरचं काम ते त्यांच्या प्रयोगशाळेत करत होते. म्हणूनच त्यांचं नाव राष्ट्रीय व आंतरराष्ट्रीय पातळीवर होतं.

तिसऱ्या दिवशीच इलेक्ट्रॉनने प्रज्वलित केलेले विविध जीवाणूंचे नमुने व त्यांचे परिणाम हाती घेऊन कोमलनं डॉ. नाथांच्या केबिनमध्ये प्रवेश केला. डॉ. नाथ कॉम्प्युटरवर काही प्रतिकृती पाहण्यात व्यग्र होते.

"सर, आत येऊ?"

कॉम्प्युटरमुळे जडावलेल्या डोळ्यांची उघडझाप करत, ते उत्साहाने म्हणाले,

"अगं कोमल, ये, येऽऽ बैस."

शेजारच्याच खुर्चीत बसत तिनं हातातील नमुने व परिणाम टेबलावर ठेवले होते. ती म्हणाली,

"सर, हे बघा– या चारही बाटल्यांतील जिवाणू जवळजवळ शांत झालेले आहेत. त्यांच्यातील डी.एन.ए. साखळीत बरेच बदल झालेले आहेत. शिवाय प्रज्वलित करून चोवीस तास उलटून गेलेत; पण ते पुनरुज्जीवित होण्याची शक्यता नाही. कदाचित आपल्याला वाट पाहावी लागेल."

डॉ. नाथांनी एक-एक नमुना न्याहाळला. ते शांतपणे पाण्यात पहुडलेले होते. त्यांच्यात कुठलीही हालचाल नव्हती. याचाच अर्थ, भेदक इलेक्ट्रॉन्सने त्यांचा वेध घेतला होता. वंडरफुल!

"कोमल, यांचे परिणाम बघू–"

कोमलने परिणाम हाती देताच, डॉ. नाथांनी ते काळजीपूर्वक पाहिले. या जीवाणूंचे डी.एन.ए.अस्ताव्यस्त झालेले होते. "त्यांना इलेक्ट्रॉनची कमी मात्रा देणं अपेक्षित आहे."

कोमल चुळबुळत म्हणाली,

"सर, पण हा पाचवा जिवाणूबघा ना–"

डॉ. नाथांनी पाचव्या बाटलीकडे पाहिलं. त्यांनी ती उचलून न्याहाळली. त्यातील जिवाणूवळवळत होता. किंबहुना, पूर्वीपेक्षा जास्त वेगाने! त्यातील हा बदल अनपेक्षित होता; कारण एवढ्या मोठ्या ऊर्जेच्या व मात्रेच्या इलेक्ट्रॉन प्रज्वलीकरणात हा टिकूच शकणार नव्हता. डॉ. नाथ आश्चर्याने म्हणाले,

"अगं, खरंच की!... किती ॲक्टिव्ह झाला हा! बघू याचा डी.एन.ए. रिपोर्ट..."

कोमल लागलीच टेबलावर रिपोर्ट पसरवत म्हणाली,

"सर, हे बघा– डी.एन.ए.च्या साखळ्या तुटलेल्या आहेत; पण त्याच वेळी त्या एकमेकांमध्ये गुंफून क्रॉसलिंक झालेल्या आहेत, हेच मला कळत नाहीये!"

डॉ. नाथांनी परिणाम पुन्हा काळजीपूर्वक पाहिले. त्यात बदल झाला होता, हे निश्चित. डॉ. नाथ थोडेसे गंभीर होत म्हणाले,

"कोमल, परिणाम चांगले आहेत; पण एक महत्त्वाचं– हा पठ्ठ्या अतिउच्च ऊर्जेला टिकलेला आहे. त्याच्या साखळ्या जरूर तुटल्यात; पण कदाचित त्यामुळे त्याच्या गुणधर्मामध्ये बदल झाला असावा. याच्यावर लक्ष ठेव; कारण तो पूर्वीपेक्षा चपळ झालेला आहे, हे निश्चित. एक मिनिट– मी डॉ. बोरकरांना याची माहिती देतो."

डॉ. नाथांनी फोन डायल केला. पलीकडून आवाज आला,

"डॉ. बोरकर बोलतोय–"

"सर, डॉ. नाथ. जीवाणूंचे परिणाम उत्तम आहेत. वुइ आर गेटिंग सम पॉझिटिव्ह रिझल्ट्स."

"गुड! ॲनालाइझ देम प्रॉपर्ली." डॉ. बोरकर उत्तरले.

''जरूर सर! काही दिवस थांबून त्यांची ॲक्टिव्हिटी बघावी लागेल.''

''बघा ना! आता सगळेच इनॲक्टिव्ह झाले का, की डेड झालेत?'' डॉ. बोरकरांनी विचारलं.

''सर, चार जिवाणू स्थिर आहेत; पण एक जिवाणू मात्र सक्षमपणे उभा आहे... त्याची चपळताही वाढलेली आहे. तेच सांगण्यासाठी मी फोन केला.'' डॉ. नाथांनी सांगितलं.

''काय म्हणताय! अहो, पण इलेक्ट्रॉनची ऊर्जा खूपच मोठी होती. त्यात मला वाटतं, सजीव टिकणं शक्य नाही.''

''त्याचाच मी विचार करतोय, सर. लेट अस वेट फॉर सम टाइम.'' डॉ. नाथ आशेने म्हणाले,

''ठीक आहे, डॉ. नाथ. यू जस्ट वॉच ॲण्ड कीप ट्रॅक. त्याच्या ॲक्टिव्हिटीत काय बदल होतोय का, ते मलाही कळवा.'' डॉ. बोरकरांनी सांगितलं.

''ठीक आहे सर, मी तुम्हाला प्रगती कळवत राहीन.''

डॉ. नाथांनी फोन ठेवला होता आणि विचार करत कोमलला म्हणाले,

''कोमल, फक्त या चपळ जीवाणूला वातानुकूलित असलेल्या काचेच्या तावदानात ठेव आणि दर चार तासांनी निरीक्षण करत राहा. ओ.के.?''

''ओ.के. सर. आय विल डू इट.''

मग कोमलने सर्व नमुने व परिणाम उचलले आणि ती केबिनबाहेर पडली. कोमल गेल्यानंतरही डॉ. नाथ बराच वेळ विचारमंथन करत राहिले. तो चपळ जिवाणू त्यांच्या डोळ्यांसमोर तरळत राहिला. इलेक्ट्रॉन प्रज्वलनामुळे त्यात असे काय बदल झाले असावेत? कुठले गुणधर्म बदलले? त्यानं तो अधिकच सशक्त झालेला. डी.एन.ए.ची संरचनाच बदललेली. डॉ. नाथ सखोल विचार करत राहिले. काहीतरी वेगळं घडत आहे, याची शंका त्यांना आली होती.

रात्र झाली होती. तत्पूर्वी ते पुन्हा एकदा प्रयोगशाळेत जाऊन आले. विद्यार्थ्यांशी चर्चा केली... आणि घरी गेले.

डॉ. नाथ सकाळीच प्रयोगशाळेत हजर झाले. कोमल रात्रभर प्रयोगशाळेत त्या जीवाणूचं निरीक्षण करत राहिली होती. त्यात तिला काही आश्चर्यकारक गोष्टी दिसल्या होत्या.

डॉ. नाथ आल्या-आल्या कोमलनं सांगितलं,

''सर, हे सोल्यूशन बघा ना–''

डॉ. नाथांनी बाटलीकडे पाहिलं. त्यातील सोल्यूशन खूपच पारदर्शक दिसत होते. निखळ स्वच्छ. त्यात तो जिवाणू विहार करत होता. कोमल म्हणाली,

''सर, मी या पाण्याचं पृथक्करण केलंय. अतिशय शुद्ध आहे. कुठलेही

मिनरल्स, पोल्युटन्ट त्यात नाहीयेत.''

''काय म्हणतेस कोमल! शुद्ध पाणी?'' डॉ. नाथ आश्चर्यचकित झाले.

''होय सर! हा चांगला परिणाम की वाईट– माहीत नाही.'' कोमलचा गोंधळ उडाला होता.

''कोमल, हा चांगलाच परिणाम म्हणायला हवाय; कारण हा जिवाणू पाण्यातील नको असलेले घटक गिळंकृत करतोय. धिस इज पॉझिटिव्ह रिझल्ट.''

नाथ उत्साहाने पुढे म्हणाले, ''कोमल, आपण आणखी काही प्रयोग करून बघू. तू काही रसायने आण. सल्फ्युरिक ॲसिड, जस्त, शिसे, नायट्रिक ॲसिडसारखी घातक मूलद्रव्येही आण. हे आपण या स्वच्छ पाण्यात टाकून बघू. लेट अस सी व्हॉट हॅपन्स.'' डॉ. नाथांनी सांगितलं.

कोमल उत्साहात उठली. शेजारच्या खोलीतील कप्प्यात गेली. तिथे वेगवेगळी रसायने असलेल्या बाटल्या तिनं आणल्या... आणि त्यांचं मिश्रण करून तिनं जिवाणू असलेल्या बाटलीत टाकलं. पाण्याचा रंग रसायनांमुळे पूर्णत: बदलला. त्यामुळे जीवाणूच्याही शेड्स बदलल्या.

साधारण एका तासानंतर परिणाम दिसले. पाणी स्वच्छ झालं होतं. खात्री म्हणून कोमलनं ते तपासून पाहिलं. त्यात कुठलीही घातक रसायने नव्हती. या परिणामाने डॉ. नाथ अन् कोमल आश्चर्यचकित व उत्साहित झाले. हा जिवाणू वेगळाच झाला होता. त्याचे गुणधर्म इलेक्ट्रॉन प्रज्वलनामुळे कमालीचे बदलले होते. डॉ. नाथ म्हणाले,

''कोमल, आपण आणखी एक प्रयोग करू. गटारातलं पाणी आणून त्यात टाक. बघू या काय होतं ते.''

कोमल क्षणभर पाहतच राहिली; पण प्रयोगाची दिशा म्हणून ती लागलीच बाहेर पडली... आणि क्षणात चंचुपात्रात गटाराचं काळंकुट्ट पाणी घेऊन आली.

तिनं ते गटारातलं पाणी टाकताच बाटली काळीकुट्ट झाली. त्यात जीवाणूचं अस्तित्वच नाहीसं झालं. जिवाणू दिसेनासा झाला. त्याची वळवळही दिसत नव्हती. हालचालही नव्हती. फक्त पाण्यात तरंग उमटत होते.

साधारण अर्ध्या तासातच पाणी स्वच्छ व्हायला सुरुवात झाली... आणि दुसऱ्याच क्षणी जीवाणूचं अस्तित्व दिसू लागलं. पाणी संपूर्ण पारदर्शक होताच जिवाणू पूर्ववत झाला.

डॉ. नाथ हर्षोल्हासित झाले. पाणी स्वच्छ करणारा जिवाणू सापडला होता. हे संशोधन अपेक्षित नव्हतं; पण अपघाताने हा परिणाम मिळाला होता. त्यांनी लागलीच डॉ. बोरकरांना फोन केला.

''हॅलोऽऽ''

"सर, मी डॉ. नाथ."

"हं, बोला डॉ. नाथ, काय म्हणतोय आपला जीवाणू?" डॉ. बोरकरांनी विचारलं.

आणि पुढच्या पाच मिनिटांत डॉ. नाथांनी जीवाणूचे परिणाम कथन केले होते. त्यावर डॉ. बोरकर उत्साहाने म्हणाले,

"काय म्हणताय डॉ. नाथ! जिवाणू पाणी स्वच्छ करतोय? आणि कुठलेही रसायन शिल्लक ठेवत नाही? अ‍ॅमेझिंग!" थोडंसं थांबत व विचार करत डॉ. बोरकर पुढे म्हणाले, "डॉ. नाथ, आत्ता लागलीच जीवाणूला घेऊन तुम्ही माझ्या प्रयोगशाळेत येऊ शकता?"

"का नाही सर, येऊ शकतो; पण का?"

"एक प्रयोग करायचाय. तातडीचा. अ प्रॉमिनन्ट."

"कुठला?" –डॉ. नाथांचा उत्सुकतेचा स्वर.

"यू जस्ट कम. तुम्ही आल्यावरच सांगतो." डॉ. बोरकर म्हणाले.

"ठीक आहे सर, आम्ही आलोच."

दुसऱ्याच क्षणाला डॉ. नाथ व कोमल दोघंही भौतिकशास्त्र विभागात हजर होते. कोमलच्या हातात जिवाणू होता. दोघंही डॉ. बोरकरांच्या प्रयोगशाळेतील केबिनमध्ये होते.

"या, डॉ. नाथ. बसा." डॉ. बोरकर खुर्चीकडे निर्देश करत म्हणाले.

डॉ. नाथ यांच्यासोबतच कोमल बसली आणि तिने हातातील बाटली टेबलावर ठेवली. डॉ. नाथ म्हणाले,

"सर, हा बघा जीवाणू. याची चपळता दिवसेंदिवस वाढतच आहे."

डॉ. बोरकरांनी निरीक्षण केलं. पाणी अतिशय स्वच्छ होतं. त्यात तो जिवाणू इकडून तिकडे फिरत होता. डॉ. नाथ पुढे म्हणाले,

"सर, यापूर्वी हे पाणी अतिशय गढूळ होतं. कोमलनं सरळ-सरळ गटारातलंच पाणी आणलं होतं. अर्ध्या तासात या जीवाणूने ते स्वच्छ करून टाकलं! त्यात आता कुठलंही पोल्युटन्ट किंवा घातक रसायने नाहीत."

डॉ. बोरकर पुन्हा जिवाणू व पाण्याकडे पाहत होते. त्यांचा विश्वासच बसत नव्हता. खरं तर पाणी शुद्धीकरणासाठी ही जमेचीच बाजू होती. डॉ. बोरकर म्हणाले,

"डॉ. नाथ, खरंच आश्चर्य आहे! असे बहुसंख्य जिवाणू निर्माण करून धरणात सोडले, तर पिण्यासाठी थेट स्वच्छ पाणी मिळेलच. मानवासाठी हे खूपच उपयुक्त आहे; पण याच्यात असा काय बदल झाला, त्याचा शोध आपल्याला घ्यावा लागेल. एक सांगा– हा जिवाणू नेमका तुम्हाला मिळाला कुठून? त्याचं मूळ काय?"

डॉ. नाथ थोडे चुळबुळले व म्हणाले, "सर, हैदराबाद विद्यापीठात माझे एक प्राध्यापक मित्र आहेत. संशोधनाविषयी त्यांच्याशी नेहमीच देवाण-घेवाण होत असते. तेथील एका निर्जन स्थळी खाणी आहेत. तिथे खोलवर त्यांना हा जिवाणू सापडला आणि अभ्यासासाठी त्यांनी माझ्याकडे पाठवून दिला." डॉ. नाथांनी सांगितलं.

डॉ. बोरकर थोडे विचारात पडले. शेवटी ते म्हणाले,

"याचाच अर्थ, जमिनीखाली खोलवर वातावरणात हे जिवाणू तग धरून असतात. तिथेच त्यांना काही खाद्य मिळत असावं. डॉ. नाथ, आत्ताच आपण एक प्रयोग करून बघू. कोमल, शेजारच्या न्यूट्रॉन जनित्र प्रयोगशाळेतून विशालला बोलावून आणतेस का?"

कोमल लागलीच उठली आणि काही क्षणांतच परतली, तेव्हा विशाल तिच्यासोबत होता. डॉ. बोरकर त्याला म्हणाले,

"विशाल, आपल्याकडे युरेनियम ऑक्साइड आणि काही किरणोत्सारी पदार्थ आहेत का?"

"होय सर, आहेत." विशाल तत्काळ उत्तरला.

"जरा प्रत्येकी तीन-चार ग्रॅम घेऊन येतोस?" डॉ. बोरकरांनी सांगितलं.

"आलोच सर!" विशाल बाहेर पडला.

पाचच मिनिटांत विशाल युरेनियम ऑक्साइड व किरणोत्सारी पदार्थ घेऊन आला. डॉ. बोरकर म्हणाले,

"कोमल, बाटलीचं बूच उघड." पुढे विशालकडे पाहत म्हणाले, "विशाल, या बाटलीत युरेनियम ऑक्साइड व किरणोत्सारी पदार्थही टाक." दोघांनीही लागलीच कृती केली... आणि कोमलनं बूच पुन्हा लावलं. पाण्यात युरेनियम ऑक्साइड विरघळलं व काही तळाला राहिलं. किरणोत्सारी पदार्थाचीही सरमिसळ होऊ लागली. जिवाणू आता आणखीच चपळ झाला– त्याचं खाद्य मिळाल्यासारखा!

...आणि पुढच्या वीस मिनिटांतच, युरेनियम ऑक्साइड किंवा किरणोत्सारी पदार्थाचा पाण्यात लवलेशही नव्हता. ते स्वच्छ दिसत होतं. किंबहुना, ते पिण्यायोग्य असावं. डॉ. बोरकर म्हणाले,

"विशाल, पूर्वी या युरेनियम व किरणोत्सारी पदार्थाच्या किरणांची ॲक्टिव्हिटी किती होती?"

"सर, खूपच प्रमाणात होती. साधारण दोन ते तीन क्यूरी. (क्यूरी हे किरणमात्रा मोजण्याचं प्रमाण आहे.)" विशालनं सांगितलं.

"आता ही बाटली घे आणि किरणोत्सारिता मोज बरं–" विशालनं बाटली घेतली. कोमलही त्याच्यापाठोपाठ गेली. दरम्यान, डॉ. बोरकर व डॉ. नाथ विचार-

विनिमय करीत राहिले.

विशाल व कोमल दहा मिनिटांतच पुन्हा आले. विशाल म्हणाला,

"सर, किरणोत्सारितेची मात्रा पूर्णपणे शून्य झालेली आहे!"

"कायऽ म्हणतोस! शून्य? अरे, पण या जीवाणूनं किरणोत्सारी पदार्थ खाल्ले असतील, तर ते त्याच्या शरीरात असायलाच हवेत. किंबहुना, गॅमासारखी किरणे बाहेर पडणं अपेक्षित आहे; पण हे कसं शक्य आहे?" डॉ. बोरकर न समजून उत्तरले. त्यांचा विश्वास बसत नव्हता.

"सर, पण किरणोत्सारिता आता शून्य आहे. मी दोन वेळेस प्रयोग करून पाहिला. यात कुठलीही चूक नाही." विशाल ठामपणे म्हणाला.

"सिम्पली ॲमेझिंग! वंडरफुल!! आश्चर्य!!! कारण हा जिवाणू नुसते किरणोत्सारी पदार्थच खात नाही, तर त्याच्यापासून येणारी भेदक किरणेही शोषून घेतो." डॉ. नाथ यांच्याकडे पाहत पुढे म्हणाले, "डॉ. नाथ, हा जिवाणू जमिनीत खोलवर सापडला, असं म्हणालात ना तुम्ही?"

"होय सर!" डॉ. नाथनं पुन्हा आठवून सांगितलं.

"याचाच अर्थ, हा जिवाणू खूपच महत्त्वाचा आहे. किरणोत्सारी कचऱ्याची विल्हेवाट लावायला याचा उपयोगही होऊ शकतो. हा तर बहुउपयुक्त जिवाणू आहे. याचाच अर्थ, जमिनीतील पाणी झिरपल्यानंतर, किरणोत्सारी पदार्थ संपर्कात आल्यानंतर ते अल्कधर्मीय होतील आणि या प्रक्रियेतून निर्माण झालेले आयसोसॅक्रिनिक ॲसिड हे जिवाणूचं अन्न असेल. हीच प्रक्रिया आताही होतेय. पाणी शुद्धीकरण व किरणोत्सारी कचऱ्याची विल्हेवाट– असा बहुफायदा हा जिवाणू देईल. डॉ. नाथ, खूप छान संशोधन आणि परिणाम! थेट समाजोपयोगी! गुडऽऽ" डॉ. बोरकर शाबासकी देत म्हणाले.

"सर, यात खरं तर तुमचाही हातभार आहे; पण मी याचा डी.एन.ए. पातळीवर सखोल अभ्यास करून ही प्रजात पुन्हा निर्माण करीन." डॉ. नाथ ठामपणे म्हणाले.

"व्हेरी गुड! कीप इट अप!" डॉ. बोरकर प्रोत्साहन देत म्हणाले.

कोमल बाटली हातात घेऊन गेली. डॉ. नाथही बाहेर पडले होते.

दोन दिवस गेले आणि डॉ. नाथांचा फोन आला. त्यांचा स्वर कमालीचा घाबरलेला होता. डॉ. बोरकरांना ते म्हणाले,

"सर, जिवाणूचा प्रॉब्लेम झाला!"

"काय झालं?" –डॉ. बोरकरांचा काळजीयुक्त स्वर.

"दोन दिवस आम्ही लक्ष दिलं नाही. नंतर कळलं, जिवाणू काहीसा हिंसक झालाय. त्याचा आकार व लांबीही वाढतेय. तो कदाचित आम्लयुक्त अन्नाच्या

शोधात आहे. ते जर त्याला मिळालं नाही, तर...'' –डॉ. नाथांचा काळजीचा स्वर.

''नाही तर?... नेमकं काय डॉ. नाथ?''

''तर... तो मानवावरही हल्ला करेल! कारण मानवी शरीरात त्याला पोषक असणारं आम्ल सापडत आहे.''

''ते कसं काय?'' –डॉ. बोरकरांचा प्रश्न.

''कारण कोमलवर त्यानं हल्ला केला; पण कोमलने वेळीच सावधान होऊन, मोठ्या चंचुपात्रात त्याला बंदिस्त करून ठेवलेलं आहे; पण तो त्यातनं कधीही बाहेर पडू शकतो.'' डॉ. नाथनी सांगितलं. प्रश्न अतिशय गंभीर पाहून डॉ. बोरकर काळजीत पडले. ते लागलीच म्हणाले,

''डॉ. नाथ, तुम्ही तो जिवाणू घेऊन इकडेच या. आपल्याला तो डिस्ट्रॉय करावा लागेल– कुठल्याही परिस्थितीत; कारण दुर्लक्ष केलं, तर मानवी जीवन धोक्यात येईल.''

''त्याचीच भीती मला आहे, सर! आम्ही आलोच.''

पाचच मिनिटांत डॉ. नाथ व कोमल त्या विभागात हजर होते. मोठ्या चंचुपात्रातला मोठ्या आकाराचा तो जिवाणू पाहून डॉ. बोरकर आश्चर्यचकित झाले. हा आता जिवाणू राहिलाच नव्हता, त्याचं रूपांतर प्राण्यात होऊ पाहत होतं.

डॉ. बोरकर उत्तरले, ''डॉ. नाथ, खरंच की! आता हा जिवाणू राहिलाच नाही. हा कुठल्याही प्राण्याच्या रूपात बाहेर येऊ शकतो, कधीही. आपल्याला तत्काळ उपाययोजना करावी लागेल. वेळ कमी आहे.'' डॉ. बोरकरांना प्रसंगाची गंभीरता जाणवली होती. त्याचे मानवी जीवनावर काय परिणाम होतील, याचीही कल्पना आली होती. त्यामुळेच ते चिंतेत होते.

विचारविनिमय होत होता; पण मार्ग सापडत नव्हता. डॉ. बोरकरांनी तो जिवाणू नष्ट करण्यासाठी विविध प्रयोग करून पाहिले. विद्युतप्रवाह सोडला, शिशाने ठेचला, ॲसिड टाकलं; पण तसा तो जास्तच सशक्त होऊ लागला. त्याची वाढ झपाट्याने होऊ लागली. गुणसूत्रांमध्ये प्रचंड उलथापालथ होऊ लागली. तो कधी बाहेर येईल आणि मानवाचा फडशा पाडेल, हे सांगता येत नव्हतं.

डॉ. बोरकर व डॉ. नाथ हवालदिल झाले. चांगल्या परिणामांचा हा वाईट शेवट होता. प्रयोगशाळेतील सर्वच विद्यार्थी भेदरले होते. डॉ. बोरकर शांतपणे विचार करू लागले... आणि तत्क्षणी विशालला म्हणाले,

''विशाल, न्यूट्रॉन जनित्र सुरू कर.''

आज्ञा पाळतच विशाल बाहेर आला. असं का, कशासाठी– असे प्रश्न कुणाच्याही मनात येत नव्हते.

विशालनं न्यूट्रॉन जनित्र चालू करताच सर्वच जण जनित्र प्रयोगशाळेत गेले

होते. चंचुपात्रात आता जिवाणू वेटोळे घालून फिरत होता. तो खूपच अस्वस्थ होता. चंचुपात्राच्या झाकणावर धडका देत होता. तो कधी बाहेर येईल, सांगता येत नव्हतं. मोठं चंचुपात्रच न्यूट्रॉन हेडच्या समोर ठेवलं गेलं. न्यूट्रॉनची ऊर्जा खूपच जास्त असल्याने ते चंचुपात्रास भेदून जाणार होते.

न्यूट्रॉन जनित्राची रूम बंद करण्यात आली. जिवाणू बाहेर पडणार नाही, याची काळजी घेतली गेली आणि सर्व जण न्यूट्रॉन-जनित्र नियंत्रण कक्षात आले. तिथे सीसीटीव्हीच्या साह्याने जीवाणूची स्थिती कळत होती. त्याची गती आता कमालीची वाढली होती, शिवाय चंचुपात्रही हलू लागलं होतं. वेळेचं नियोजन करायलाच हवं होतं.

डॉ. बोरकरांनी जनित्र सुरू करताच चंचुपात्रावर अदृश्यरूपी, पण तेवढाच भेदक न्यूट्रॉन्सचा मारा होऊ लागला. पुढे काय होतं, हे सर्व जण स्क्रीनवर पाहत होते.

न्यूट्रॉन्सचा मारा होताच, तो जिवाणू कमालीचा हिंसक झाला. कोमल अन् विशाल भीतीने थरथरत होते. डॉ. नाथ जीवाणूचं वेगळंच रूप पाहत होते. त्याच्या धडाक्यात चंचुपात्राचं झाकण सैल होऊन खाली पडलं आणि जीवाणूनं बाहेर डोकं काढताच, डॉ. बोरकरांनी न्यूट्रॉनचा प्रवाह, ऊर्जा व मात्रा कमालीची वाढवली. त्यामुळे जिवाणू अर्धवट बाहेरच्या अवस्थेत शिथिल होत गेला. त्याच्यातील शक्ती कमी होऊ लागताच तो स्थिर झाला आणि घरंगळला. चंचुपात्रात येऊन निपचित पडला.

डॉ. बोरकरांनी आणखी जास्तीचा न्यूट्रॉन्सचा मारा करताच जीवाणूची उरलीसुरली हालचालही बंद झाली. सर्वच जण जनित्र रूममध्ये झेपावले.

कोमलने चंचुपात्राचं झाकण शिताफीने लावलं व मजबूत केलं. लालसर जिवाणू आता काळसर पडला होता. त्याच्यातील प्राण गेले होते. तरीही डॉ. बोरकर म्हणाले,

''कोमल... या चंचुपात्राला शिशाच्या पेटीत ठेव आणि खोल खड्ड्यात पुरून टाक. शिशामुळे वातावरणातील किंवा जमिनीतील कुठलंही आम्ल व किरणे त्याच्यापर्यंत पोहोचणार नाहीत. पर्यायाने, पुनरुज्जीवनाची त्याची शक्यता अतिशय कमी होईल.''

डॉ. बोरकरांकडे डॉ. नाथ पाहतच राहिले. त्यांनी वेळेतच निर्णय घेतले होते. त्यांचं या क्षेत्रातील अगाध ज्ञान पाहून ते चकित झाले. डॉ. नाथ म्हणाले,

''सर, पुढे काहीच पर्याय दिसत नसताना, तुम्हाला न्यूट्रॉननी तो जायबंदी होऊ शकतो, असं का वाटलं?''

डॉ. बोरकर स्मित करत म्हणाले,

"डॉ. नाथ, जेव्हा तुम्ही मला म्हणालात, की जीवाणूला आम्लाधारित रसायने लागतात आणि त्याने तो जास्त प्रबळ होतोय... शिवाय नाश करण्यासाठीचे इतर पर्यायही व्यर्थ गेले असं कळताच, मला न्यूट्रॉनचा पर्याय सुचला; कारण न्यूट्रॉन हे भेदक असून, गुणसूत्रांचा पार नायनाट करून टाकतात. त्याने त्याची आम्लाधारित भूक नष्ट होऊ शकते, असं माझ्या लक्षात येताच मी तो प्रयोग तातडीने केला आणि परिणाम तुमच्यापुढे आहेत. इट इज सक्सेसफुल! पण एवढं मात्र सांगतो, हा जिवाणू उपयुक्त आहे. त्याच्यावर आणखी थोडा अभ्यास व संशोधन झालं पाहिजे."

"निश्चितच सर! तुम्ही खूप मोठं काम केलंत. मानवावरचं अरिष्ट टाळलंत; पण तुम्ही म्हटल्याप्रमाणे मी पुन्हा याचा अभ्यास करून, या जीवाणूची उपयुक्त गुणसूत्रे शोधून, त्याचा उपयोग मानवासाठी कसा करता येईल यासाठी प्रयत्न करीन." डॉ. नाथ ठामपणे म्हणाले.

"गुडऽऽ सर! मीही तुमच्यासोबत आहेच. हा किरणांनी घडवून आणलेला एक अपघात आहे, असं आपण समजू आणि पुढील संशोधन मानवासाठी करू या. बेस्ट लक!" डॉ. बोरकर स्मित करत म्हणाले.

"थँक यू सर! आय विल डू इट."

हस्तांदोलन करून डॉ. नाथ बाहेर पडले. त्यांच्यासोबत कोमलही होती आणि तिच्या हातात चंचुपात्रात धारातीर्थी पडलेला जिवाणू होता. तो शेवटी एक शिखंडी होता– पुन्हा येण्यासाठीचा.

रिकाम्या दाराकडे डॉ. बोरकर क्षणभर पाहत राहिले. डॉ. नाथ या होतकरू शास्त्रज्ञावर त्यांचा विश्वास होता.

❖

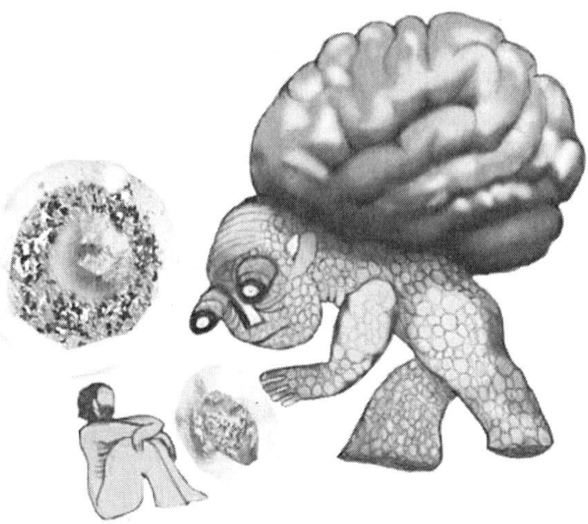

अंधार गुणिले अंधार

रिक्षा गेटवर थांबली, तसा तो अजिजीने म्हणाला,

''चला की राव आत– सोडा त्या इमारतीपर्यंत. पैसे देतो हवं तर जास्त.''

''नाही साहेब, रात्रीचं कोणीबी घावत नाही तिथं. मग आसंच माघारी फिरावं लागतं.'' तरुणाला नखशिखांत पाहत रिक्षावाला पुढं म्हणाला, ''जावा की चालत– धडधाकट हाईसा!''

रिक्षावाल्याच्या वाक्यानं तो तरुण खजील झाला. त्यानं स्वत:कडे पाहिलं.

खरंच, तो धडधाकट व बांधेसूद होता. तो नाराजीने खाली उतरला अन् पैसे रिक्षावाल्याच्या हातात ठेवत गेटमधनं पुढं निघाला.

सूर्य अस्ताला गेला होता. संध्याकाळचा संधिप्रकाश मात्र अजूनही होता. त्यामुळे दुतर्फा झाडीतून नागमोडी वळणं घेत जाणारा रस्ता त्याला अजूनही दिसत होता. डांबरी रस्त्यावरून तो आता झपाझपा चालू लागला. दोन कि.मी.वर असणारी जैवतंत्रज्ञान संशोधन संस्था त्याला अंधार पडायच्या आत गाठायची होती. त्याच्या हातात करड्या रंगाची फाइल होती. चौकटीचा शर्ट अन् काळ्या रंगाची पॅन्ट असा त्याचा साधासुधा वेष होता. शरीरानं तो खरंच बांधेसूद होता. केसांचा कोंबडा त्याच्या चेहरेपट्टीला शोभून दिसत होता. तो पुन्हा झपाझपा चालू लागला. या वेळी त्याच्याच बुटांचा आवाज प्रतिध्वनित होत होता.

थंडीचे दिवस असल्याने, काही पावलांतच अंधार अंगावर आला; पण रस्त्यावरच्या दुतर्फा असलेल्या दिव्यांनी आता त्याला साथ द्यायला सुरुवात केली होती. प्रकाश व अंधाराचा खेळ सुरू झाला होता. रस्त्यावर कुणीही नव्हतं. त्यामुळे तो सावधगिरीने चालत होता. रातकिड्यांचा आवाज सुरू झाला होता.

अंदाजे वीस मिनिटांनी तो संशोधन संस्थेच्या गेटमध्ये होता. क्षणभर थांबून त्याने आजूबाजूला पाहून घेतलं. संशोधन संस्था चोहोबाजूंनी झाडांनी वेढलेली असल्याने तिचं अस्तित्व सहज जाणवत नव्हतं.

गेटवरच्या सुरक्षा अधिकाऱ्यानं त्याची तपासणी केली आणि नोंदवहीत त्यानं सविस्तर माहिती भरली. तो आत इमारतीमध्ये शिरला. ती इमारत चारमजली होती... आणि बहुसंख्य खोल्या या वेळीही प्रकाशमय होत्या. याचा अर्थ, तिथे संशोधक प्रयोगात किंवा कार्यात मग्न होते.

तो मेन पोर्चमध्ये येऊन उजवीकडल्या कॉरिडॉरमध्ये जाऊ लागला. बुटांचा टप्टप् आवाज येऊ लागला. या वेळी एखाद दुसरा संशोधकच डोकावताना दिसला, नाहीतर तिथे शांतताच होती. प्रत्येक कॉरिडॉर प्रकाशमान होता.

तो डावीकडे वळला व निमुळत्या कॉरिडॉरमधून जाऊ लागला. कुठे जायचं, हे त्याला माहीत होतं. म्हणून तो आत्मविश्वासाने चालत होता. टोकाच्या एका दाराजवळ येऊन तो थबकला. दोन क्षण थांबला, मग हळूच दार किलकिलं करून डोकावला. मध्ये भव्य प्रयोगशाळा होती. कप्प्यांमध्ये कप्पे असणारी ती प्रयोगशाळा पाहून तो चकित झाला.

आत जाऊन एका केबिनकडे तो गेला आणि हळूच दार उघडून म्हणाला,

"सर, मे आय कम इन?"

वाचनात मग्न असलेल्या एका पन्नाशीतील गृहस्थाने दचकून समोर पाहिलं. समोरील तरुणाला पाहून ते क्षणभर गडबडले; पण क्षणात त्यांनी स्वत:ला सावरलं आणि रेखांकित केलेला संशोधन पेपर बाजूला ठेवत म्हणाले,

"येसऽऽ"

"सर, मी... मी, माधव कापसे. तसं मला बरेच जण एम.के. म्हणतात. सर, आत येऊ ना?" त्यानं अंदाज घेतला.

"अंऽऽ होऽ होऽ या ना–" गृहस्थ गोंधळून म्हणाले.

माधव खुर्चीवर बसला व समोरच्या गृहस्थाकडे पाहू लागला.

गृहस्थ पन्नाशीतले होते. गोल चेहरा, फ्रेंच कट, पांढरे केस... अंगात कोट असल्याने व्यक्तिमत्त्व आकर्षक होतं; पण चेहरा मात्र थोडा करारी वाटत होता. तरुणाच्या या वेगळ्या आगंतुकतेने ते थोडे चिडले होते. चेहरा आणखी करारी करत म्हणाले,

"हे बघा, मिस्टर..."

"सर, मी मघाशीच म्हटलं, मी एम.के.; तुम्हीही मला एम.के. म्हटलं तरी चालेल. आय हॅव नो ऑब्जेक्शन." एम.के. सहजतेने म्हणाला.

"तेच ते– मि. एम.के. की माधव– काहीही असो; पण तुम्ही असं न सांगता

येणं बरं नव्हे.'' गृहस्थ रागाने म्हणाले.

''त्याबद्दल मी क्षमा मागतो सर, आय एम सॉरी.'' माधव आदरानं म्हणाला.

''ठीक आहे, यापुढे असं करत जाऊ नका. तुम्ही मला कसे ओळखता?'' गृहस्थांचा प्रश्न.

माधवनं एक दीर्घ श्वास घेतला व म्हणाला,

''सर, तुम्हाला कोण ओळखत नाही? तुम्ही प्रसिद्ध जैव-किरण भौतिकशास्त्रज्ञ डॉ. बाबासाहेब खराटे. या क्षेत्रात राष्ट्रीय-आंतरराष्ट्रीय पातळीवर तुमचं नाव आहे, सर. विविध प्रयोग करून तुम्ही समाजात प्रसिद्ध आहात. तुम्हाला न ओळखणं कसं शक्य आहे? आय थिंक, एव्हरीबडी नोज अबाउट यू... आणि त्याला मी कसा अपवाद असेन?''

डॉ. खराटे समोरच्या तरुणाच्या लाघवी बोलण्याकडे पाहून गालातल्या गालात हसले; पण त्यांनी ते स्मित चेहऱ्यावर दिसू दिलं नाही. मनातून मात्र ते सुखावले होते.

''ठीक आहे. तुमचं इथे येण्याचं प्रयोजन काय मि. माधव?''

''सर, तुमच्या हाताखाली संशोधन करावं, ही असंख्य तरुणांची इच्छा आहे अन् मीही त्यांपैकी एक आहे. मला तुमच्यासोबत संशोधन करायचं आहे.'' माधव उत्तरला.

''हे बघा माधव... मी गेली चार वर्षं विद्यार्थी घेणंच बंद केलेलं आहे. मी स्वत:च संशोधन करतोय. मला तशी कुणाचीही गरज नाही.'' डॉ. खराटे त्याला उडवत म्हणाले.

''नसेलही सर, पण प्लीजऽऽ मला तुमच्यासोबत काम करू द्या. मी खूप आशेनं आलेलो आहे. आय विल डू माय बेस्ट फॉर यू, सर. प्लीजऽऽ'' माधव अजिजीने म्हणाला.

''पण मला तशी गरजच नाही, मि. माधव. मी का घेऊ? मला कुणाला मार्गदर्शन करायला वेळच नाही. आय हॅव माय बिझी टाइम. सो प्लीजऽ यू मे गो.'' डॉ. खराटे नकार देत म्हणाले.

''सर, किरणशास्त्रात मलाही गती आहे. मी तुमच्या कसोटीला निश्चितच उतरेन, सर. मी तुमचा शब्द खाली पडू देणार नाही. सो प्लीजऽऽ ॲक्सेप्ट मी.'' माधव कळवळून म्हणाला. त्याला कुठलीही संधी गमवायची नव्हती.

डॉ. खराटे थोडा वेळ डोळे मिटून गप्प बसले. माधवला हे दोन क्षणही युगासारखे वाटत होते. डॉ. खराटेंनी डोळे उघडले. माधव कापसेला त्यांनी नखशिखांत न्याहाळून घेतलं. त्याच्या एकूणच पेहरावावरून डॉ. खराटेंना तो साधाच वाटला. किंबहुना, बावळटच वाटला थोडा. दीर्घ श्वास सोडत डॉ. खराटे

म्हणाले,

"ठीक आहे मि. माधव. मी चार दिवस तुमची कामाची पद्धत बघतो आणि तुम्ही मला योग्य वाटलात, तरच मी तुम्हाला संशोधनासाठी घेईन. ओ.के.?" डॉ. खराटे निर्णय सांगत म्हणाले.

"नो प्रॉब्लेम, सर! तुमच्या सान्निध्यातले चार दिवसही मला पुरेसे असतील." माधव आनंदाने म्हणाला.

"काऽऽय? मी नाही समजलो!" डॉ. खराटेंनी गोंधळून विचारलं. माधव प्रश्नाचा रोष ओळखून तत्काळ म्हणाला,

"तसं नाही, सर! तुमच्या सान्निध्यातील चार दिवसही मला प्रोत्साहित करतील. आय विल लर्न सो मेनी थिंग्ज फ्रॉम यू. थँक यू सर!" माधव सावधगिरीने म्हणाला. त्याला बोलून संधी घालवायची नव्हती.

"तुमची फाइल दाखवता जरा?" डॉ. खराटेंनी प्रश्न केला.

"होऽ हो! सर, घ्या ना–" फाइल हातात देत तो अपेक्षेने पाहत राहिला.

माधवची वैयक्तिक फाइल डॉ. खराटे चाळू लागले. मध्येच ते प्रदीर्घ श्वास घेऊ लागले. माधवची शैक्षणिक प्रगती उत्कृष्टच होती. भौतिकशास्त्रात सर्व पात्रता परीक्षा तो प्रथम श्रेणीत पास होता; पण थोडा विचार करत डॉ. खराटेंनी विचारलं,

"मि. माधव, पदव्युत्तर पदवीनंतर तुमच्या कालावधीत दोन वर्षांचा खंड दिसतोय. या दोन वर्षांत तुम्ही नेमकं काय केलंय?"

या अचानक अन् अनपेक्षित प्रश्नानं माधव गोंधळला; पण तो स्वत:ला सावरत म्हणाला,

"सर, पात्रता परीक्षांची तयारी मी केली. यशस्वीही झालो. चांगल्या संशोधन संस्थांमध्ये संशोधनाची संधी होती; पण घरच्या हलाखीच्या परिस्थितीनं मी काही काळ तात्पुरती नोकरी करून घरच्यांना हातभार लावण्याचा प्रयत्न केला. मात्र, मनातील संशोधन स्वस्थ बसू देत नव्हतं. अस्वस्थ होत होतो. म्हणून मी ही संधी घेतली." माधवनं सविस्तर सांगितलं.

"ठीक आहे माधव, आय ट्रस्ट यू; पण लक्षात ठेव– फक्त चार दिवस. यू हॅव टू प्रूव्ह. माझ्या कसोटीला उतरलास, तरच मी तुला घेईन." डॉ. खराटे ठामपणे म्हणाले.

"येस सर, आय विल ट्राय माय बेस्ट..."

"चल, मी तुला प्रयोगशाळा दाखवतो." डॉ. खराटे म्हणाले.

दोघंही उठले व प्रयोगशाळेत गेले. तिथे बरीच अद्ययावत यंत्रे व उपकरणे होती. गॅमा व क्ष-किरणांचे किरणोत्सारी स्रोत होते. शिवाय, इलेक्ट्रॉनच्या उच्च शक्तीचा प्रवेगकही होता. पेशी व डीएनए संरचना पाहण्यासाठी सूक्ष्मदर्शिका व

मॅपिंग होतं. रासायनिक अभिक्रियांची चंचुपात्रं होती. आनुवांशिकतेचा अभ्यास करणारी स्वतंत्र यंत्रणा होती. सर्व प्रयोगशाळा वातानुकूलित होती. भिंती प्रशस्त होत्या; पण एक गोष्ट ठळकपणे लक्षात येत होती. तिथे सध्या एकही विद्यार्थी नव्हता. माधव म्हणाला,

"सर, एक विचारू?"

"विचार ना–" डॉ. खराटे त्याच्याकडे बघत म्हणाले.

"एवढी अद्ययावत प्रयोगशाळा असल्यानंतर, तिथे एकही विद्यार्थी किंवा संशोधक का नाही?"

डॉ. खराटे यावर गडगडाटी हास्य करीत म्हणाले,

"मि. माधव, सरळ आहे– ते कुणीही माझ्या कसोटीवर उतरले नाहीत. तुझ्यासारखीच अट मी त्यांना घातली होती; पण ते टिकू शकले नाहीत."

"की, टिकू दिलं नाही?" माधव पुटपुटला.

डॉ. खराटे दचकून म्हणाले,

"का... काही म्हणालास?"

"काही नाही सर, ते टिकू शकले नाहीत; पण मी टिकेन." माधव आत्मविश्वासाने म्हणाला.

"अतिआत्मविश्वास घातक ठरतो, मि. माधव." डॉ. खराटेंनी संकेत दिला.

"हा अतिआत्मविश्वास नाही, सर, ही प्रगाढ इच्छा आहे. दुर्दम्य म्हणा हवं तर! मी तुमचं शिष्यत्व पत्करूनच राहीन." माधव ठामपणे म्हणाला.

यावर डॉ. खराटे फक्त हसले होते.

दोघंही केबिनमध्ये परत आले. रात्रीचे दहा वाजून गेले होते. माधवनं उद्या सकाळीच कामाला सुरुवात करण्याचं सांगून डॉ. खराटेंचा निरोप घेतला.

माधव बाहेर पडला. डॉ. खराटे क्षणभर उभेच होते. त्यांनी या वेळी माधव गेला त्या दिशेने स्मित केलं; पण ते छद्‌मी होतं. कुणीच नसल्यानं ते कुणालाही कळलं नव्हतं. मासा जाळ्यात अडकल्याची ती भावना होती. डॉ. खराटे रात्री उशिरापर्यंत प्रयोगशाळेतच होते. कधीतरी पहाटे ते बाहेर पडले.

दुसऱ्या दिवशी मात्र माधव सकाळीच हजर झाला; पण बायोमेट्रिक नसल्याने प्रयोगशाळेत प्रवेश मिळाला नव्हता. डॉ. खराटे आल्यानंतरच त्याला प्रयोगशाळेत प्रवेश मिळाला होता. डॉ. खराटेंनी प्रयोगशाळेची महत्त्वाची किल्ली त्यांच्यासोबतच ठेवली होती. त्यांच्या मर्जीनुसारच प्रयोगशाळेत काम करावं लागणार, हे एव्हाना माधवच्या लक्षात आलं होतं.

डॉ. खराटे तसे लवकरच आले. दोघंही बरोबरच प्रयोगशाळेत प्रवेशले.

डॉ. खराटे म्हणाले,

"माधव, कम टू माय केबिन. मला तुझ्याशी एक-दोन प्रॉब्लेमविषयी चर्चा करायचीय. जर तू ते केलंस, तर तुझा मार्ग सुकर होईल."

"ठीक आहे, सर."

दोघंही केबिनमध्ये एकमेकांसमोर बसले होते. डॉ. खराटे म्हणाले,

"माधव, मला वाटतं– तू कल्चर्ड झालेल्या डिंभकांच्या डी.एन.ए.च्या संरचनेचा अभ्यास करावास. शिवाय, इलेक्ट्रॉन, गॅमा व क्ष किरणांचा उपयोग करून त्यातील साचेबद्ध साखळ्यांची जोडणी व तोडणी करून डिंभकाची वेगळी प्रजाती करावी, असं मला वाटतं."

"पण सर, डीएनएमध्ये ढवळाढवळ म्हणजे नैतिकतेच्या बाहेर आहे, असं नाही वाटत, सर?" माधवने शंका व्यक्त केली.

"मी ते नैतिकतेचं बघून घेईन; तो माझा प्रश्न आहे. मी जेवढं सांगितलं तेवढं तुम्ही करायचंय. या संशोधनातून मला तुमचं कौशल्य बघायचंय." डॉ. खराटे थोड्याशा कडक भाषेत बोलले.

माधव नरमाईने म्हणाला,

"करतो सर! सध्या तुम्ही सांगाल, तेच करीन."

"सध्या नाही; जर का कसोटीत पास झालात, तर तुम्हाला माझंच ऐकावं लागेल– एवढं लक्षात ठेवा." डॉ. खराटे निर्वाणीचं म्हणाले.

"ठीक आहे, सर, मी लक्षात ठेवीन." माधवनं पुन्हा नरमाईनं घेतलं.

माधवला सध्या डॉ. खराटेंना दुखवून चालणार नव्हतं; कारण त्याला त्यांच्यासोबत काम करायचं होतं. त्यामुळे त्याने पुढे वादच वाढवला नाही. तो उठत पुढे म्हणाला,

"सर, मी येत्या दोन दिवसांत डिंभकांच्या डीएनएच्या संरचनेचे परिणाम देतो."

"गुड! गो अहेड... आणि हो, माधव–"

"येस सर?"

"मला प्रतिप्रश्न केलेला मुळीच आवडत नाही. ओके?"

"ओके सर, मी लक्षात ठेवीन."

माधव बाहेर पडला... आणि डॉ. खराटेंच्या विक्षिप्त स्वभावाचीही त्याला कल्पना आली. कदाचित म्हणून त्यांच्याकडे कुठलाही विद्यार्थी टिकला नसावा; पण मला टिकलंच पाहिजे, असा निश्चय करत तो कामाला लागला.

डॉ. खराटे व माधवची क्वचितच भेट होत होती. एकदा सांगितलेल्या संशोधनाच्या प्रश्नावर पुनश्च चर्चा करण्यात डॉ. खराटेंना स्वारस्य नसे. पुन्हा कुणी

त्यांना विचारायला आलं, तर त्याचा त्यांना कमालीचा राग येई. म्हणून कदाचित त्यांच्याकडे विद्यार्थी टिकत नसावेत; पण माधव मुळातच हुशार असल्याने त्याला चर्चेची गरजच भासली नव्हती. तो चांगलाच कामाला लागला होता. डॉ. खराटेंचं मात्र त्याच्यावर बारीक लक्ष होतं.

माधवने तयार संवर्धित डिंभके घेऊन त्यांचं डीएनए मॅपिंग करण्यास सुरुवात केली. काही किरणोत्सारी पदार्थही त्याने हाताळून पाहिले. कमी-अधिक किरणांची मात्रा देऊन माधवने डिंभकांची चलताही पाहिली होती. पदव्युत्तर शिक्षणात त्याने जैवपेशींवर किरणांचा मारा करून परिणाम पाहिले होते; पण त्याला गुणसूत्रांमध्येच प्रवेश मिळाला होता. त्यामुळे डॉ. खराटेंचा तो तसा ऋणीच होता.

दिवस उलटून सूर्य अस्ताला गेला. माधव प्रयोगात दिवसभर गढलेला होता. बाहेर अंधारून आलंय, याची कल्पनादेखील माधवला नव्हती. त्याने स्वत:ला प्रयोगशाळेतच बंदिस्त करून घेतलं होतं; कारण त्याला डॉ. खराटेंच्या कसोटीला उतरायचं होतं आणि आता दोनच दिवस शिल्लक होते. त्याला कुठलीही जोखीम घ्यायची नव्हती. त्यामुळे तो अतोनात कष्ट घेत होता.

रात्रीचे आठ वाजून गेले होते. डॉ. खराटे आतल्या प्रयोगशाळेत आले. तिथे इलेक्ट्रॉन प्रवेगकाच्या स्रोतासमोर माधव एका डिंभकावरची प्रायोगिक योजना आखत होता; कारण उद्याच त्याला इलेक्ट्रॉन झोताचा प्रयोग करावयाचा होता. व्यग्र असलेल्या माधवला डॉ. खराटे म्हणाले,

''माधव, किती वेळ तू इथे आहेस?''

माधव त्यांच्या आवाजानं दचकला. मग उत्तरला, ''सर, किमान अकरा वाजेपर्यंत मी इथे असेन.''

''ठीक आहे, अकरा वाजेपर्यंतच. नंतर सगळे दिवे विझवून गेलास तरी चालेल. इलेक्ट्रॉन प्रवेगक सुरूच राहू दे. मी सकाळी येतोच आहे. आय हॅव टू डू सम एक्स्परिमेन्ट्स.'' डॉ. खराटेंनी सूचना दिली.

''ठीक आहे सर, निघताना मी दिवे विझवून जाईन.'' माधवनं सहमती दर्शविली.

''लक्षात ठेव, अकराच्या पुढे प्रयोगशाळेत थांबायचं नाही. सी यू टुमॉरो.'' डॉ. खराटेंचा स्वर हे वाक्य सांगताना कठोर झाला होता. तो का झाला, हेच त्याला कळलं नाही. वेळेची अशी अट घातल्याने माधव आश्चर्यचकित झाला.

डॉ. खराटे तत्काळ प्रयोगशाळेबाहेर पडले.

माधव क्षणभर स्तब्धपणे पाहतच राहिला. डॉ. खराटेंचं व्यक्तिमत्त्व अजूनही त्याला कळत नव्हतं. ते त्याला आता गूढच वाटायला लागलं होतं. हुशार व्यक्तींभोवती असंच रहस्यमय वलय असतं, हे त्याला माहीत होतं. डॉ. खराटे असे

एकटे का? असंख्य प्रश्न त्याच्या मनात येऊन गेले. सध्या तरी त्याने तो विचार जाणीवपूर्वक झटकला; कारण त्याला दिलेलं लक्ष्य पूर्ण करायचं होतं. प्रयोगशाळेतून बाहेर पडताना बायोमेट्रिकची गरज नव्हती; पण एकदा बाहेर पडलं की आत येणं अशक्य होतं. केवळ डॉ. खराटेंच्या बायोमेट्रिकने दरवाजा उघडत असे. सध्या तरी ती किल्ली त्यांनी कुणालाही दिली नव्हती. कदाचित माधव कसोटीस उतरला, तर ती त्याला मिळणार होती.

डॉ. खराटे गेल्यानंतर माधव प्रयोगाला लागला होता. अकरा वाजल्याची परिसीमा डॉ. खराटेंनी का दिली, हेच त्याला कळत नव्हतं. त्याला काही प्रयोग तातडीने करायचे होते.

डिंभकांवरील प्रयोगात माधव गुंतत गेला. त्याला वेळेचं भानच राहिलं नाही. चांगले परिणाम मिळवण्याच्या नादात तो वेळेची परिसीमा पार विसरून गेला.

घड्याळात पाहिलं, बारा वाजून गेले होते. त्यानं संपूर्ण प्रयोगशाळा पुन्हा डोळ्यांखालून घालून घेतली; पण अजून याव्यतिरिक्त काहीतरी असल्याचा भास त्याला होत होता– अदृश्य असं. न सांगता येण्यासारखं. बाहेर पडावं की थांबावं, या द्विधा मनःस्थितीत तो होता. येथील काही गोष्टींनी त्याच्या चित्तवृत्ती प्रज्वलित झाल्या होत्या. त्यामुळे त्याने तिथेच थांबण्याचा निर्णय घेतला.

प्रथम त्याने सगळे दिवे विझवले व कुणालाही दिसणार नाही अशा प्रवेगकाच्या एका कप्प्यात तो पहुडला. कुणी आलं, तरी तो सहजपणे दिसणार नव्हता. त्याचे डोळे जड होऊ लागले होते.

पहाटे तीनच्या सुमारास प्रयोगशाळेचं दार उघडलं गेलं. माधवच्या कानांवर तो सूक्ष्मसा आवाज आला. अर्धवट झोपेतून तो सजग झाला. त्यानं स्वतःचं अंग चोरून लपवलं.

डॉ. खराटेंनीच प्रयोगशाळेत प्रवेश केला होता. ते अंधारातच चालत येऊन प्रवेगक खोलीत आले व तेथील दिवे लावले. माधव तिथेच होता. डॉ. खराटे आलेले पाहून, त्याचं हृदय धडधडलं; पण त्याने प्रवेगकाचा जाळीचा कप्पा हळूच ओढून घेतला आणि त्या जाळीतून डॉ. खराटेंची प्रत्येक हालचाल त्याला दिसू लागली.

डॉ. खराटेंनी आजूबाजूला पाहिलं. इलेक्ट्रॉन स्रोतासमोरील माधवचा प्रयोगाचा सेटअप पाहिला. काही डिंभके तिथे मरून पडली होती. याचा अर्थ, ती सर्व इलेक्ट्रॉनने प्रज्वलित झालेली होती. ते स्वतःशीच हसले आणि म्हणाले, ''अ मॅड बॉय... अ पुअर फेलो!''

त्यांनी पुन्हा आजूबाजूला पाहिलं. ते हळूच समोरच्या विस्तीर्ण पांढऱ्या भिंतीकडे गेले. माधव श्वास रोखून, त्यांच्या कृतीकडे जाळीतून पाहत होता. इथे स्वतःचं

अस्तित्व दाखवून त्याला डॉ. खराटेंचा विश्वास गमवायचा नव्हता.

डॉ. खराटेंनी भिंतीवर बोटांनी चांदणीच्या आकाराची खूण चितारली. माधवने ते लक्षपूर्वक पाहिलं. खूण झाली तशी ती सरकू लागली. माधव डोळे फाडून पाहत राहिला. खराटे आत गेले तशी भिंत पूर्ववत झाली. डॉ. खराटे भिंतीत गायब झाले होते. माधवला डॉ. खराटे आता जास्तच गूढ वाटायला लागले. आता बाहेर येणं तसं जोखमीचं होतं, म्हणून माधवनं जाळीतच राहून निरीक्षण करण्याचा निर्णय घेतला.

दहा मिनिटांनीच भिंत पुन्हा सरकली व त्यातून डॉ. खराटे बाहेर आले, तशी भिंत पूर्ववत झाली. या प्रयोगशाळेत असा काही कप्पा असेल, असं कुणालाही वाटलं नव्हतं.

डॉ. खराटे पुनश्च प्रयोगशाळेबाहेर पडले. या वेळी पहाटेचे साडेतीन वाजले होते.

खात्री करून घेताच माधव प्रवेगकाच्या (Accelator) जाळीतून बाहेर आला. त्याचा चांगलाच कोंडमारा झाला होता. प्रथम त्याने रोखून धरलेला श्वास मोकळा केला. त्याला त्यामुळे जरा बरं वाटलं. तोही हळूच भिंतीकडे सरकला आणि त्यावर डॉ. खराटेंनी जशी खूण रेखाटली तशी खूण माधवनं चितारली आणि भिंत सरकू लागली. भिंत अर्ध्यावर येऊन थांबताच, माधवनं आत प्रवेश केला. तशी भिंत पुनश्च जागेवर गेली.

भिंत लागताना नाही म्हटलं तरी माधवचं हृदय धडधडलंच होतं. रोमांच उभे राहिले होते. आपण विघातक जोखीम तर घेत नाही ना, अशीही शंका त्याच्या मनात येऊन गेली.

तिथे खाली जायला लागलीच पायऱ्या होत्या. त्यातून तो खाली आला. मंद निळा प्रकाश तेवत होता. ते मोठ्ठं तळघर होतं आणि वातानुकूलितही होतं. माधव क्षणभर पाहतच राहिला. ती प्रयोगशाळाच होती; पण अतिशय वेगळी. तिथे मोठी मोठी चंचुपात्रे, काचेच्या बाटल्या होत्या. त्याच्यात अर्भकांसोबतच मानवी अवयव होते. फुफ्फुस, हृदय, मूत्रपिंड, यकृत, लहान-मोठे आतडे, मूत्राशय, डोळे... माधव हे पाहून अस्वस्थ झाला. काही ठिकाणी बहुसंख्येने इलेक्ट्रॉन व गॅमा किरणांनी प्रज्वलित केलेले काही अंडकोष होते, उत्परिवर्तन केलेले. माधवच्या तोंडून सहज उद्‌गार बाहेर पडले.

"बाप रे... काय आहे हे सर्व? कुणाचं? कुणासाठी? कशासाठी?"

माधवच्या डोक्यात असंख्य प्रश्नांनी गोंधळ होऊ लागला. या वेळी डॉ. खराटेंचा गूढ चेहरा मोठा होत भयावह होत गेला. त्याने डोळे गच्च दाबून घेतले. क्षणभरासाठी पुन्हा उघडले. सर्व अवयव त्याच्या अवतीभवती फिरत होते.

तो कोपऱ्यातील कप्प्यांकडे गेला. त्यातील एक कप्पा उघडताच तो गलबलून गेला. काही तरुण-तरुणींचे मृतदेह त्यात होते– डोळे नसलेले! माधवला ते पाहवलं नाही. तो बाहेर पडण्याचा मार्ग शोधू लागला. त्याला पायऱ्या दिसल्या. तसा तो पूर्वीच्या भिंतीजवळ आला. त्याने भिंतीवर चांदणी चितारली; पण भिंत उघडलीच नाही. माधव हादरला. त्यानं पुन:पुन्हा चांदणी चितारली; पण भिंत सरकली नाही. याचा अर्थ, खराटेंनी आतून वेगळी कळ ठेवली होती. आणि ती कळीची किल्ली माधवला ज्ञात नव्हती. अलीबाबाच्या गुहेसारखी त्याची स्थिती झाली. आता इथून बाहेर पडणं केवळ अशक्य होतं. माधव खालीच बसला. हताश झाला. आता तो खराटेंना रंगेहाथ सापडणार होता... आणि सगळंच संपणार होतं. कदाचित आता आपणही या कप्प्यात असू, असा विचार करून तो शहारला.

पहाटेचे पाच वाजले होते. बाहेर पडायला मार्गच नव्हता. आता मात्र माधवनं जे येईल त्याला सामोरं जाण्याचं ठरवलं. तो तिथेच एका भिंतीला टेकून शून्यात पाहत राहिला. या वेळी डॉ. खराटेंचा विचार मात्र त्याच्या डोक्यात मोठा होत गेला. माधव चांगलाच अडकला होता. संशोधनाच्या अतीव इच्छेची ही परिणती होती. तो या वेळी हवालदिल झाला होता.

दुसऱ्या दिवशी सकाळीच नेहमीप्रमाणे डॉ. खराटे प्रयोगशाळेत आले आणि कामाला लागले. जसा वेळ पुढे सरकत गेला तशी त्यांची घालमेल सुरू झाली; कारण माधव प्रयोगशाळेत आला नव्हता. तसा तो आला नाही म्हणून त्यांना मुळीच आश्चर्य वाटलं नाही. संशोधनाची त्याची क्षमताच नसावी, याची त्यांना खात्री झाली. परस्परच प्रकरण मिटल्याचं समाधान त्यांना मिळत होतं. यापूर्वीही असे बरेच विद्यार्थी न सांगताच निघून गेले होते. मध्यान्ह होऊन तिसरा प्रहरही उलटून गेला; पण माधव दिसला नाही. आता मात्र डॉ. खराटेंची खात्रीच झाली होती.

डॉ. खराटे सहसा दिवसा तळघरात जाण्याचं टाळत असत. बहुधा नाहीच. तशी जोखीम ते कधीही घेत नसत. रात्रीच ते तळघरात प्रवेश करत असत. आज बऱ्याच उशिरापर्यंत ते प्रयोगशाळेत होते; पण माधवचा पत्ताच नव्हता. तो कुठल्याही कसोटीला उतरला नसल्याची त्यांची खात्री झाली होती.

माधव रात्रभर तळघरात तळमळत राहिला. वातावरण वातानुकूलित असलं तरी एक प्रकारचा दर्प त्यात होता. दिवसभर पोटात अन्नाचा कण नव्हता. दिवस-रात्र हे फक्त घड्याळावरून कळत होतं. तळघरात येऊन त्याला चोवीस तास उलटून गेले होते. यादरम्यान डॉ. खराटेही फिरकले नव्हते.

माधव पुन्हा जोमाने उठला. तळघर व तेथील प्रत्येक सजीव-निर्जीव वस्तूंचं अवलोकन करून घेतलं. बाहेर पडण्याचा मार्ग निघतो का, म्हणून पुन्हा त्यानं शोध

घेतला. भिंतीवर वेगवेगळ्या खुणांचा वापर केला; पण भिंत सरकली नव्हती. तो पुन्हा एका जागी येऊन बसला.

क्षण-दोन क्षण गेले आणि काहीतरी चाहूल लागली. माधव सतर्क झाला.

भिंत सरकू लागली. माधव तत्काळ उठला व कुणालाही दिसणार नाही अशा आडोशाला उभा राहिला.

कुजबुजतच तिघ-चौघं आले. तळघराच्या मध्यावर येताच त्यांच्यातील संवाद ऐकू येऊ लागले. माधवची छाती धपापू लागली. डॉ. खराटे व त्यांच्यासोबत तिघं जण होते. दोघं सुटाबुटातले व तिसरा पठाणी ड्रेस परिधान केलेला. त्यांच्या हातात बॅगा होत्या. माधव पुन्हा सावरून उभा राहिला.

मध्यावरच्या बैठकीतील खुर्चीत ते तिघं बसले. त्यांच्या समोरच डॉ. खराटेही बसले. ते म्हणाले,

"वेल कम वन्स अगेन."

"थँक यू." तिघांनीही एकाच वेळी म्हटलं.

"आय होप... यापूर्वीची स्त्री-बीजांडं व अवयव तुम्हाला कामी आले असतील?" डॉ. खराटेंनी विचारलं.

त्यातला पहिला उत्तरला,

"होय सर... चांगलाच उपयोग झालाय. त्याची चाचणी आम्ही घेतलीय. आता आम्हाला चार हजार इलेक्ट्रॉन व गॅमा किरणांनी प्रज्वलित केलेली आणि गुणसूत्रं बदललेली बीजांडं पाहिजेत."

"पण एवढी कशाला?" –डॉ. खराटेंचा प्रश्न.

"तो प्रश्न तुम्ही विचारायचा नाही, डॉ. खराटे. या संशोधनाला कोट्यवधी रुपयांचा निधी आम्ही दिलाय आणि आता पुरेसा मोबदलाही तुम्हाला मिळतोय. तर आम्ही काय करतोय याच्याशी तुमचं काहीएक देणं-घेणं नाही." दुसऱ्यानं ठणकावलं.

"तरीही मला वाटतं, हे खूपच झालेत." –डॉ. खराटे.

"हे बघा, आम्ही स्पष्टीकरण द्यायला बांधील नाही. तुम्ही गर्भ तयार केलेले आहेत की नाहीत?" तिसरा निर्वाणीचं म्हणाला.

"नाही... तसे तयार आहेत. हा माझा प्रश्न नाही." डॉ. खराटे गडबडीत उत्तरले.

"मग झालं तर! लवकर आणा; कारण आम्हाला वेळ नाही. सकाळीच हा देश आम्हाला सोडायचाय." पहिल्यानं घाई केली.

डॉ. खराटेंनी विचार केला व ते उठले. शेजारच्याच भिंतीतला कप्पा उघडला आणि त्यातून असंख्य बाटल्या काढून बॅगेत भरल्या. तिघांपैकी एकानं त्यांना मदत केली.

"थँक यू, डॉ. खराटे... आणि आता काही किडन्या व हृदयंही हवीत." दुसरा उत्तरला.

तसे डॉ. खराटे न बोलताच कप्प्यांकडे जाऊ लागले. माधवने सर्व संभाषण ऐकलं होतं आणि तो चांगलाच हादरला होता. त्यानं स्वत:चं अंग पुन्हा आकसून घेतलं; कारण डॉ. खराटे त्या कप्प्याकडेच येत होते. तिथे आता लपून राहणं अवघड होतं, तरीही तो पराकाष्ठा करत होता. डॉ. खराटेंबद्दल त्याच्या मनात चीड निर्माण झाली होती.

डॉ. खराटेंनी कप्पे उघडून काही नमुने तिसऱ्याच्या हाती दिले... आणि कप्पा लावताना त्यांना कोपऱ्यात हालचाल जाणवली. त्यांनी निरखून पाहिलं. तिथं कुणी-तरी होतं. तो भास नव्हताच. ते प्रथम नखशिखांत घाबरले. पुढे झाले आणि माधवचा चेहरा त्यांना स्पष्टपणे दिसला. डॉ. खराटे बेभान झाले.

"मूर्ख मुलाऽऽ तू इथे कसा?"

त्यांचा आवाज ऐकून इतर तिघंही त्यांच्याकडे झेपावले. त्यातील पहिला म्हणाला,

"खराटे, हा कोण आहे? आणि इथे कसा?"

"हा विद्यार्थी आहे; पण हा इथे कसा, ते मलाही माहीत नाही." डॉ. खराटे पुढे झाले आणि माधवची कॉलर पकडून त्याला बाहेर खेचत ओरडले,

"या माझ्या गुप्त प्रयोगशाळेत तू कसा?" डॉ. खराटे लालबुंद झाले होते.

रागात ते खूपच भेसूर वाटत होते. माधव त्यांच्याकडे बघूच शकत नव्हता.

"खराटे, याचा अर्थ, आपलं संभाषण यानं ऐकलंय. याला सर्व माहीत झालेलं आहे. हा आता धोकादायक आहे." तिसरा रागानंच पुढे म्हणाला.

"पण खराटे, तू इतका स्वस्थ कसा? हा इथे आलाच कसा?"

"मलाही माहीत नाही. मीच कुठंतरी शिथिल झालो. माझंच चुकलं; पण हा इथून आता जाणार नाही." डॉ. खराटेंचे डोळे लाल होऊ लागले.

"म्हणजे? त्यांच्यासारखंच..." पहिला हसत म्हणाला.

"होय, आपल्याला प्रयोगासाठी असे जिवंत नमुने लागतातच." माधवकडे पाहत डॉ. खराटे पुढे म्हणाले,

"बेटा माधव, आता तू पण त्या कप्प्यात इतर विद्यार्थ्यांप्रमाणे चिरनिद्रेत जाशील आणि तुझे अवयव ही मंडळी घेऊन जातील." आणि खराटे हसत सुटले. त्यांच्या हसण्यात ते तिघंही सामील झाले. चौघांच्या हसण्याच्या आवाजाने तळघर भेसूर झालं. हसण्याच्या गोंगाटानं माधवनं कानांवर हात ठेवले आणि तो जोराने ओरडला,

"स्टॉऽऽप इटऽ, हरामखोरांनोऽऽ"

चौघंही हसण्याचे एकदम थांबले; कारण माधवचा पवित्रा या वेळी काही वेगळाच होता.

"काय म्हणालास?" डॉ. खराटे पुढे येत म्हणाले.

"होय, नालायकांनो! तुमची तीच लायकी आहे. काय वाटलं, मी इथे अडकलोय?" माधव ताठ उभा राहून आता वेगळ्याच पवित्र्यात होता. त्याच्या डोळ्यांतून आता आग बाहेर पडत होती. चीड, संताप व्यक्त होत होता. डॉ. खराटे त्याच्या या पवित्र्याकडे पाहत म्हणाले.

"कोण आहेस तू?"

"ओळखलं नाहीस...? तुला काय वाटलं, मी तुझ्या जाळ्यात अडकलोय? मूर्ख माणसा!"

"अरे, पण कोण आहेस तूऽऽ?" –डॉ. खराटेंचा टिपेचा स्वर.

"मी माधव कापसे ऊर्फ एम.के. ऊर्फ इब्राहिम शेख– सीबीआय ऑफिसर."

माधव हा सीबीआय ऑफिसर असल्याचं कळताच डॉ. खराटे मटकन खालीच बसले, तर तिघांनी पिस्तुलं काढली होती. इन्स्पे. शेखवर चालवणार तेवढ्यात शेखनी स्वत:च्या पिस्तुलानं तिघांनाही चपळाईने टिपलं. त्याला आता कुठलीही जोखीम घ्यायची नव्हती.

तिघंही रक्ताच्या थारोळ्यात पडले होते. डॉ. खराटेंनीही प्रयत्न करताच, इन्स्पे. शेखनं चपळाईने त्यांची गचांडी पकडली अन् एक थोबाडीत ठेवून दिली. डॉ. खराटे हेलपाटत खाली पडले. इन्स्पे. शेख रागानं बेभान होत म्हणाले,

"डॉ. खराटे, देशाशी बेइमानी करताना लाज वाटली पाहिजे. क्षणिक हव्यासापोटी एवढी मोठी गद्दारी? या अतिरेक्यांना मदत करून आपण काय करत होतात, ते माहीत नाही वाटतं तुम्हाला...? तुम्ही संशोधनातून निर्माण केलेल्या गर्भांचा उपयोग त्यांनी भारतात हाहाकार माजवण्यासाठी केला असता. तुम्हाला काय वाटलं, मी तुमच्या जाळ्यात अडकलो?... सर, मी या मोहिमेवरच होतो. रॉकडून तुमची ही माहिती मिळाली होती; शिवाय काही विद्यार्थी नाहीसे होणे... प्रयोगासाठी त्यांची हत्या केलीत? काय मिळालं सर तुम्हाला? विधायक वापर तुम्ही करू शकला असता; पण आता काहीही व्यर्थ आहे. यू आर ट्रॅप्ड."

डॉ. खराटे खजील होऊन खाली मान घालून उभे होते. त्यांच्यातलं बळच गेलं होतं. इन्स्पे. शेखच्या एका थपडेनेच ते अर्धमेले झाले होते. इन्स्पे. शेखनी त्यांना ओढतच उठवलं व म्हणाले,

"डॉ. खराटे, असं वाटतं– तुम्हालाही या तिघांसोबतच इथे ठोकून द्यावं; पण नको. तुमचा खरा चेहरा जगासमोर येऊ दे. बरेच दिवस आम्ही तुमच्या मागावर होतो. हुलकावणी देण्यात आपण तरबेज आहात; पण या तळघरानेच तुमचा घात

केला. त्या दिवशी मी प्रयोगशाळेतच होतो. तुमची सगळी सांकेतिक भाषा मला कळली होती; पण यू आर व्हेरी स्मार्ट. आतून कळ बदललेली होती; म्हणून मला बाहेर पडता आलं नाही. ते बरंच झालं; नाहीतर तुम्ही रंगेहाथ सापडला नसता.''

डॉ. खराटे यावर शक्ती एकवटून छद्‌मीपणे म्हणाले,

''इन्स्पे. शेख, माझ्याजवळ भरपूर पैसा आहे. हवं तर तू तो घे. वुई विल डू इट टुगेदर.''

इन्स्पे. शेखनी पुन्हा बेभान होऊन खराटेंच्या दोन थोबाडीत ठेवून दिल्या.

''मूर्ख माणसाऽऽ तू माणूसपणाची खालची पातळीसुद्धा ओलांडली. तू पशू आहेस. तुझ्यात सारासार विचार नाही. चलऽऽ'' इन्स्पे. शेख म्हणाले.

''कुठं?'' डॉ. खराटे हसत म्हणाले.

''बाहेर.''

''कसं?''

''तूच आता मला नेशील.''

''नाही, मी नेणार नाही... तुलाही जाऊ देणार नाही. तूही इथंच मर– माझ्यासोबत!'' डॉ. खराटे भेसूर अन्‌ बेभान हसत सुटले. त्यांचं मानसिक संतुलन बिघडलं होतं. ते हसत होते. ते अचानक वेगाने उठले आणि शेजारी निपचित पडलेल्या एका इसमाच्या हातातील पिस्तूल घेतलं आणि डोक्यात गोळी झाडून घेतली.

डॉ. खराटे दुसऱ्याच क्षणी रक्ताच्या थारोळ्यात होते. इन्स्पे. शेखनी त्यांना वाचवण्याचा प्रयत्न केला; पण व्यर्थ ठरला. बाहेर पडण्यासाठीची कळ डॉ. खराटेंनाच माहीत होती.

इन्स्पे. शेख आळीपाळीने मृतदेहांकडे पाहत होते. त्यांना प्रचंड चीड आली होती. ते चांगलेच अडकले होते. मोबाइलही रेंजच्या बाहेर होता. संपर्क होत नव्हता.

इन्स्पे. शेख भिंतीजवळ आले. त्यांनी वेगवेगळी कळ रेखांकित करून पाहिली; पण भिंत हलत नव्हती. या अंधाराचा गुणाकार वाढतच चालला होता. फार काळ इथे राहणं शक्य नव्हतं. बाहेर पडावंच लागणार होतं– कुठल्याही परिस्थितीत. गेले दोन दिवस पोटात अन्नाचा कण नव्हता.

शेवटचा प्रयत्न म्हणून इन्स्पे. शेखनी उलट्या दिशेने चांदणीची कळ रेखांकित करताच भिंत सरकू लागली आणि त्यांनी निःश्वास टाकला. त्या निमित्ताने डॉ. खराटेंची वलयांकित प्रतिमाही आसमंतात रेखांकित होत गेली.

इन्स्पे. शेख दमदार पावलं टाकत बाहेर पडले होते.

❖

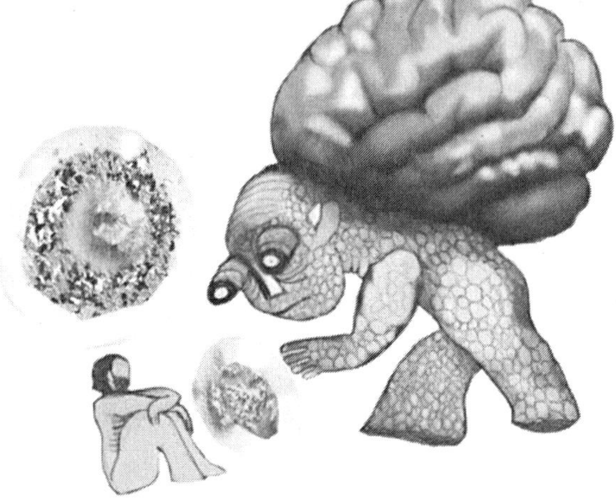

कलाटणी

प्रणाली थकून गेली होती. तिच्यात आता त्राणच उरलं नव्हतं. तरीही कामं करण्याचा ती कसोशीने प्रयत्न करत होती.

तसे महिन्यातले हे चार दिवस तिला जडच असायचे. ओटीपोटात खूपच दुखायचं अन् अंगावरही खूप जायचं. अशक्तपणा यायचा. स्वतः डॉक्टर असल्याने उपचार करायची. त्यानं थोडं बरं वाटत होतं. यादरम्यान तिला आराम करणं सक्तीचं होतं; पण आपण करू शकत नसल्याची तिला जाणीव झाली; कारण सासूबाई शांताबाई तिच्या पाठीशीच असायच्या.

प्रणाली थोडं भिंतीला टेकली व डोळे मिटले. तिला बरं वाटलं. तेवढ्यात शांताबाई पुढ्यात आल्या आणि दुरूनच तिच्याजवळ काही कपडे टाकत म्हणाल्या,

''अगं प्रणाली, बसलीस काय? हे उरलेले कपडे धुऊन घे. मग अंघोळ करून हॉस्पिटलला जा हवं तर!''

कपड्यांकडे पाहत प्रणाली अस्वस्थ झाली. तिला या वेळी काहीही करायची इच्छा नव्हती. ती हळूच म्हणाली,

''आईऽ अहो, मी हवं तर उद्या धुईन; पण आता नको. मला आवरून निघायलाही हवं.'' आपल्याला त्रास होतोय, हे तिनं सांगायचं टाळलं; पण तिच्या चेहऱ्यावरून ते स्पष्ट दिसत होतं. त्यावर शांताबाई हिरिरीनं म्हणाल्या,

''नको गं बाईऽ.. पवित्र घर आहे. वेळीच विल्हेवाट लावलेली बरी आणि हो – अंघोळीआधी बाथरूमपण धुऊन घे.''

प्रणालीनं फक्त उसासा टाकला. तिच्या तोंडून शब्दच फुटले नाहीत. तेवढ्यात आतल्या खोलीतून ऑफिसला जायला शशांक बाहेर आला. प्रणालीचा पडलेला

चेहरा त्याच्या ध्यानात आला. तो हळूच म्हणाला,

"आईऽ... अगं, करेल ती तिच्या पद्धतीने. या दिवसांत तिला खूपच त्रास होतो."

"बरं आहे बाबा! बायकोचा त्रास दिसतोय तुला; पण आईची घालमेल मात्र दिसत नाही." शांताबाई खोचकपणे बोलल्या.

"तसं नाही आई, आताच्या युगात एवढं पाळायचं नसतं. विज्ञान खूप पुढे गेलंय. अशा प्रथा आपण नाकारायला हव्यात." शशांकला मनातून शांताबाईचं वागणं पटत नव्हतं, म्हणून तो बोलला.

"हे बघ शशांक, मी जिवंत आहे तोपर्यंत तुम्हाला पाळावंच लागेल. तुझे वडील असताना व नसतानाही मी हे जाणीवपूर्वक पाळलं. त्यांना तर अशा विटाळशी बाईची सावलीदेखील चालत नसे. माझ्या मासिक पाळीत ते स्वत: घरातलं सर्व काम करत असत. मला कुठं हातही लावू देत नसत. मी फक्त एका जागी बसून राहत असे. तू लहान असताना तुझं खाणं-पिणं तेच बघत असत. पाळीत आलेली बाई म्हणजे घरावरचं अरिष्टच!" शांताबाई अनुभवाचं बोलल्या.

"पण आई, हे काही पाप नाही. ही नैसर्गिक प्रक्रिया व चक्र आहे, शुद्धतेकडे जाणारं. हे उलट स्त्रियांनी पवित्र कार्य समजायला हवं अन् विधायक कार्यं करायला हवीत." शशांकने वस्तुस्थिती विशद केली.

"हे बघ, तू शिकला म्हणून मोठा झालास असं समजू नकोस. प्रत्येक स्त्रीला या भोगातून जावंच लागतं आणि तुझी बायको याला कशी अपवाद राहील?" शांताबाईंनी आपलं घोडं दामटलं.

शशांक यावर निरुत्तर झाला. आईला समजावणं त्याच्यासाठी तसं कठीणच होतं. प्रणाली मात्र दोघांमध्ये पडलीच नाही. तिनं ते टाळलंच; कारण हे अंगवळणी पडलं होतं अन् करावं लागणार होतं. प्रणालीनं शशांकला शांत राहण्याची खूण केली. त्याला प्रणालीकडे पाहवत नव्हतं. तो म्हणाला,

"कसले भोग घेऊन बसलीस आई! स्त्रीने स्त्रीचाच उपमर्द करायचा, हे कुठलं तत्त्वज्ञान? ही अंधश्रद्धा आहे. एवढा कर्मठपणा बरा नाही, आई."

"ही श्रद्धा आहे शशांक, स्त्रीचं पावित्र्य जपण्यासाठी. पूर्वजांपासून आपण पाळत आलेलो आहोत; त्याला पर्याय नाही." शांताबाई ठामपणे म्हणाल्या.

"आई... श्रद्धा-अंधश्रद्धा हे आता तुझ्याजवळ ठेव. किमान तिला त्रास होतोय, एवढं तरी बघ. वाळीत टाकल्यासारखी तू तिची स्थिती करून टाकतेस. बाबा तुला किमान आराम तरी करू देत असत; पण तू तर अशा स्थितीत तिच्याकडून जास्तच अवजड कामे करून घेतेयस. ती एक उच्चशिक्षित स्त्री आहे. तिचा असा अपमान करणं बरं नाही." शशांक या वेळी थोडं स्पष्टच बोलला.

"तुला तिचं दुखणं बरं दिसतं रे बाबा; पण आईचं दु:ख मात्र दिसत नाही. मी काय सोसलं, तुला काय ठाऊक? तुझे बाबा गेल्यानंतर, लहानाचं मोठं करताना माझी हाडं खिळखिळी झालीत." शांताबाईंनी डोळ्यांना पदर लावला.

"मान्य आहे आई. मला तेच म्हणायचंय. आता परिस्थिती बदललीय. तुझ्या योगदानाची आम्हा दोघांनाही जाणीव आहे. म्हणून प्रणाली तुला एका शब्दानंही दुखवत नाही; हे मी पाहतोय. तू सांगते तसं करते. अगदी पडलेली कामंसुद्धा. अगं, ती डॉक्टर आहे, तरीसुद्धा ती हे सहन करतेय; कारण तुझ्याबद्दल तिला आदर आहे. तुला कुठंही दुखवायचं नाहीये तिला. असंख्य रुग्ण दिवसभरात तपासते. त्यात असं तू वागलीस, की तिची घुसमट होते." शशांक पुन्हा समजावणीच्या स्वरात म्हणाला.

"हे बघ शशांक, तुला पटत असेल तर मला घरात ठेव; नाहीतर कुठल्याही वृद्धाश्रमात राहायला मी तयार आहे; पण अशी तडजोड मी मुळीच करणार नाही. माझे नियम प्रणालीला पाळावेच लागतील. घराचं पावित्र्य ठेवावंच लागेल... आणि कामाचंच म्हणशील, तर थोडं काम केल्याने काहीही फरक पडत नाही. आम्हीही करायचोच की!" शांताबाई निर्वाणीचं म्हणाल्या.

"आई, हे सगळं आपापल्या सोईचं झालं. अशी अवजड कामं करताना शिवाशीव मात्र होत नाही; पण देवघरात किंवा स्वयंपाकघरात जायचं नाही, हे बरोबर नाही. उलट ही पवित्र अवस्था तुम्ही स्वीकारली पाहिजे." शशांक पुन्हा समजावत म्हणाला.

"शशांक, मी म्हटलं ना– माझ्या पद्धतीनेच तुम्हाला वागावं लागेल, नाहीतर मला एखाद्या वृद्धाश्रमात टाक बाबा. तुम्हीही सुटाल आणि मीही सुटेन." शांताबाईंनी पुनरुच्चार केला.

प्रणाली यात प्रथमच पडली. ती मुळातच शांत स्वभावाची असल्याने तिचं बोलणं कमीच होतं; पण चर्चा टोकाला जातेय हे पाहताच ती म्हणाली,

"अहो, असू द्या. चार दिवसांचा तर प्रश्न आहे. आईंच्या मनासारखं होऊ द्या. माझी काहीही हरकत नाही."

"अगं प्रणाली, हा चार दिवसांचा प्रश्न नाही, हे नेहमीचंच आहे. आई असली तरी एकमेकांचा आदर करणं शिकलं पाहिजे. अनिष्ट प्रथांना आपण खतपाणी घालता कामा नये. जाऊ दे, आई पुन्हा वृद्धाश्रमाचं काढेल. चल, तू आटोप. मी तुला हॉस्पिटलला ड्रॉप करतोय." शशांक घड्याळात पाहत म्हणाला.

तशी प्रणाली महत्प्रयासानं उठली. शांताबाई थोड्याशा रागातच शेजारीच अंतर राखून उभ्या होत्या. बाथरूममध्ये घुसताना प्रणालीचा हात चुकून शांताबाईंना लागला. प्रणाली घाबरली. शांताबाई ओरडल्या,

"अरेऽ देवाऽऽ काय हा वेंधळेपणा! शेवटी शिवलीस मला? माझा आजचा दिवसच खराब जायचा. मला पूजा करायची होती. थांब आता, मी अंघोळ करून येते." शांताबाई बाथरूममध्ये गेल्या. त्यांनी दार जोरात लावलं.

शांताबाईंचं या चार दिवसांतलं वागणं खूपच विचित्र असे. प्रणाली त्यांची शत्रूच जणू!

प्रणालीचा कंठ दाटून आला अन् डोळे भरून आले. शशांकनं पुढे होऊन हळूच तिचा चेहरा ओंजळीत घेतला व अश्रू टिपले. त्यानं तिला बाहुपाशात घेतलं आणि थोपटलं. त्या धीरानं प्रणालीला मात्र बळ आलं. ती वेगाने अलग झाली. शशांकला तसा काहीही फरक पडत नव्हता. प्रणालीची होत असणारी हेळसांड व घालमेल त्याच्यानं पाहवली जात नव्हती. त्यानं डोळ्यांनीच तिला धीर दिला. तो म्हणाला,

"प्रणाली... आई येतेय तोपर्यंत आवरून घे. मी लिव्हिंग रूममध्ये बसतो."

थोड्याच वेळात शांताबाई श्लोक उच्चारतच बाथरूमबाहेर पडल्या. शशांक शांत होता. आई देवघरात होती, तर प्रणाली बाथरूममध्ये गेली होती. त्यामुळे परस्परांमधील संवाद खुंटला होता. वृद्धाश्रमाचा विषय निघताच शशांक मात्र निरुत्तर होत असे. पुढे तो बोलणंच टाळत असे; कारण आईचं स्थानही त्याच्या आयुष्यात होतंच.

शांताबाई पन्नाशीलाही अजून टेकलेल्या नव्हत्या. गोऱ्या, गोल चेहरा असलेल्या, स्वभावानं थोड्याशा कठोर. त्यांच्याकडे पाहून त्यांना मोठा मुलगा व सून आहे, यावर विश्वासच बसत नसे. पती विठ्ठल मगर ग्रामसेवक होते. शशांकच्या रूपानं घरात खेळता प्रवाह होता; पण एक दिवस विठ्ठल मगर अचानक अस्वस्थतेचं कारण होऊन गेले. शशांक दीड वर्षाचाच होता. शांताबाईंवर आभाळच कोसळलं. जवळचे-दूरचे नातेवाईक सांत्वन करून गेले. काही जण दुसरं लग्न करण्याचाही सल्ला देऊन गेले. खूप यातना झाल्या; पण लहान शशांककडे पाहून त्या उभारीने जगल्या. प्रसंगी दुसऱ्यांच्या घरात राहून शशांकला शिकवलं. तोही जिद्दीने शिकला. समाजातील घटकांपुढे मात्र शांताबाई कठोर होत गेल्या. थोड्याशा कर्मठतेकडेही झुकल्या. त्यांच्या स्वभावात कडकपणा आला; कारण परिस्थितीनं त्यांना तसं व्हायला भाग पाडलं होतं.

शशांक हिमतीवर शिकला आणि मोठ्या फर्ममध्ये सॉफ्टवेअर इंजिनिअर झाला.

त्याच गावात चार घरं सोडून सर्जेराव पाटलांचं घर होतं आणि त्यांची मुलगी प्रणाली ही शशांकची सहपाठीच होती. हुशार. लहानपणापासूनच दोघांनी एकमेकांना जाणून घेतलेलं. प्रणाली एम.बी.बी.एस. झाली. शिक्षणादरम्यान मात्र दोघांचीही मनं जुळली. ते त्यांनी प्रकट होऊ दिलं नाही; पण जेव्हा प्रणालीला डॉक्टर मुलगा

पाहायला आला, तेव्हा तिनं सर्जेराव पाटलांना हळूच सांगितलं होतं. तिनंच पुढाकार घेतला होता. त्यामुळे मात्र घरात व गावात काहूर माजलं होतं. सर्जेराव पाटलांना हे लग्न मंजूर नव्हतं, म्हणून मग शांताबाईही ईर्ष्येला पेटल्या होत्या. शशांकने प्रणालीला पूर्ण साथ दिली होती. शांताबाईंना त्यानं स्पष्ट सांगितलं होतं, 'लग्न करेन तर प्रणालीशीच!' शांताबाईंचा नाईलाज झाला होता.

प्रणाली सुंदर, शांत, सुस्वभावी व हुशार होती. जिद्दीने डॉक्टर झाली होती. तिच्या व्यक्तिमत्त्वामुळे तिला खूप जणांनी प्रपोज केलं होतं. काही वैद्यकीय शास्त्रातले स्पेशलाइज्ड एम.डी. डॉक्टर्स होते; पण तिने सर्वांना नम्रपणे नकार दिला होता. इंजिनिअर असला तरी शशांकलाच तिनं जोडीदार म्हणून निवडलं होतं. प्रेमाचं रूपांतर जीवनसाथीत झालं होतं.

प्रणालीचे माहेरचे कुणीही लग्नाला आले नव्हते. मंदिरात अतिशय साध्या पद्धतीने, काही मित्रांच्या उपस्थितीत शशांक व प्रणाली विवाहबद्ध झाले होते.

केवळ प्रणालीला पुढे शिकता यावं म्हणून शशांक व शांताबाई कायमचेच पुण्याला स्थलांतरित झाले होते. शशांकच्या मनात प्रणालीविषयी खूप आदर होता; कारण ती एक प्रगल्भ व परिपूर्ण स्त्री होती. ती सहसा कुणालाही उलट उत्तर देत नसे. कुणावर रागवत नसे. राग हा शब्द तिच्या कोशातच नव्हता. सतत आनंदित व प्रफुल्लित चेहरा. अन्याय झाला तरी निमूट सहन करणारी. म्हणून शशांकला तिची काळजी वाटे.

शांताबाईंच्या स्वभावाची प्रणालीला पुरेपूर कल्पना होती; पण आयुष्यभर एकटी राहून, जिद्दीने उभी राहणारी स्त्री म्हणून प्रणालीला त्यांचा खूप आदर होता. शशांकचंही ते आदरस्थान होतं. म्हणून दोघंही शांताबाईंना सहसा दुखवत नसत; कारण शशांकचं अस्तित्व त्यांच्यामुळे होतं, याची जाणीव त्यांना होती.

शांताबाईंच्या कर्मठ स्वभावाचीही सवय प्रणालीनं अंगवळणी पाडून घेतली होती. बाईमाणसानं घरच सांभाळावं, या मताच्या त्या होत्या; पण शशांकनं मोठ्या शिताफीनं शांताबाईंचं मन वळवलं होतं, म्हणून प्रणाली बिर्ला हॉस्पिटलला मुख्य डॉक्टर म्हणून रुजू झाली होती आणि आता ती एम.डी.ही करत होती.

शशांकला हल्ली शांताबाईंचं वागणं पटत नव्हतं. एका स्त्रीनं दुसऱ्या स्त्रीला समजून घ्यावं, असं त्याला वाटत होतं; कारण प्रणालीसारखी सून तिला लाभली होती. तिनं प्रणालीचा आदर करायला हवा, असं त्याला मनापासून वाटत होतं; पण अजूनतरी ते शक्य दिसत नव्हतं. शांताबाईंना थोडं बोललं तर, त्या टोकाची भूमिका घेत असत. म्हणून शशांकही बोलणं टाळत असे.

संध्याकाळी दोघंही परत आले होते. आज रात्रीची ड्यूटी नसल्याने प्रणालीला हायसं वाटलं होतं. तिला आराम हवा होता.

स्वयंपाकघरात जाण्याचा संबंध नव्हता. शांताबाईंनीच सर्व केलं; पण जेवण देताना मात्र प्रणालीचा स्पर्श होणार नाही याची त्यांनी पुरेपूर काळजी घेतली. देव्हाऱ्यावर सावली पडू नये, म्हणून त्यांनी आधीच तिला एका कोपऱ्यात बसवलं होतं आणि प्रणालीनं ते गृहीत धरलं होतं. घरातच वाळीत टाकण्याचा प्रकार शशांकला अजिबात आवडत नव्हता; पण तो प्रणालीसाठी काहीच बोलला नाही.

शांताबाईंच्या मनाप्रमाणे वागायचं व दुखवायचं नाही, असं दोघांनीही ठरवलं होतं. रात्रीही बेडरूममध्ये एकत्र झोपायचं नाही, अशी अट घालूनच प्रणालीला शांताबाईंनी सोडलं होतं.

शशांकनं दार लावून हुश्शऽऽ केलं.

प्रणालीनं थोडंसं आवरून अंग टाकलं. शशांकनं तिला हळूच कवेत घेत म्हटलं,

''प्रणालीऽऽ''

''हूंऽऽ'' –प्रणालीचा फक्त हुंकार.

''आईच्या वतीनं मी तुझी क्षमा मागतो.'' शशांक नम्रपणे म्हणाला.

त्याच्या ओठांवर हळूच बोट ठेवत प्रणाली म्हणाली,

''नाही शशांक... तू माफी मागायची नाहीस. त्या आई आहेत. त्यांचा अधिकार आहे. बोलू द्या, मी सहन करीन. माझी काहीही तक्रार नाही.''

''असं कसं प्रणाली? अगं, आई अति करतेय. हल्ली ती खूपच हेकट होत चाललीय. का, ते कळत नाही. पूर्वी ती अशी नव्हती.'' शशांक म्हणाला.

''काय आहे शशांक, तरुण वयातच त्यांना वैधव्य आलं आणि त्यात तुझी जबाबदारी. त्यांनी खूप कष्ट केलेत, याची जाणीव मला आहे. तुझं शिक्षण करून पायावर उभं करणं तेवढी सोपी गोष्ट नव्हती. ती त्यांनी केली. शिवाय, तूच एक त्यांचा सहारा. तुझ्यावर अतिप्रेम. आणि आता तर त्यात मी भागीदार. म्हणून त्यांना आपण वेळ द्यायला हवाय. आणि समजा– त्या अशाच वागल्या, तरी मी त्यांचा सांभाळ करीन.'' प्रणालीनं समजावून सांगितलं.

शशांक क्षणभर प्रणालीकडे पाहत राहिला. कौतुकभरल्या नजरेनं तो म्हणाला,

''प्रणाली, एवढा समजूतदारपणा कुठून आलाय गं तुझ्यात? कधीतरी माझ्यावर रागवत चल. तक्रार करत चल. नुसतंच सहन करणं बरं नाही. खरं सांगू? कधी कधी वाटतं, माझ्यापेक्षा तुला खूप चांगलं व मोठ्ठं स्थळ मिळू शकलं असतं.''

''काहीही काय बोलतोस, शशांक! वेडा आहेस का? तू काय वाईट आहेस? उलट, मला तुझ्यासारखा नवरा मिळाला, हे भाग्य! खरं तर लहानपणापासून तू माझ्या मनात होतास आणि तू मला मिळालास. अजून आयुष्यात काय हवंय? तू माझ्याजवळ आहेस, हेच मला पुरेसं आहे.'' प्रणाली उत्तरली.

शशांक तिच्या केसांतून हळुवारपणे बोटं फिरवत स्मित करत म्हणाला,

"अगदी वेडाबाई आहेस, झालं! तुझं भावविश्व सोडून तू माझ्याकडे आलेली आहेस याची मला जाणीव आहे. तुला कधीही मी एकटं वाटू देणार नाही." शशांकनं हळूच तिच्या कपाळाचं चुंबन घेतलं.

दोघांचे श्वास एकमेकांत मिसळले. शशांकच्या छातीवर डोकं ठेवत प्रणाली म्हणाली,

"शशांकऽ"

"हं, बोल."

"आज एक रुग्ण मी हाताळला."

"कुठला?" –शशांकचा प्रश्न.

"एका तरुणीनं सासू व नवऱ्याच्या जाचाला कंटाळून आत्महत्येचा प्रयत्न केलाय. मीच तिला ट्रीट करतेय. नवऱ्यानं तिला ढोरासारखं मारलंय." प्रणाली अगतिकतेनं म्हणाली.

"प्रणाली, तू डॉक्टर आहेस, म्हणून तुला मानसशास्त्र चांगलं ठाऊक आहे. भारतात बहुसंख्य पीडित स्त्रिया आहेत. म्हणूनच मला तुझं कौतुक वाटतंय. आय ॲम प्राउड ऑफ यू." शशांकनं पुन्हा प्रणालीला बाहुपाशात घेतलं.

त्यावर प्रणाली तत्काळ उत्तरली,

"अहो, आईंनी वेगळं झोपायला सांगितलंय– लक्षात आहे ना?" आणि दोघंही मनसोक्त हसत सुटले. प्रणालीची सकारात्मकता पाहून शशांक सुखावला.

दिवस जाऊ लागले. महिने गेले. शांताबाईंची मासिकपाळी असो की प्रणालीची– चक्रातून मात्र फक्त प्रणालीच घुसळून निघत होती. प्रणालीनं स्वत:ला कामात अन् अभ्यासात गुंतवून घेतलं होतं. शांताबाईंच्या त्रासाचं शशांकपुढं प्रणालीनं कधीच भांडवल केलं नाही; पण शशांकचं मात्र तिकडे काटेकोर लक्ष होतं.

दोन महिन्यांनंतर मात्र शांताबाई थोड्या हिरमुसल्या राहू लागल्या. प्रणालीच्या ते लक्षात आलं होतं; पण तिनं विचारण्याचं धाडस केलं नाही. स्वभावातलाच हा एक भाग असावा, असं तिला वाटलं. म्हणून हा विषय तिनं शशांकजवळही काढला नाही.

एके दिवशी प्रणाली दुपारीच घरी आली. तिला काही कामं होती. शांताबाईंना कधी नव्हे ते दुपारी पहुडलेलं पाहून प्रणालीला आश्चर्य वाटलं; कारण त्या दुपारी झोपण्याऐवजी पेपर वाचत असत किंवा टीव्ही पाहत असत. त्या दुपारी सहसा झोपत नसत. प्रणालीनं थोडा वेळ विचार केला. शांताबाईंची झोपमोड करावी का? शेवटी ती म्हणाली,

"आई, बरं वाटत नाही का?" शांताबाईंचं त्यावर उत्तर आलं नाही. त्या नेहमीच एका झटक्यात प्रतिसाद देत नसत– किमान प्रणालीला तरी. बऱ्याचदा विचारल्यावर त्या फक्त हुंकार भरत असत. प्रणालीला त्याची सवय असल्याने ती पुन्हा म्हणाली,

"आईऽऽ"

थोड्या वेळानं फक्त हुंकार आला.

"हुंऽऽ"

"बरं वाटत नाही का?" –प्रणालीचा काळजीयुक्त प्रश्न.

"अंग ताठरून थकल्यासारखं वाटतंय गं... वातावरणामुळे असेल." शांताबाईंनी खालच्या स्वरातच सांगितलं.

"एक मिनिट, बघू?"

प्रणालीनं शांताबाईंना तसंच तपासलं. अंग थोडं गरम वाटत होतं. प्रणाली पुढं म्हणाली,

"आई, कधीपासून तुम्हाला असा थकवा येतोय?"

"दोन-तीन दिवस झाले असतील. मला वाटलं, जाईल ते; पण आजही पुन्हा तसंच वाटतंय. होईल गं बरं. चालायचंच." शांताबाई सहजतेने म्हणाल्या.

"आई, सांगायचं ना!" प्रणालीनं पुन्हा तपासून घरातील उपलब्ध काही गोळ्या-औषधं दिली व पुढे म्हणाली, "आता तुम्ही आरामच करा. संध्याकाळी आपण बघू."

शांताबाई औषध घेऊन झोपी गेल्या.

सायंकाळी ऑफिसमधून आल्या-आल्या शशांकनं शांताबाईंना काळजीने विचारलं,

"आईऽ अगं, बरं वाटत नाही तर सांगायचं नाही आम्हाला? अंगावर का काढतेस? चल, आपण दवाखान्यात जाऊ."

"नको रे शशांक, आता प्रणालीनं औषधं दिल्यानंतर बरं वाटतंय बघ. अंगही हलकं झालंय... असेल कुठलीतरी कणकणी. जाईल निघून." शांताबाईंनी हळूच सांगितलं.

"तरीही आई, असा त्रास पुन्हा झाला तर मला लागलीच कळवा. मी आहे तशी येईन." प्रणाली पुन्हा काळजीनं उत्तरली.

या वेळी प्रणालीनं शांताबाईंच्या नाडीचे ठोके बघितले आणि तिच्या चेहऱ्यावर काळजीचे भाव उमटून गेले.

प्रणाली हुशार डॉक्टर होती. तिला काही गोष्टींचं अनुमान त्वरित लागत असे; पण शरीर हे गुंतागुंतीचं असल्याने, अशा त्रासाला असंख्य कारणं असू शकतात. ती म्हणाली,

"आई, आता तुम्ही फक्त आराम करा. मी बघते काय ते."

शशांकनंही शांताबाईंना बजावलं होतं. शांताबाईंचा स्वभाव विचित्र असला, तरी दोघांनाही त्यांची खूपच काळजी होती.

प्रणालीनं रात्री सर्व केलं. शशांकने शांताबाईंना औषधं देऊन झोपवलं.

दोघंही बेडरूममध्ये आल्या-आल्या शशांकनं विचारलं,

"प्रणाली, आई बरी आहे ना?"

"ठीक आहे. त्यांनी आपल्याला काही सांगितलं नाही, शशांक. कदाचित त्यांना हा त्रास बऱ्याच दिवसांपासून होत असावा. आता मी जे औषध दिलेलं आहे, त्यानं त्यांना बरं वाटायला हवं... नाहीतर..." प्रणालीनं काळजीनं अर्धवट सांगितलं.

"नाहीतर?" –शशांकचा प्रश्न.

"काही चाचण्या आपल्याला करून घ्याव्या लागतील. शशांक, तू काळजी करू नकोस. मी आहे ना? बघते मी. झोप आता."

प्रणालीनं समजावून शशांकचं ओझं कमी केलं.

औषधोपचाराने दोन दिवस बरे गेले; पण तिसऱ्या दिवशी शांताबाईंचा चेहरा पुन्हा पडला. त्यांना थोडं चक्कर आल्यासारखं वाटलं. आधार घेत त्या पलंगावर बसल्या. प्रणालीच्या लक्षात येताच ती धावतपळत आली, शशांकही धावला. शांताबाईंना आधार देत प्रणाली म्हणाली,

"आई, काय होतंय?"

"अगं, थोडं घेरीसारखं व डोळ्यांपुढे अंधारल्यासारखं वाटलं. होतं मला असं कधी कधी. कदाचित ताणामुळे असेल." शांताबाईंनी स्वत:चीच समजूत काढली.

प्रणालीनं त्यांना पुन्हा तपासलं व म्हणाली,

"आई, भूक लागते का?"

"छे गं! गेला महिनाभर मंदावलेलीच आहे. अशक्तपणाही वाटतो आहे. म्हणूनच अंधारी आली असावी." शांताबाईंनी स्वत:च सांगितलं.

"आता मी काहीही ऐकणार नाही, आई. रात्री डॉ. श्रीधर परांजपे– माझे वरिष्ठ व विख्यात डॉक्टर– यांना दाखवू."

"प्रणाली, संध्याकाळी मीही येतो." शशांकही काळजीनं म्हणाला.

"शशा, अरे, काळजी नको करूस, बाळा. मला काहीही झालेलं नाही आणि प्रणाली आहे ना!" शांताबाई प्रथमच थोडं आश्वासक म्हणाल्या; कारण दोघांचंही काळजी करणं त्यांना हेलावून गेलं होतं; पण स्वभाव ते स्वीकारत नव्हता.

प्रणालीनं पुन्हा काही औषधं देऊन शांताबाईंना झोपवलं. सहसा एकट्यानं उठू नका म्हणूनही सांगितलं.

प्रणाली हॉस्पिटलला व शशांक ऑफिसला निघून गेला. प्रणालीचं मन मात्र

घरातच रेंगाळत राहिलं. नाही म्हटलं तरी सासूबाईंची आता तिला काळजी वाटायला लागली होती.

दुपारीच प्रणालीचा मोबाइल वाजला. तो शांताबाईंचा होता. प्रणालीने अधीरतेने घेतला; कारण त्या सहसा मोबाइल करत नसत.

"हं बोला आई, बरं आहे ना?"

"अगं, नाही गं प्रणाली... थोडं उठले तर माझ्या डोळ्यांपुढे काळोख झाला आणि शुद्ध हरपली. जाग आली तर तुला लागलीच मोबाइल केला– तोही कसाबसा. खूप गळाल्यासारखं वाटतंय..." शांताबाई खोल स्वरात म्हणाल्या. त्यांच्यानं आता बोलणंही होत नव्हतं.

"आई, घाबरू नका. मी आलेच–" प्रणालीनं मोबाइल बंद केला.

प्रणाली हॉस्पिटलमधनं तत्काळ बाहेर पडली. दरम्यान, शशांकलाही तिनं मोबाइल केला. घरी आल्या-आल्या तिनं शांताबाईंचा ताबा घेतला. तपासलं अन् हॉस्पिटलमध्ये नेण्याचा निर्णय घेतला. या वेळी डॉ. श्रीधर परांजपेही उपस्थित होते. निघण्यापूर्वीच प्रणालीनं त्यांना सांगून वेळ आरक्षित करून घेतली होती. प्रणालीला कुठलाही विलंब करायचा नव्हता. डॉक्टर असल्याने काही गोष्टी तिच्या लक्षात आल्या होत्या.

स्वत: ड्राइव्ह करत शांताबाईंना प्रणालीनं बिर्ला हॉस्पिटलला नेलं. या वेळी शांताबाईंना चालण्याचंही त्राण उरलं नव्हतं, एवढा अशक्तपणा वाढला होता. गेल्या तीन-चार दिवसांत त्यांची प्रकृती ढासळली होती. आज जास्तच त्रास होत होता.

हॉस्पिटलमध्ये व्हीलचेअरवरच शांताबाईंना प्रणालीनं डॉ. श्रीधर यांच्या केबिनमध्ये नेलं. तिथंच काम करत असल्याने प्रणालीचा शब्द तंतोतंत पाळला जात होता. सगळंच सोईचं होत होतं.

शशांकही डॉ. श्रीधर यांच्या केबिनमध्ये पोहोचला. त्याच्या चेहऱ्यावर काळजी स्पष्टपणे दिसत होती.

डॉ. श्रीधर यांनी तिघांनाही बसण्याचा इशारा केला आणि प्रणालीला म्हणाले,

"प्रणाली, त्यांना स्लिपिंग बेडवर घे बरं. लेट मी चेक."

शांताबाईंना डॉ. श्रीधर सखोल तपासत होते. प्रणाली त्यांना मदत करत होती. किमान अर्धा तास तरी त्यांनी तपासणी केली. शशांकची मात्र घालमेल होत होती. डॉ. श्रीधर खुर्चीत बसत म्हणाले,

"प्रणाली, माझ्या थोडं लक्षात आलंय; पण निष्कर्षापूर्वी आपल्याला काही चाचण्या आत्ताच करून घ्याव्या लागतील– तत्काळ."

डॉ. श्रीधर यांनी चाचण्यांची यादी प्रणालीकडे देत म्हटलं,

"यू विल अल्सो अंडरस्टॅन्ड. तू या चाचण्या करून घेऊन ये. मी इथेच आहे. रिपोर्ट आल्यानंतर आपण चर्चा करू."

दरम्यान, शशांकनं शांताबाईंना आधार देऊन उठवलं. आता प्रणालीची धावपळ सुरू झाली.

प्रणालीला हॉस्पिटलची खडान्‌खडा माहिती असल्याने चाचण्या पटापट होऊ लागल्या. दुसरी चाचणी होईपर्यंत पहिलीचा रिपोर्ट हाती येऊ लागला. यातही शांताबाईंची दमछाक होऊ लागली. शशांक आधाराला होताच. दोन तासांतच प्राधान्याने सर्वच रिपोर्ट हाती आले आणि प्रणालीचा चेहरा चांगलाच पडला. शशांकच्या हे लक्षात येताच तो म्हणाला,

"प्रणाली, काय आहे रिपोर्टमध्ये?"

"शशांक, इथे नको. आपण डॉ. श्रीधरांशीच बोलू आणि पुढे त्यांच्या सल्ल्यानुसारच चिकित्सा घेऊ. चल लवकर–" प्रणालीचा कंठ रुद्ध झाला होता.

शशांकचंही मन चरकलं होतं.

डॉ. श्रीधर त्यांची वाट पाहत होते. प्रणालीला पाहताच म्हणाले,

"ये प्रणाली, रिपोर्ट्स आलेत?"

शांताबाईंना आधार देत खुर्चीत बसवत म्हणाली,

"होय सर, हे घ्या." शशांकही खुर्चीत बसला होता.

रिपोर्ट्स बघताना डॉ. श्रीधरचा चेहरा गंभीर झाला होता. ते प्रदीर्घ श्वास सोडत म्हणाले,

"प्रणाली, तू स्वतः डॉक्टर आहेस. तुला हे कळलंच असेल!"

"येस सर!" प्रणालीचा व्याकूळ स्वर उमटला.

"हा मल्टिपल मायोलोमा आहे. बोन मॅरो म्हणजेच हाडांचा कॅन्सर आहे– उग्र रूप धारण करणारा." हे वाक्य डॉ. श्रीधरने मुद्दामच इंग्रजीत उच्चारलं होतं. त्यातला कॅन्सर हा शब्द ठळकपणे बाहेर आला.

शशांक हादरून गेला. त्याचा कंठ दाटून येऊन, डोळे भरून आले. डॉक्टर असली, तरी प्रणालीचेही डोळे अश्रूंनी तरळले. डॉ. श्रीधर म्हणाले,

"कम ऑन प्रणाली! तू स्वतः डॉक्टर आहेस आणि अशा केसेस हाताळल्या आहेस. त्यांना तुम्ही धीर द्यायला हवा."

दोघांच्याही डोळ्यांत अश्रू पाहून शांताबाई समजून गेल्या. त्यांचे डोळे निस्तेज झाले होते. त्या म्हणाल्या,

"डॉक्टर, माझं काही होऊ दे; पण माझ्या लेकरांचे अश्रू थांबवा... ते माझ्याच्याने बघवत नाहीत." कॅन्सर शब्द ऐकूनही शांताबाई धीरानं बोलल्या. ते ऐकून शशांकनं व प्रणालीनं त्यांना मिठीच मारली. प्रणाली म्हणाली,

"डॉक्टर, मी त्रयस्थ म्हणून अशा केसेस हाताळल्या... पण, आपल्या जवळच्या व्यक्तीस असं झालं तर काय होतं, याचा अनुभव मी घेतेय. शेवटी मीही एक सामान्य स्त्रीच आहे. डॉक्टर, काय करू या?"

"प्रणाली, यांना ॲडमिट करून, आजपासूनच ट्रीटमेन्ट सुरू करायला हवी. केमोथेरपीच्या काही सायकल देऊन, वाढणारा कॅन्सर आटोक्यात आणावा लागेल. तू स्वत: तज्ज्ञ आहेस. नव्यानं काही सांगायला नको."

"ठीक आहे, सर. मी सासूबाईंवर चिकित्सा सुरू करते." तिघंही बाहेर पडले होते.

एका स्पेशल रूममध्ये शांताबाईंना ॲडमिट करण्यात आलं. शशांक बाहेर आला. प्रणालीच्या लक्षात येताच तीही बाहेर आली. नर्स काही औषधं देत होती.

प्रणाली बाहेर येताच शशांकचा बांध फुटला. तसा तो हळवाच होता. आईच्या बाबतीत तर जास्तच. तिची काही मतं पटत नसली, तरी त्याचं आईवर विलक्षण प्रेम होतं, हे प्रणालीला ठाऊक होतं. तो ढसाढसा रडू लागला. प्रणालीचेही डोळे भरून आले. ती म्हणाली,

"शशांक, सांभाळ. आईला यातनं आपण बाहेर काढू."

"प्रणाली, अगं, वय काहीच नाही तिचं. खूप कष्ट केलेत तिनं. खस्ता खाल्ल्या. आताशी कुठं चांगले दिवस आले होते, ती आनंदाने जगत होती... आणि ही अशी खडतर वाट..." त्याचा बांध पुन्हा फुटला.

प्रणालीनं त्याला मोकळं होऊ दिलं. शांत होताच ती म्हणाली,

"शशांक, काही झालं तरी आईंना यातून बाहेर काढायचं. विज्ञान खूपच पुढं गेलंय. आपल्याकडे पाहून आईही प्रतिसाद देतील. आपण सकारात्मक राहू. मी स्वत: त्यांच्यासाठी रात्र-पहाट एक करीन. सर्व चिकित्सा पणाला लावीन." प्रणालीने धीर दिला. शशांकही तिच्या बोलण्यानं सावरला.

नर्स रूममधनं बाहेर पडली.

शांताबाई शांतपणे डोळे मिटून पहुडल्या होत्या; पण त्यांचे कान मात्र बाहेर होते. शशांक व प्रणालीचा संवाद त्यांनी ऐकला होता आणि त्यांच्या मिटलेल्या डोळ्यांतून प्रथमच अश्रू बाहेर पडत होते. दोघांचंही त्यांच्यावरचं विलक्षण प्रेम पाहून त्या भारावल्या होत्या आणि त्यांच्या खचलेल्या मनाला उभारी मिळाली होती. त्यांनी निश्चय केला– लढा द्यायचा... आणि मुलांना साथ द्यायची.

प्रणाली हॉस्पिटललाच होती; पण शशांकनेही रजा टाकली होती. आईची सर्वतोपरी सेवा करण्याचं व्रतच त्याने घेतलं.

केमोथेरपीला सुरुवात झाली होती. एक-दोन-तीन करत काही कालावधीनंतर

सायकल पुढे जाऊ लागल्या. परिणाम दिसू लागले होते.

शांताबाईंना वयोपरत्वे केमोचा त्रास होऊ लागला. इंजेक्शनच्या माऱ्यामुळे अंगाची प्रचंड आग होऊ लागली. झोप येणं बंद झालं होतं, तर भूक मंदावली होती. अन्न पचत नव्हतं. आम्ल वाढल्यामुळे उलट्या होऊ लागल्या.

शांताबाई बेजार झाल्या. डोक्यावरचे केस गळून पडत होते. डोळ्यांभोवती काळी वर्तुळं आली. शरीर काटकुळं झालं. उशीवर केसांचा गुच्छा होऊ लागला. प्रणाली मात्र जातीनं त्यांचं करत होती. ती स्वत:च बेडपॅनही देत होती.

केमोने मात्र शांताबाईंची चिडचिड होऊ लागली. शशांकपेक्षा प्रणालीवरच त्या जास्त चिडू लागल्या. त्याचं त्यांना वाईटही वाटत होतं. प्रसंगी त्या मन रितं करण्यासाठी प्रणालीलाच वेठीस धरून घालूनपाडून बोलत असत; पण प्रणालीनं मात्र शब्दानंही प्रत्युत्तर दिलं नाही. शशांकही सेवा करतच राहिला. त्यांच्या अंगाची आग होत असल्याने शशांक तासन्‌तास त्यांचे हात-पाय चोळून देऊ लागला. अन्न पचत नसल्याने शरीराचा सापळा झाला होता. शशांकला पाहवत नव्हतं; पण प्रणालीला मात्र आशा होती; कारण प्रत्येक रिपोर्टमधनं कॅन्सर आटोक्यात येत होता, हीच जमेची बाजू होती.

डॉक्टर श्रीधर प्रत्येक दिवशी येऊन तपासून जात होते आणि प्रणालीशी प्रगतीची चर्चा करत असत.

शांताबाईंची प्रकृती खूपच खालावल्याने पुढचे केमो देणं आता शक्य नव्हतं; पण कॅन्सरचाही नायनाट पूर्णपणे झाला नव्हता; पण अशा परिस्थितीत केमो देणं जिवावर बेतणार होतं.

प्रदीर्घ चर्चेनंतर काही दिवस केमो थांबवण्याचा निर्णय डॉ. श्रीधर यांनी घेतला.

प्रणालीने कॅन्सर आटोक्यात आणण्यास काही समांतर उपचारही सुरू केले होते; पण कॅन्सरचा समूळ नायनाट होत नव्हता. तो पूर्णपणे नाहीसा होणे गरजेचे होते. केमोला शांताबाईंचं शरीर साथ देत नसल्याने ती थांबविण्यात आली होती.

डॉ. श्रीधरही काळजीत पडले होते. शशांक निरुत्साही झाला होता; पण प्रणालीवर त्याचा पूर्ण विश्वास होता.

चार महिन्यांत केमोमुळे शांताबाई ओळखू येत नव्हत्या. त्यांनी स्वत:लाच ओळखलं नव्हतं आणि प्रथम प्रणालीलाच त्यांनी जबाबदार धरून कोसून घेतलं. आईला दुखवू नये म्हणून शशांक एक शब्दही बोलला नाही; पण प्रणालीचे प्रामाणिक प्रयत्न त्याला ज्ञात होते. ती बिचारी वेगवेगळ्या वाटा धुंडाळीतच होती.

एके दिवशी डॉ. श्रीधर यांनी प्रणालीला तत्काळ बोलावणं पाठवलं. शशांकही तिथेच होता, म्हणून दोघंही डॉ. श्रीधर यांच्या केबिनकडे गेले. केबिनमध्ये शिरताच प्रणालीला एक गृहस्थ बसलेले दिसले. डॉ. श्रीधर म्हणाले,

"ये प्रणाली. शशांक, तुम्हीही बसा. बरं झालं, तुम्ही आलात." त्या गृहस्थांकडे निर्देश करत डॉ. श्रीधर पुढे म्हणाले, "हे कोलकाता येथील लाइफ सेल इंटरनॅशनलचे अध्यक्ष डॉ. अभय घोष."

प्रणाली अन् शशांकनं नमस्कार केला. डॉ. घोष हे मध्यमवयीन व अतिशय आकर्षक व्यक्तिमत्त्वाचे होते.

डॉ. घोषांनीही प्रतिनमस्कार केला. डॉ. श्रीधर म्हणाले,

"डॉ. घोष, या डॉ. प्रणाली आणि हे त्यांचे पती. या स्वत: इथे डॉक्टर आहेत. यांच्याच सासूबाईंविषयी मी आपल्याशी बोलत होतो."

"काय बरं?" –प्रणालीचा उत्सुकतापूर्ण प्रश्न.

"मी सांगतो." डॉ. घोषांनी घसा साफ केला व पुढे म्हणाले, "मला डॉ. श्रीधर यांनी सर्व सांगितलं. तुमच्या सासूबाईंना आता पुढे केमो देणं अशक्य आहे आणि ते दिलं नाही तर त्यांच्या जीवितास धोका आहे. कॅन्सरचा समूळ नायनाट झालेला नाहीये. त्यासाठी मी डॉ. श्रीधरना मूळ पेशीचा उपचार सुचवलाय."

डॉ. प्रणाली उत्साहानं म्हणाली,

"सर, मला त्याबद्दल थोडीशीच माहिती आहे. असे प्रयोग आता परदेशात होत आहेत. ती महागडीही आहे. तर, या मूळ पेशी आणणार कोठून आणि कशा?"

"सर, मी या क्षेत्रातला नाही. ही नेमकी कुठली उपचारपद्धती आहे? मूळ पेशी काय आहे?" –शशांकचा प्रश्न.

"एक मिनिट– मी तुम्हाला थोडक्यात सांगतो, म्हणजे तुम्हाला कल्पना येईल." डॉ. घोष थोडं पुढे रेलून म्हणाले, "काय आहे– पुरुषाचे शुक्राणू व स्त्रीचे बीजांड यांच्या संयोगातून नव्या जिवाच्या पहिल्यावहिल्या पेशीचा जन्म होतो आणि या पेशीतच संपूर्ण शरीर निर्माण करण्याचं सामर्थ्य असतं. या पेशीच पुढे एकाच्या दोन, दोनाच्या चार अशा प्रचंड वेगाने वाढू लागतात आणि अशा हजारो पेशींच्या समुदायामधूनच गर्भाची निर्मिती होते. या मूळ पेशींना 'एम्ब्रिऑनिक स्टेम सेल्स' म्हणतात आणि यात विकसनाची प्रचंड शक्ती दडलेली असते. विविध अवयव तयार होतात."

"पण सर, माझ्या आईच्या उपचाराशी याचा संबंध काय?"

"तेही सांगतो. फार महत्त्वाचा संबंध आहे, म्हणून मी इथे आलोय. तत्पूर्वी मला तुम्हाला पुन्हा सविस्तर सांगू द्या. या मूळ पेशींचा मी उल्लेख केला, त्या कृत्रिमरीत्या वाढवता येतात आणि स्टेम सेल्सपासून विशिष्ट कार्य करू शकणाऱ्या

पेशी तयार होतात. उदा. रक्ताच्या स्टेम सेल्सपासून लाल रक्तपेशी, पांढऱ्या पेशी व प्लेटलेट तयार होतात. प्रौढ व्यक्तीमध्येही या स्टेम सेल्स आढळतात. रक्त-प्रवाहातही अत्यल्प प्रमाणात त्या आढळतात.''

''पण सर, माझ्या आईला तर कर्करोग आहे. त्याचा इथे या मूळ पेशीचा संबंध काय?''

''कारण अशाच दुर्धर रोगांवर उपचार म्हणून मूळ पेशी संजीवनी ठरत आहे. रुग्णाच्याच रक्तातील किंवा अस्थिमज्जेतून मूळ पेशी मिळवून तिचे प्रयोगशाळेत संवर्धन करून, कर्करोगावरसुद्धा उपचार करण्याचे प्रयत्न होत आहेत आणि मानवासाठी हे एक वरदानच ठरणार आहे.'' डॉ. घोषांनी सविस्तर व स्पष्ट सांगितलं.

डॉ. श्रीधर यात फक्त ऐकण्याचं काम करत होते. अशी चिकित्सा त्यांना करून पाहायची होती, म्हणूनच त्यांनी प्रणालीला बोलावून घेतलं होतं.

''सर, माझ्या हे लक्षात आलंय. मीही काही संशोधन पेपर पाहिलेत; पण माझ्या सासूबाईंसाठी त्यांच्या मूळ पेशी कशा मिळवायच्या? कारण त्यांची प्रकृती सातत्यानं ढासळतेय.'' डॉ. प्रणालीने मुद्द्याचा प्रश्न उपस्थित केला.

''काय आहे डॉ. प्रणाली, तुमच्या सासूबाईंची हिस्टरी मी पाहिलीय. त्यांचं वय त्यामानाने कमीच आहे. त्या अजूनही मेनॉपॉजमध्ये आहेत. महिन्यातनं वाया जाणारा स्राव गोळा करून, त्यातून आपण या पेशी मिळवण्याचा प्रयत्न करू या.'' डॉ. घोषांनी सांगितलं.

''या मासिक स्रावात अशा पेशी असतात?''

''हो तर! पण अतिशय अत्यल्प प्रमाणात. मात्र, त्या असतात. खरं तर प्रत्येक स्त्रीला दिलेलं हे एक वरदान आहे. त्या रक्ताला आपण अशुद्ध ठरवून अपवित्र मानतो; पण ती संजीवनी आहे, हे स्त्रियांच्या लक्षातच येत नाही, हे दुर्दैव आहे.'' डॉ. घोषांनी सामाजिक प्रश्न उपस्थित केला.

''सर, पण अशा या स्रावाचा साठा जरी केला, तरी त्या पेशी बाहेर काढून कृत्रिमरीत्या वाढवायच्या कशा?'' –प्रणालीची शंका.

डॉ. श्रीधर कौतुकाने प्रणालीकडे पाहत म्हणाले,

''प्रणाली... डॉ. घोष हे स्वत: तज्ज्ञ आहेत. त्यांनी यात आयुष्य वेचलंय. मासिक स्रावातून मूळ पेशी विलग करून, त्या कृत्रिमरीत्या प्रयोगशाळेत वाढविण्याचं एक मोठं संवेदनशील तंत्रच त्यांनी विकसित केलंय आणि म्हणूनच ते आपल्याकडे आलेत.''

''डॉ. प्रणाली, दि चॉइस इज युवर्स.'' डॉ. घोष म्हणाले.

''प्रणाली, आपण हा प्रयोग आणि चिकित्सा तुझ्या सासूवर करू या. आय ॲम शुअर, वुई विल गेट सक्सेस. त्यांना जीवदान मिळेल.'' डॉ. श्रीधर यांनी

समजावलं.

डॉ. प्रणाली विचार करू लागली. तिनं शशांककडे पाहिलं. शशांकनं डोळ्यानंच होकार दिला. तिचा उत्साह वाढला. शशांककडून तिला याचीच अपेक्षा होती. ती तातडीने उत्तरली,

"सर, विल गो अहेड. मूळ पेशीचे उपचार माझ्या सासूबाईंवर करू या."

डॉ. घोषांचा चेहरा खुलला होता. डॉ. श्रीधरही रिलॅक्स झाले. डॉ. घोष हात उंचावत म्हणाले,

"व्हेरी गुड डिसिजन गाइज! विज्ञानावर आपण सर्वांनीच विश्वास दाखवायला हवाय. थँक यू! आय विल प्रोसीड."

"वुई शुड से थँक्स, सर!" शशांक कृतज्ञतेने पुढे म्हणाला, "तुम्ही माझ्या आईसाठी खूप करत आहात. ऑल पॉसिबल वेज. थँक यू!"

डॉ. घोषांनी फक्त त्याच्या खांद्यावर थोपटलं व बाहेर पडले.

डॉ. श्रीधर यांनी लागलीच पुढची योजना आखून दिली.

दुसऱ्या दिवसापासूनच डॉ. प्रणाली कामाला लागली.

मासिक स्राव सुरू होताच नर्सने ठरावीक बॅगचा वापर करून तो गोळा करायला सुरुवात केली.

प्रथम शांताबाईंनी त्यास प्रखर विरोध केला. त्या जुमानत नव्हत्या. डॉक्टर, नर्सने समजावलं होतं. 'याचेच भोग मी भोगतेय!' म्हणून सांगू लागल्या. प्रणालीलाही नको ते बोलल्या. आरोप केले. "तू स्वत: पावित्र्य ठेवत नाहीस, म्हणून देवानं तुझी शिक्षा मला दिलीय. तुझे भोग माझ्या वाट्याला आलेत!" म्हणूनही आरोप केला.

प्रणालीला याची कल्पना होतीच. त्यांचा मूळ स्वभाव बदलणार नव्हता. नर्स व इतर डॉक्टरांना तिने त्यांच्या बोलण्याकडे दुर्लक्ष करण्यास सांगितलं. म्हणून प्रत्येक जण आपापलं काम करत राहिला.

शांताबाई मात्र धुमसतच राहिल्या. प्रणालीला कोसत राहिल्या. शशांकनेही दुर्लक्ष केलं. त्याला आईच्या बोलण्याचं वाईट वाटत होतं; पण प्रणालीचा सकारात्मक दृष्टिकोन पाहून त्याला बरं वाटत होतं.

गोळा केलेला मासिक स्राव कोलकात्याला डॉ. घोषांकडे पाठविण्यात आला.

डॉ. घोषांनी त्यावर विविध सूक्ष्म पातळीवर प्रक्रिया करून, मूळ पेशी वेगळी करण्यात यश मिळवलं आणि विकसित केलेल्या तंत्रज्ञानाच्या साह्याने मुबलक मूळ पेशींचं कृत्रिमरीत्या संवर्धन केलं. त्यात आठवडा गेला होता.

मूळ पेशी स्वत: घेऊन ते बिर्ला हॉस्पिटलला हजर झाले. डॉ. श्रीधर व डॉ. घोषांनी लागलीच शांताबाईंवर उपचार सुरू केले. हाडांमध्ये मूळ पेशींचं अलगदपणे रोपण केलं. त्यात शांताबाईंचं छोटंसं ऑपरेशनही केलं आणि आता

मूळ पेशी काम करतात का, याचं अवलोकन डॉ. घोष करू लागले.

शांताबाईंच्याच मूळ पेशी असल्याने, त्या त्यांच्या शरीरात सहजपणे सामावल्या गेल्या. कर्करोग पेशींचा यशस्वीपणे मुकाबला करून त्यांचा नायनाट करू लागल्या.

दहा दिवसांतच शांताबाईंच्या तब्येतीत व प्रकृतीत फरक दिसू लागला. डॉ. घोष, डॉ. श्रीधर व प्रणालीचा उत्साह वाढला.

शांताबाईंच्या तब्येतीत झपाट्याने आश्चर्यकारक फरक दिसू लागला. भूक वाढू लागली. वजन वाढायला सुरुवात झाली. चेहरा तजेलासा दिसू लागला. काळी वर्तुळं नाहीशी झाली. शांताबाई हिंडू-फिरू लागल्या. अशक्तपणा गेला होता.

सगळ्या चाचण्या पुनश्च करण्यात आल्या. एकूण एक रिपोर्ट निगेटिव्ह आले होते. शांताबाई कर्करोगमुक्त झाल्या होत्या. डॉ. घोष, डॉ. श्रीधर, डॉ. प्रणाली व शशांक एकत्रच शांताबाईंच्या रूममध्ये आले. डॉ. श्रीधर हसत म्हणाले,

"काय शांताबाई, कसं वाटतंय?"

"डॉक्टर, आता खूप चांगलं वाटतंय. पूर्वीसारखा उत्साह आहे. आभारी आहे डॉक्टर मी तुमची." शांताबाईंनी हात जोडले. त्यांच्या डोळ्यांत अश्रू तरळले.

"मी नाही शांताबाई, हे डॉ. घोष. यांनीच तुम्हाला बरं केलंय. तुमच्या मासिक स्रावातून यांनी तुम्हाला जीवनदान दिलंय. ते खूप पवित्र आहे, याची जाणीव ठेवा." डॉ. श्रीधर यांनी सांगितलं.

"शांताबाई, जाऊ द्या; पण ही तुमची सून खूप गुणी आणि हुशार आहे. तिच्यामुळेच खरं तर तुम्ही जिवंत आहात. केवळ तिच्या इच्छाशक्तीमुळेच हा प्रयोग होऊ शकला. ती तुमची मुलगीच आहे."

शशांकचे डोळे भरून आले होते. प्रणालीचा त्याला अभिमान वाटत होता. शांताबाई हे ऐकून ढसाढसा रडू लागल्या. प्रणालीला नको ते बोलल्याचं त्यांना आठवलं होतं. प्रणालीनं त्यांना सांभाळलं. त्यांचा चेहरा ओंजळीत घेत ती म्हणाली,

"आई, आता रडायचं नाही; हसायचं. तुम्ही हसलात तर मी आणि शशांक हसू."

"प्रणाली... बाळा, मला क्षमा कर. मी नको ते आरोप तुझ्यावर केले. आयुष्यभर मी ज्याला अपवित्र मानत होते, ज्याचा दुस्वास करत होते, दोष देत होते. त्यातूनच तू मला जीवनदान दिलंस. पोरी, माझ्या जीवनाला कलाटणी दिलीस. ये पोरी, माझ्याजवळ ये!" शांताबाईंनी तिचा हात आवेगाने घेतला आणि तिला कवेत घेतलं. शशांकलाही त्यांनी बोलावून घेतलं आणि त्याच्या केसांतून प्रेमाने हात फिरवू लागल्या. प्रणालीच्या डोळ्यांत अश्रू होते. आई काय असते, हे तिला आता कळलं होतं.

डॉ. श्रीधर व डॉ. घोष पाहतच राहिले. त्यांचंही मन हेलावलं. एका जीवनाला

कलाटणी मिळाली होती; पण एका स्त्रीचं मनपरिवर्तनही ते पाहत होते.

शांताबाईंनी दोघांनाही कुशीत घेऊन छताकडे पाहिलं. अश्रुरूपातून गतकाळ पुसला जात होता... आणि जीवन नव्यानं रूप धारण करत होतं. जीवनाला कलाटणी मिळाली होती.

❖

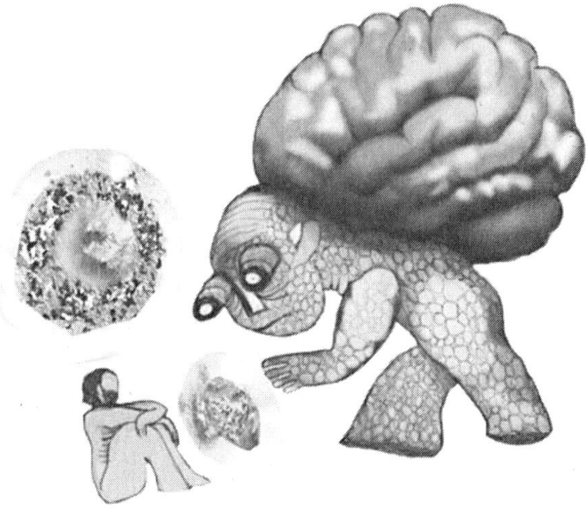

कालचक्र

पावसाची एक जोरदार सर नुकतीच येऊन गेल्याने, वातावरणात पुन्हा गारठा निर्माण झाला होता. पावसाळा बऱ्यापैकी झाल्याने, सगळीकडे हिरवंगार होतं. सायंकाळचे सहा वाजल्याने संधिप्रकाश होता. अंधारून यायला वेळ होता. खडकवासला शिवारातील पोलीस स्टेशनातही निवांतपणा होता. लोकांची तुरळक ये-जा होत होती. एक-दोघं पोलीस भुरट्या चोरांना चोपत असल्याने त्यांचा आवाज बाहेर येत होता आणि क्षणात वातावरणात विलीन होत होता. इन्स्पेक्टर सुधीर भोसले नुकतेच रात्रपाळीसाठी हजर झाले होते. त्यांच्यासोबत काटे, भिसे, माने ही पोलीस- मंडळीही होती. आपापल्या कार्यात सर्वच मग्न होते.

तेवढ्यात टेबलावरचा फोन खणाणला... कोपऱ्यात बसलेले पोलीस माने टेबलाजवळ आले आणि हातात रिसीव्हर घेत म्हणाले,

"हॅलोऽऽ खडकवासला पोलीस स्टेशन."

"साहेब, मी श्रीरंग भेणके. एक वाटसरू." वाटसरूचा कापरा स्वर.

"मग बोला की! मी पोलीस माने बोलतो."

"साहेब, मी सिंहगडावरून उतरताना– एक छोटं पठार लागतं. तिथेच रस्त्याच्या पलीकडे लघुशंकेसाठी मोटरसायकल लावून कडेला गेलो. तिथे खोल दरी आहे. पावसाळा असल्याने हवा जोरदार होती. सहज माझं लक्ष खाली गेलं. तिथे झाडावर काहीतरी पांढरं लटकलेलं आहे, साहेब. बहुधा तो कुणाचातरी देह असावा. संधिप्रकाशात तेवढाच तो चमकतोय. एक माहिती म्हणून तुम्हाला दिली साहेब." वाटसरू श्रीरंग भीतभीतच म्हणाला.

"का?... खूनबिन झाला की काय?" पोलीस मानेचा नेहमीचा अंदाज.

"माहीत नाही, साहेब; पण तिथं कुणीतरी पडलेलं आहे. खोल असल्याने अंदाज घेता येत नाही." श्रीरंगने माहिती दिली.

"ठीक आहे पोरा, तू चांगलं धाडस केलंस. नेमकं कुठं म्हणालास तू?"

"चढताना किंवा उतरताना मध्ये जे पठार लागतं, त्याच्याच डावीकडच्या दरीच्या बाजूला आहे." श्रीरंगने सांगितलं.

"आम्ही येतोच! तू थांबू शकतोस!"

"थांबतो साहेब, माझी हरकत नाही." श्रीरंगनं सहमती दर्शविली.

फोन कट झाला. माने रिसीव्हर ठेवत, इन्स्पेक्टर भोसलेंच्या केबिनकडे झपाझपा चालत गेले आणि म्हणाले,

"सर, आत येऊ?" इन्स्पेक्टर भोसले कुठल्यातरी कामात व्यग्र असलेले दिसले. त्यांनी तशाच स्थितीत आवाज ओळखला व म्हणाले,

"या माने."

"सर, श्रीरंग नावाच्या एका मुलाचा फोन आला. बहुधा कॉलेज विद्यार्थी असावा. सिंहगड रस्त्यावर त्याला कुठंतरी दरीत झाडावर देह लटकताना दिसला." मानेंनी तत्काळ सांगितलं.

हातातील फाइल टेबलावर ठेवत इन्स्पेक्टर भोसले मानेंकडे पाहून श्वास सोडत म्हणाले,

"माने, पुन्हा मर्डर केस! काहीतरी लफडी असावीत. चला, जाऊन बघू या तरी–"

इन्स्पेक्टर भोसलेंनी टेबलावरील कॅप डोक्यावर ठेवली व पुढे म्हणाले,

"माने, शिवाजीला जीप काढायला सांगा. काटे, भिसेंनाही सोबत घ्या."

"जी सर!.." म्हणून पोलीस माने बाहेर पडले.

थोड्याच वेळात खडकवासल्याचं धरण ओलांडून सिंहगडाच्या चढणीच्या रस्त्यावर चौघं होते. पाच ते दहा मिनिटांतच ते पठारावर होते. एक मुलगा थांबला होता तिथे शिवाजीने जीप थांबवली. या वेळी अंधारून आलं होतं. दिवे लागले होते, त्यामुळे परावर्तित प्रकाशात एकमेकांचे चेहरे दिसणं शक्य होत होतं. श्रीरंग लगबगीने इन्स्पेक्टर भोसलेंकडे येत म्हणाला,

"सर, मी श्रीरंग भेणके. मीच फोन केला होता."

"गुडऽऽ" त्याच्या खांद्यावर हात ठेवत इन्स्पेक्टर भोसले पुढे म्हणाले, "काय करतोस तू? आणि इकडे एकटा कसा?"

"सर, सिंहगड इंजिनिअरिंग कॉलेजात तिसऱ्या वर्षात मेकॅनिकलला आहे. आज सुट्टी असल्याने सिंहगडावर फिरायला गेलो होतो."

"एकटाच?" –इन्स्पेक्टर भोसलेंचा प्रश्न.

"नाही सर, दोघं अजून होते. ते पुढे गेले. मी लघुशंकेसाठी इथे थांबलो आणि समोर मानवाकृती पाहिली." –श्रीरंगचा घाबरलेला स्वर.

"मग मित्रांना नाही कळवलंस?" –इन्स्पेक्टर भोसलेंचा पिच्छा.

"त्यांनाच प्रथम फोन केला, सर; पण ते अजूनही नॉट रिचेबल आहेत. म्हणून मी तत्काळ शंभर नंबर डायल करून, तुम्हाला फोन केला." श्रीरंगनं सरळ सांगितलं.

"चांगलं केलंस श्रीरंग तू, वेल डन! तूही दुर्लक्ष करून निघून जाऊ शकला असतास; पण तसं तू केलं नाहीस. तुझ्यात ही जाणीव आहे, हे खूप महत्त्वाचं आहे... शिवाय तू पोलिसांना सहकार्यही करतोयस. इथं रात्र होईपर्यंत थांबलास." इन्स्पेक्टर भोसलेंनी कौतुक केलं.

"सर, कदाचित त्या इसमाला तातडीची गरज असल्याची शक्यता नाकारता येत नाही, म्हणून मी लागलीच संपर्क साधला."

"चल, दाखव आम्हाला."

इन्स्पेक्टर भोसले कठड्याजवळ आले. श्रीरंगनं एका पांढऱ्या वस्तूकडे निर्देश केला. अंधाऱ्या पार्श्वभूमीवर ते ठळकपणे दिसत होतं. इन्स्पेक्टर भोसले म्हणाले,

"काटे, भिसे– बघा रे. शिवाजी, तूही मदत कर!"

काटे, शिवाजी, भिसे तरुण होते. माने आता निवृत्तीला आले होते. दरीचा अंदाज घेत या तिघा तरुण पोलिसांना इन्स्पेक्टर भोसलेंनी निर्देश दिले होते.

तिघंही वेगवेगळ्या बाजूने हळूच उतरले. तो जवळजवळ मोठा कडाच होता; पण काटे व शिवाजी शिताफीने उतरून त्या झाडापर्यंत गेले आणि भिसेंच्या मदतीने तिघांनीही तो देह दरीतून रस्त्यावर आणला. त्यासाठी मोठेच कष्ट पडले.

जीपच्या हेडलाइटमध्ये त्या देहाची चाचपणी करण्यात आली. सारं शरीर रक्तानं माखलं होतं. पोटात मोठी जखम होती आणि झाडावर पडल्यामुळे चेहऱ्यावर असंख्य जखमा होऊन चेहरा विद्रूप झाला होता. रक्त अजूनही ओघळताना दिसत होतं, शिवाय त्याचं अंग गरम होतं. याचा अर्थ, ही घटना नुकतीच दोन-तीन तासांपूर्वी घडलेली होती.

मानेंनी लागलीच खिसे चाचपून पाहिले. काही नव्हतं. इन्स्पेक्टर भोसलेंनी निरीक्षण केलं व म्हणाले,

"माने, कदाचित हा खून असावा. क्लू काहीच नाहीये. चेहरापण स्पष्ट नाही. दोन-तीन तासांपूर्वीच ही घटना घडली असावी. केवळ त्या झाडाच्या आधारामुळेच तो श्रीरंगला दिसला. नाहीतर त्या दरीत त्याचं अस्तित्व शोधणं कठीण होतं... भिसेऽऽ"

"जी साहेब!" भिसे अदबीनं म्हणाले.

"ताबडतोब शिवारातील ॲम्ब्युलन्स मागवून घ्या आणि माने, काटे, शिवाजी– तुम्ही पंचनामा करा." इन्स्पेक्टर भोसलेंनी लागलीच पुढचे निर्देश दिले.

भिसेने लागलीच ॲम्ब्युलन्स केंद्राला मोबाइल केला व तोही पंचनाम्यात मदत करू लागला.

श्रीरंग अंदाज घेत म्हणाला,

"सर, मी काय करू? थांबू का जाऊ?"

"श्रीरंग, तू जाऊ शकतोस. तुझी गरज भासली, तर आम्ही तुला अवश्य बोलावू."

"थँक्यू सर! मी केव्हाही यायला तयार आहे." पुढे तो चाचरत म्हणाला, "सर... हा खूनच आहे, असं वाटतं तुम्हाला?"

"प्रथमदर्शनी तरी तसं वाटतं. बघू या; पण थँक्स. तू सांगितलं नसतंस, तर हे पुढचे सोपस्कार करणं शक्य नव्हतं. वुइ विल फाइंड ॲन ॲक्युज." इन्स्पेक्टर भोसले आत्मविश्वासाने म्हणाले .

श्रीरंगने पुनश्च एकदा आश्वासन देऊन इन्स्पेक्टर भोसलेंचा निरोप घेतला. त्या वेळी ॲम्ब्युलन्सही येऊन थांबली होती आणि पंचनामाही आटोपला होता. इन्स्पेक्टर भोसले म्हणाले,

"माने, बॉडी ॲम्ब्युलन्समध्ये ठेवा... आणि ससून हॉस्पिटलला न्या."

"ठीक आहे, साहेब."

डेड बॉडी ॲम्ब्युलन्समध्ये ठेवली आणि निळा दिवा प्रज्वलित करत ॲम्ब्युलन्स ससूनकडे रवाना झाली.

जीपही त्यापाठोपाठ जाऊ लागली. आताशा मात्र रातकिड्यांनी आवाज करायला सुरुवात केली होती.

पुढचे दोन दिवस इन्स्पेक्टर भोसले या केसचा तपास करत होते; पण कुठलाही सुगावा लागत नव्हता. दुसऱ्या दिवशी घटनास्थळी जाऊन आले; पण कुठलाही क्ल्यू मिळाला नव्हता. साधी ओळखही पटली नव्हती. तो देह कोणाचा, कुठला– काहीही कळत नव्हतं. वर्तमानपत्रांमध्येही निवेदन व छायाचित्र देऊन पाहिलं; पण उपयोग झाला नाही.

शेवटी ससूनच्या डॉक्टरांना सांगून इन्स्पेक्टर भोसलेंनी त्या इसमाचा मृतदेह शवागारात स्थलांतरित केला होता. किमान काही दिवस तरी वाट पाहावी लागणार होती. मग तो मृतदेह बेवारस म्हणून जाहीर करून विल्हेवाट लावली जाणार होती.

पण, इन्स्पेक्टर भोसलेंनी त्या इसमाची फाइल अजून काही दिवस जिवंत ठेवण्याचा निर्णय घेतला होता. त्या अनुषंगाने डॉक्टरांनी मृतदेह शवागारात प्रिझर्व्ह करण्याचं ठरवलं होतं. आता काळ पुढे लोटला होता.

"डॉक्टरऽऽ... डॉक्टरऽऽ..."

वॉर्ड नंबर दोनमधील खोली क्रमांक दहामधून आर्त स्वर बाहेर पडला. शिवानी आवेगाने खोलीबाहेर येऊन ओरडली. तिच्या आशा पल्लवित झाल्या होत्या.

तशी दुसऱ्या मजल्यावर असलेल्या नियंत्रण खोलीतून नर्सेस व निवासी डॉक्टरांची धावपळ झाली. सगळेच खोली क्रमांक दहाकडे झेपावले होते. रात्रीचा एक वाजत असल्याने रात्रपाळीचे निवासी डॉक्टर तळेले होते. खोलीत प्रवेश करताच डॉ. तळेले म्हणाले,

"काय झालं, मॅडमऽऽ?"

"अहो, यांनी काही क्षणांसाठी डोळे उघडले होते. थोडीशी हालचालही जाणवली. प्लीजऽ बघा ना डॉक्टर..." शिवानी आर्त स्वरात म्हणाली.

एव्हाना दोन नर्सेसनी रुग्णाचा ताबा घेतला होता. डॉ. तळेलेंनी रुग्णाला तपासायला सुरुवात केली. डोळे, नाडी, रक्तदाब सर्व त्यांनी तपासलं. सर्व नॉर्मल होतं; पण हालचालीच्या खुणा कुठंही दिसत नव्हत्या. शिवानीकडे पाहत डॉ. तळेले म्हणाले,

"मॅडम, सर्व व्यवस्थित आहे; पण ते शुद्धीवर येण्याची कुठलीही चिन्हं सध्या तरी दिसत नाहीत."

"पण डॉक्टर, त्यांनी डोळ्यांची काही क्षणांसाठी उघडझाप केल्याचं मला दिसलं." शिवानी काकुळतीला येऊन म्हणत होती.

"मॅडम, कदाचित तो भासही असेल. त्या गोष्टीकडे सतत पाहिल्याने तशा हालचाली जाणवतात; पण त्या प्रत्यक्षात कधीही नसतात." नर्स सुझान म्हणाली.

"नाही सिस्टर, तो भास नव्हताच. माझा श्याम परत येतोय, सिस्टर..." शिवानीचा कंठ दाटून आला... आणि अस्पष्टसा हुंदकाही बाहेर पडला. डॉ. तळेलेंनी इशारा करताच सिस्टर सुझानने शिवानीला सांभाळलं. डॉ. तळेले म्हणाले,

"काय आहे शिवानी मॅडम, याला वैद्यकीय भाषेत शॉक इम्पल्स म्हणतात. शरीरात एका वेळी असंख्य घटना घडत असतात, त्यामुळे पेशींमधील विभवांतर बदलून अशी इम्पल्स तयार होते... आणि ती मेंदू उत्तेजित करण्याचा प्रयत्न करते. त्यामुळे कदाचित डोळ्यांची उघडझाप होऊ शकते; पण सध्या ते बेशुद्धावस्थेतून बाहेर येण्याची कुठलीही चिन्हं दिसत नाहीत." डॉ. तळेलेंनी सविस्तर सांगितलं.

"मग डॉक्टर, कधी बाहेर येतील? आज तीन आठवडे व्हायला आले आहेत. श्याम असाच निपचित पडलेला आहे... बघवत नाही, डॉक्टर!" शिवानी श्यामच्या देहाकडे बघत काकुळतीने म्हणाली.

"मॅडम, धीर धरा. काहीतरी चांगलं होईलच. सकाळी मुख्य डॉक्टर आल्यानंतर

आपण त्यांच्याशी बोलू आणि तुम्हीही स्वत:ला सांभाळा. थोडा आराम करून घेत चला. काही लागलं, तर आम्ही आहोतच.''

डॉक्टर तळेले व सिस्टर सुझान पुन्हा नियंत्रण खोलीत आले. त्यांनाही हा रुग्ण आता आव्हान वाटायला लागला होता.

डॉक्टर तळेले व सिस्टर गेल्या त्या रिकाम्या दाराकडे शिवानी केविलवाणेपणे पाहत राहिली. आयुष्यात एक पोकळीच निर्माण झाल्यासारखं तिला वाटत होतं. ती उठली व श्यामच्या केसांतून तिनं हळुवार बोटं फिरवली. चेहरा कुरवाळला आणि तशीच पाहत राहिली. डोळ्यांपुढे गेल्या काही दिवसांतले प्रसंग उभे राहिले.

श्यामनं त्याच्या घरच्यांचा विरोध पत्करून शिवानीशी लग्न केलं होतं; पण शिवानीच्या आई-बाबांचा तिच्या निर्णयाला पाठिंबा असल्याने, ते श्याम व शिवानीच्या पाठीमागे ठामपणे उभे राहिले. त्यांच्या प्रत्येक निर्णयात ते सामील झाले; कारण शिवानीचा निर्णय व श्यामच्या कर्तृत्वावर त्यांचा विश्वास होता आणि श्यामनं तो निर्णय सार्थही ठरवला; कारण आय.आय.टी.– पवईतून कॉम्प्युटर इंजिनिअरिंगमधून एम.टेक. होऊन, एका मल्टिनॅशनल कंपनीची मोठ्या पदाची संधी त्याच्याकडे चालून आली आणि ती त्यानं स्वीकारली होती.

शिवानी स्वत: मुंबईतील आयआयटियनच. रसायनशास्त्रात पीएच.डी. करत असताना तेथील एका भेटीदरम्यान त्या दोघांचे भावबंध जुळले होते आणि काळानुसार ते बंध दृढ होत गेले होते. लग्नाचा निर्णय घेतल्यानंतर मात्र श्यामच्या घरातून अनपेक्षित असा विरोध झाला... आणि त्यानं श्याम काही क्षण खचला; पण लागलीच उभारी घेत तो ठामपणे शिवानीसोबत राहिला. कुठलीही व कुणाचीही पर्वा न करता त्यांनी लग्न केलं.

लग्नानंतरचे दिवस वेगळ्याच धुंदीत गेले होते. क्षण न् क्षण त्यांनी अनुभवला होता. एक आदर्श जीवनशैली त्यांनी अंगीकारली होती. आप्तस्वकीय तुटले होते; पण कधीतरी ते येतील, या आशेवर मात्र ते ठाम होते. शिवानीच्या आई-वडिलांचा मात्र भक्कम पाठिंबा होता, त्यामुळे कदाचित ते भावनिक बंध झुगारून जीवनात पुढे गेले होते.

एके दिवशी मात्र दोघांनीही महाबळेश्वरला वन डे ट्रिप करायचं ठरवलं– फक्त दोघांनीच. श्यामचं खास आवडतं ठिकाण. सकाळीच ते निघाले. श्याम स्वत: ड्राइव्ह करत होता. शेजारीच शिवानी होती. प्रेमानं धुंद असणारी जुनी हिंदी गाणी वातावरणात उत्साह निर्माण करत होती.

ते दोघं दिवसभर मनसोक्त महाबळेश्वरमधील वेगवेगळे पॉइन्ट बघत राहिले. शेवटचा सनसेट पाहून मात्र ते पुण्याला परतीला निघाले होते. पूर्ण अंधारून आलं

नव्हतं. सूर्यास्त झाला होता; पण उजेड मात्र होता. म्हणून श्यामनं हेडलाइट सुरू केले नव्हते. महाबळेश्वरच्या निमुळत्या व स्वच्छ रस्त्यावरनं श्याम संथपणे कार चालवत होता. दिवसभर दोघंही फिरले होते; पण थकवा मात्र जाणवला नव्हता. शिवानीचा सहवास श्यामला अशीच ऊर्जा देत असे. दोघांत म्युच्युअल अंडरस्टॅन्डिंग असल्याने वादविवाद नव्हतेच... आणि मुख्य म्हणजे, वेगवेगळ्या क्षेत्रांत असूनदेखील ते एकमेकांचा आदर करत असत. म्हणूनच दोघांचाही संसार फुलत चालला होता. काही दु:खद किनार होती; पण शिवानीनं स्वत:च्या स्वभावानेच ती दूर केली होती.

कार पाचगणीत येऊन पसरणी घाट उतरू लागली आणि समोरून एक बेफाम ट्रक येत असताना पाहून श्यामनं कार पुन्हा संथ केली. शिवानीच्याही ते लक्षात आलं; पण ट्रक तसाच वेगाने अंगावर येत असलेला पाहून श्यामनं क्षणात कार बाजूला केली. त्यानं त्याचं नियंत्रण सुटलं आणि कार दरीत जाण्यापासून वाचविण्यासाठी एका झाडावर आदळवली. ट्रक मात्र वेगाने तसाच पुढे निघून गेला.

अनियंत्रित झालेली कार झाडावर आदळताच, श्यामनं शिवानीला शिताफीनं बाजूला केलं आणि मोठा आघात श्यामच्या डोक्यावर झाला. त्यात तो क्षणात बेशुद्ध पडला.

शिवानीनं खाली उतरून श्यामला हलवलं. तो निश्चल झालेला पाहून ती घाबरली. रस्त्यावर येऊन तिनं काही गाड्या थांबविण्याचा प्रयत्न केला; पण त्या दखल न घेता तशाच पुढे निघून गेल्या. बराच वेळ कुणीही मदतीला नव्हतं. अंधारून आलं होतं. शिवानीच्या डोळ्यांतून अश्रू सतत ओघळत होते. झाडावर आदळलेली कार पाहून प्रवासी पुढे जात होते; पण थांबत कुणीही नव्हतं. शिवानीनं आई-बाबांना मोबाइल केला. त्यांनी हालचाल सुरू केली होती.

बऱ्याच कालावधीनंतर पोलीस व्हॅन आली होती... आणि अपघाताचं गांभीर्य पाहून पोलिसांनी श्यामला शिवानीच्या साह्याने पुण्याच्या एका अद्ययावत हॉस्पिटलमध्ये दाखल केलं होतं.

तिथून आजपर्यंतचा प्रवास हा तीन आठवड्यांचा होता. अपघाताच्या क्षणापासून श्याम बेशुद्धच होता. डॉक्टरांनी एक मोठी शस्त्रक्रिया तत्काळ केली होती; कारण मेंदूत रक्तस्राव बराच झाला होता. मेंदूच्या काही भागांना गंभीर इजा पोहोचली होती. यादरम्यान दोन ऑपरेशन्स करण्यात आली; पण श्याम अजूनही शुद्धीवर येत नव्हता. डॉक्टर आश्वासक बोलत होते; पण कालावधी मात्र सांगत नव्हते. कदाचित आता किंवा अनंत काळासाठी अशीच स्थिती... कारण श्याम डीप कोमात गेला होता. तिथून परत येण्याची शक्यता खूप कमी होती. किंबहुना, एखाद्या अपघातानेच तो परत येण्याची शक्यता होती... आणि त्याच आशेवर शिवानी जगत होती. प्रत्येक क्षण न् क्षण युगासारखा वाटत होता.

तिला हे क्षणात आठवलं होतं. डोळ्यांतनं अश्रू ओघळले. कंठ पुन्हा दाटून आला. पहाटेचे तीन वाजले होते. तिनं पुन्हा श्यामचा चेहरा न्याहाळला. केसांतनं हळुवार बोटं फिरवली. तिला भडभडून आलं. वातावरण शांत होतं. तिनं भिंतीला डोकं टेकवलं. शून्यात पाहत राहिली. तशातच तिचाही डोळा लागला होता.

"बेटा शिवानी, मी आलो आहे." डोक्यावर हात ठेवत शिवानीचे बाबा श्री. रमेश ठाकूर म्हणाले.

"अरे! बाबा, तुम्ही आलात? किती वाजलेत?"

"साडेसहा वाजलेत. अगं, पड ना जरा! रात्रभर भिंतीला टेकून तू तशीच बसून होतीस का?" बाबा म्हणाले.

"हो बाबा. डोळा लागला म्हणून, तशीच बसून राहिले." शिवानी उत्तरली.

"जा तू! डॉक्टर राउंडला येण्याच्या आत तयार होऊन ये. मी आहेच."

"ठीक आहे बाबा!"

शिवानी बाहेर पडली. तिच्या चेहऱ्यावर थकवा स्पष्ट जाणवत होता. तिचे बाबा क्षणभर पाहत राहिले. त्यांच्या डोळ्यांत करुणा दाटून आली. पोरांच्या नशिबात काय आहे, हेच त्यांना कळत नव्हतं; कारण ती त्यांची एकुलती एक मुलगी होती. तिचं आयुष्यच पणाला लागलं होतं.

रमेश ठाकूर साधारण पंचावन्न वर्षे वयाचे. सतत उत्साही असणारे व जीवनाकडे सकारात्मकतेने पाहणारे. ते स्वत: एका नामांकित महाविद्यालयात प्राणिशास्त्राचे प्राध्यापक. प्रज्ञावंत; पण जावयाला अशा स्थितीत पाहून परिस्थितीला शरण गेलेले. त्यांना श्यामची परिस्थिती कळत होती; कारण ते स्वत: विज्ञानाचे प्राध्यापक होते; पण एका बापाचं मन हळवं झालं होतं. श्यामच्या बाबतीत निसर्गानं असं काही घडवावं, की त्यातून तो बाहेर पडावा– ही भाबडी आशा; पण तो तर आता खोल अंधारडोहात होता. या सृष्टीच्या जाणिवांपलीकडे. अंधार कोठडीच होती. विज्ञान माहीत असल्याने त्यांना वस्तुस्थितीची जाणीव होती. त्यामुळे सखोल ज्ञान असणं हे नैराश्यासाठी कसं कारणीभूत ठरतं, हे ते अनुभवत होते. ज्यांना ज्ञान नसतं, ते किंबहुना श्रद्धेवर टिकून असतात; पण त्यांच्याबाबतीत तसंही होत नव्हतं.

आया मध्येच येऊन श्यामचं बेड-पॅन करून गेली.

आठ वाजेपर्यंत आई रजनी ठाकूरसोबत शिवानी हॉस्पिटलमध्ये हजर झाली. स्पंजिंग झाल्यामुळे श्यामचा चेहरा फ्रेश वाटत होता. मास्क व इतर उपकरणांनी तो वेढला गेला होता.

साडेआठलाच मुख्य डॉक्टर व प्रसिद्ध न्यूरॉलॉजिस्ट डॉ. प्रथमेश लवाटे

राउंडला आले. त्यांच्यासोबत डॉ. तळेले व सिस्टर सुझानही होती. डॉ. लवाटेंनी हातात पॅड घेऊन ट्रीटमेन्ट पाहिली. श्यामचं चेकअप केलं. ते जे काही बोलत होते, ते डॉ. तळेले लिहून घेऊ लागले. त्यांनी काही सूचनाही दिल्या. शिवानीकडे पाहत डॉ. लवाटे म्हणाले,

"शिवानी, श्यामची इतर प्रकृती उत्तम आहे. देअर इज नो फर्दर डिग्रेडेशन."

"पण सर, या डीप कोमातून तो कधी बाहेर येईल?" –शिवानीचा सततचा प्रश्न.

डॉ. लवाटे या प्रश्नाने थोडे विचलित झाले आणि म्हणाले,

"हे बघा शिवानी, आपण प्रयत्न केलेलेच आहेत. दोन ऑपरेशन्स करून डॅमेज रिकव्हर करण्याचे प्रयत्न होत आहेत. त्याला वेळ लागेलच; पण तरीसुद्धा ठरावीक वेळ अशी देता येत नाही. मी ऑपरेशनच्या वेळी ठाकूर यांना कल्पना दिलीच होती." डॉ. लवाटेंनी प्रा. ठाकूरांकडे सूचकतेने पाहिलं.

"अंऽऽ.. हो... हो... त्या वेळी म्हणाला होतात. आठवतं मला; पण डॉक्टर, आज चार आठवडे व्हायला आले आहेत. नेमका काय निर्णय घ्यावा, तेच कळत नाही." प्रा. ठाकूर गोंधळत म्हणाले.

"डॉक्टर, या पोरीकडे पाहवत नाही हो! नुकताच त्यांचा संसार सुरू झाला होता. असं का झालं, कळत नाही..." रजनी ठाकूरांचा स्वर दाटून आला.

दोघांकडे पाहत डॉ. लवाटे म्हणाले,

"मी तुमची मन:स्थिती समजू शकतो आणि परिस्थितीही. कोमातला हा काळ अनिश्चित असतो; कारण मेंदूतील कुठलीही पेशी कशी वागते, हे अजून विज्ञानाला कळलेलं नाही. तरीसुद्धा मला वाटतं, अजून एक आठवडा तुम्ही थांबावं. नंतर स्थिती अशीच राहिली, तर आपण स्वतंत्रपणे रिहॅबिलिटेशन केंद्रात श्यामना शिफ्ट करू. आम्हीही त्यांच्या प्रतिसादाची वाट पाहत आहोत." डॉ. लवाटे विनंतीपूर्वक म्हणाले.

"ठीक आहे, सर! आम्ही थांबतो. आशा मोठी वाईट असते डॉक्टर." शिवानी हताशपणे म्हणाली.

"गुड! बी पॉझिटिव्ह."

डॉ. लवाटेंनी श्यामला पुन्हा एकदा तपासलं व खोलीबाहेर पडले. या वेळी इतर रुग्णांपेक्षा हा रुग्ण त्यांच्यासाठी वेगळा होता.

डॉ. प्रथमेश लवाटे. तिशीतलाच बांधेसूद तरुण डॉक्टर होता. लहान वयातच त्यांनी सुपर-सुपर स्पेशालिटी करून प्रसिद्ध न्यूरॉलॉजिस्ट म्हणून नाव कमावलं होतं. त्यांचं वेळापत्रक कमालीचं व्यग्र होतं. राष्ट्रीयच नाही तर इतर देशांतील महत्त्वाच्या शहरांतील हॉस्पिटलला ते व्हिजिटिंग म्हणून जात होते; कारण मेंदूतील

अतिशय गुंतागुंतीच्या शस्त्रक्रिया त्यांनी यशस्वी केल्या होत्या. सध्या हे एकमेव नावच प्राधान्यक्रमावर असल्याने, शिवानी व तिच्या आई-बाबांना आशा होती.

बराच वेळ स्तब्धतेत गेला. कुणीच कुणाशी बोलत नव्हतं. वेळ जीवघेणा वाटत होता. कशातच लक्ष लागत नव्हतं. शिवानी म्हणाली,

"बाबा–"

"हं?" –प्रा. ठाकूरांचा फक्त हुंकार.

"बघा ना– श्यामच्या घरचे कुणीही फिरकले नाहीत. इतर नातेवाईक जाऊ द्या; पण त्याचे आई-वडीलही आले नाहीत. स्वत:चा मुलगा मृत्यूशी झुंज देतोय याची साधी जाणीव नाही. बाबा, नाती एवढी बोथट असतात का हो? स्वत:च्या मनानुसार लग्न केलं, तर एवढा गुन्हा केला का त्यानं? माझी शिक्षा त्याला का?" शिवानी पोटतिडिकीने बोलत होती. डोळ्यांतून अश्रू वाहू लागले.

प्रा. ठाकूर तिच्याजवळ गेले अन् खांद्यावर हात ठेवत म्हणाले,

"शिवानी, बाळा... याचा आता नको विचार करूस. त्रास होईल तुला. तुझं तू अन् माझं मी कर्तव्य केलेलं आहे. त्यांना वेळोवेळी कळवलं आणि अजूनही कळवतो आहे. तू त्याचा विचार सोड. फक्त आता श्यामवर लक्ष केंद्रित कर. तो यातून बाहेर पडावा, एवढीच अपेक्षा आहे. नातेसंबंधांविषयी बोलशील तर, मीही त्यात तावून-सुलाखून निघालेलो आहे. रक्ताची नाती नुसतीच दुरावत नाहीत, कठोर व भावनाशून्य होतात, पोरी... म्हणून म्हणतो, त्याचा विचार करू नकोस. आम्ही आहोत तुझ्या पाठीशी." प्रा. ठाकूरांनीही डोळे पुसले.

थोडंसं अजून थांबून आई रजनी घरी गेली, तर प्रा. ठाकूर त्यांच्या महाविद्यालयात गेले. अशा वेळीही माणसाला व्यवहारी व्हावंच लागतं. कर्तव्यं टाळावीत म्हटलं, तरी टाळता येत नाहीत.

शिवानी बराच वेळ एकटीच विचार करत बसली. मध्येच उठून ती श्यामला न्याहाळू लागली. काही हावभाव बदलतात का, याचा अंदाज घेऊ लागली आणि पुनश्च सुन्नपणे पाहत राहिली.

आठवड्यातले तीन दिवस निघून गेले. श्याममध्ये कुठलाही आशावादी बदल नव्हता. डॉक्टर नियमितपणे येऊन जात असत.

दोन दिवसांनंतर साधारण रात्री आठ वाजता एक नर्स खोली क्रमांक दहामध्ये आली व म्हणाली,

"प्राध्यापक ठाकूर कोण आहेत?"

"हं, मीच आहे." प्रा. ठाकूर तिथे नुकतेच आले होते.

"तुम्हाला व शिवानीला डॉ. लवाटेंनी त्यांच्या केबिनमध्ये बोलावलंय."

"ठीक आहे, आम्ही आलोच."

नर्स निघून जाताच प्रा. ठाकूर व शिवानीही केबिनकडे निघाले. केबिनमध्ये तीन-चार डॉक्टर्स बसले होते. मध्यवर्ती खुर्चीमध्ये डॉ. लवाटे बसले होते. सर्वांनीच पांढरा कोट परिधान केलेला होता. डॉ. लवाटे शेजारच्या खुर्चीकडे निर्देश करत म्हणाले,

"बसा प्रा. ठाकूर. शिवानी, तुम्हीही बसा."

इतरांकडे बघत ते पुढे म्हणाले,

"ठाकूर सर, ही सर्व मंडळी न्यूरोतज्ज्ञ आहेत. त्यातले काही मला असिस्ट करतात. श्यामची केस मी सर्वांसमोर मांडली. रिपोर्ट्स पुन्हा एकदा चाळले. चर्चा झाली. असं ठरलं, की पुन्हा एकदा ऑपरेशनची संधी घ्यावी."

"काऽय? ऑपरेशन!" प्रा. ठाकूर उद्गारले.

"डॉक्टर, श्यामच्या शरीराची किती हेंळसांड करायची?" शिवानी गलबलली.

"शिवानी, मला मान्य आहे; पण श्याम या डोहातून परत येण्यासाठी आपल्याला प्रयत्न करावेच लागतील. विज्ञान आपल्याला संधी देते, तिचा आपण फायदा घ्यायलाच हवा. थांबा, मी प्रत्यक्षच समजावतो." डॉ. लवाटेंनी म्हटलं आणि एका भव्य लाइट स्क्रीनवरील दोन मेंदूंच्या एम.आर.आय. स्लाइड्सकडे निर्देश करत पुढे म्हणाले, "हे बघा– दोन मेंदूंचे एम.आर.आय. आहेत. त्यापैकी एक सद्य:स्थितीत असलेल्या श्यामच्या मेंदूची प्रतिमा आहे, तर दुसरी मेंदूची प्रतिमा ही सर्वसाधारण मेंदूची आहे. समजावून घेण्यासाठी या तुलनात्मक प्रतिमा इथे दिलेल्या आहेत."

डॉ. लवाटेंनी टेबलावर पडलेली एक स्टिक घेतली आणि असंख्य इमेजेस असलेल्या स्लाइडकडे निर्देश करत म्हणाले,

"हा मानवाचा सर्वसाधारण मेंदू. मुख्यत्वे प्रमस्तिष्क, मस्तिष्क स्तंभ आणि निमस्तिष्क असे त्याचे भाग आहेत. यात मेंदूचा मस्तिष्क स्तंभ व प्रमस्तिष्क बाह्यांक हे दोन महत्त्वाचे भाग असून, अर्थबोधन हे क्षेत्रही महत्त्वाचं आहे. यामध्येच मेंदूचं सर्वोच्च कार्य– मानसिक क्रियाशीलता, विचारशक्ती आणि तर्कशक्ती आढळते. याला ज्ञानक्षेत्रही म्हणतात. शिवाय या इकडे लहान मेंदूचा भाग. स्मृतिसंचय या दोघांमध्ये आहे; पण त्याच वेळी जर का पाहिलं आणि तुलना केली तर असं दिसतं, की श्यामच्या मस्तिष्क स्तंभाला मोठी इजा पोहोचलेली आहे. आपण दोन ऑपरेशन्स येथेच केलेली आहेत, तरीसुद्धा काही पेशी अशक्त झाल्याने त्यामधील विद्युतप्रवाह निर्माण होत नसून, विभवांतरही तयार होत नाही. त्यामुळे त्या पेशी उत्तेजित होताना दिसत नाहीत आणि अनुषंगाने मेंदूच्या इतर भागांना कुठलेही संकेत मिळत नाहीत. एक महत्त्वाची बाब म्हणजे– हा जो भाग आहे, तो स्मृतिसंचयाचा आहे. त्याला कुठलीही इजा पोहोचलेली नाही, ही जमेची बाजू आहे. तर, आता पुन्हा एकदा

शस्त्रक्रिया करून पेशीच रद्दबातल करावयाच्या आहेत... आणि तशा पेशी आम्हाला रोपणासाठी मिळालेल्या आहेत. हे डॉ. निकाळजे यातील तज्ज्ञ आहेत.''

''नमस्कार!.. डॉ. लवाटे म्हणतात ते बरोबर आहे. रद्दबातल झालेल्या पेशीच आपण बदलल्या, तर श्याम कोमातून बाहेर येण्याची शक्यता वाढेल, एवढं मात्र निश्चित.'' डॉ. निकाळजेंनी दुजोरा दिला.

''पण डॉक्टर, पुन्हा अनिश्चतता आहेच!'' प्रा. ठाकूरांनी शंका उपस्थित केली.

''हे बघा सर, हे विज्ञान आहे आणि त्यातून वैद्यकीय विज्ञान. शरीरात कुठली पेशी कशी वागेल, हे आजही आपल्याला सांगता येत नाही. फक्त प्रयत्न व उपचार करणं आपल्या हातात असतं. निसर्ग ते बघून घेतो. तुम्ही स्वत: प्राणिशास्त्राचे प्राध्यापक आहात, जाणकार आहात.'' डॉ. लवाटेंनी विज्ञान व निसर्गाची सांगड घातली.

''म्हणूनच मी हा प्रश्न विचारला, डॉक्टर. यू गो अहेड. तुम्ही प्रयोग करत राहा. माझा जावई विज्ञानातील काही रहस्यं सोडवीत असेल आणि त्यात त्याचं बलिदानही झालं तरी चालेल; किमान इतरांना पुढे याचा फायदा होईल!'' प्रा. ठाकूर निर्वाणीचं म्हणाले.

''डॉक्टर, माझा श्याम इतरांसाठी खूप करायचा. आताही विज्ञानाच्या माध्यमातून तो काहीतरी करू पाहतो. माझी काहीही हरकत नाही. मी आता मन खंबीर केलेलं आहे.'' शिवानी आत्मविश्वासाने म्हणाली. या वेळी तिच्यातील संशोधकही डोकावून गेला होता.

''दॅट्स व्हेरी नाइस! तुम्हा दोघांत खूप मोठी सकारात्मकता आहे... आणि तीच या शस्त्रक्रियेसाठी खरी ऊर्जा आहे.'' टेबलावर दोन्ही हात ठेवून डॉ. लवाटे पुढे म्हणाले, ''तातडीने तुम्हाला बोलाविण्याचं कारण हेच होतं. पहाटेच चार वाजता ही शस्त्रक्रिया हाती घ्यायची आहे; कारण तशा पेशी रोपणासाठी आम्हाला मिळालेल्या आहेत.''

''डॉक्टर, काहीही हरकत नाही. श्याम तुमच्या हातात आहे. यू डू व्हॉटएव्हर यू फिल टू डू इट. आम्ही तुमच्यासोबत आहोत.'' प्रा. ठाकूर सहमतीपूर्वक म्हणाले.

''थँक यू सर! ही शस्त्रक्रिया यशस्वी होईल की नाही, ते आत्ताच मी सांगू शकत नाही; पण तो एक ट्रेन्ड सेट प्रस्थापित करेल, एवढं मात्र निश्चित. सो, थँक यू...'' डॉ. लवाटे आभारपूर्वक म्हणाले.

प्रा. ठाकूर, शिवानी नमस्कार करून केबिनबाहेर पडले. या वेळी दोघांच्याही चेहऱ्यावर समाधान होतं. किमान काहीतरी मार्ग दिसत होता. त्यामुळे आशा पल्लवित होत होती आणि नैराश्य दूर होत होतं.

पहाटे पाच वाजता ऑपरेशनला सुरुवात झाली. डॉक्टर व नर्सेसचा मोठा ताफा

राबत होता. तिसऱ्या मजल्यावरच्या टोकाच्या खोलीबाहेर शांतता होती. फक्त नर्सेस व काही सहायक डॉक्टरांची धावपळ होत होती. या शस्त्रक्रियेसाठी तज्ज्ञ डॉक्टरांची एक मोठी टीम कार्य करत होती. टीमचे प्रमुख डॉक्टर लवाटेच होते. ते मुख्य डॉक्टर होते आणि प्रसंगी त्या त्या क्षेत्रातील स्पेशलाइज्ड डॉक्टरांची मदत घेणार होते.

थिएटरबाहेर लाल दिवा लागलेला होता. आत ऑपरेशन चालू असल्याची ग्वाही तो देत होता. प्रा. ठाकूर व शिवानी बाकावर बसले होते. त्यांना मुभा देण्यात आली होती. क्षण न् क्षण युगासारखा वाटत होता. जीवघेणा वाटत होता. प्रा. ठाकूर मध्येच उठून येरझाऱ्या मारू लागले. त्यांचं मन अस्वस्थ झालं होतं. शिवानीचाही चेहरा नाही म्हटलं तरी चिंतित होता; कारण शस्त्रक्रिया मोठीच गुंतागुंतीची होती. डॉक्टरांचंही कौशल्य पणाला लागणार होतं; आता फक्त वाट पाहणं एवढंच हातात होतं.

शस्त्रक्रिया सुरू होऊन आठ तास उलटले होते. शिवानी व प्रा. ठाकूर भिंतीला टेकून बसले होते. त्यांच्या चेहऱ्यावर थकवा स्पष्टपणे होता; पण आशा कायम होती. नर्सने त्यांना आराम करण्यासाठी घरी जायला सांगितलं होतं; पण त्यांनी ते टाळलं होतं. वेळेगणिक अस्वस्थता वाढत होती. पोटात अन्नाचा कण नव्हता. डॉक्टर्सही राबत होते. वातावरण शांत होतं.

तेवढ्यात एक नर्स त्यांच्याजवळ येत म्हणाली,

"ठाकूर आपणच का?"

"अंऽ हो, होऽऽ" प्रा. ठाकूर उठत म्हणाले. शिवानीही आशेने उठली.

"डॉ. लवाटे आपल्याला बोलावत आहेत."

नर्सनं सांगताच दोघंही आत गेले.

अर्ध्या तासानंतर प्रा. ठाकूर बाहेर आले, तेव्हा त्यांचा चेहरा कमालीचा चिंतित होता. शिवानी पुढे होत म्हणाली,

"बाबा, काय झालं? कशासाठी बोलावलं होतं डॉक्टरांनी? ऑपरेशन ठीक झालेलं आहे ना?"

"बेटा, काळजी करू नकोस, व्यवस्थित होईल... श्याम परत येईल." प्रा. ठाकूर आश्वासक बोलले; पण ते सविस्तर काहीच बोलले नाहीत; कारण ही योग्य वेळ नाही, असंच त्यांना वाटलं होतं. ऑपरेशन अजून गुंतागुंतीचं होऊन गेलं होतं. डॉक्टरांना काही निर्णय तत्काळ घ्यावे लागणार होते. त्यासाठीच प्रा. ठाकूरांशी त्यांनी चर्चा केली होती. त्यांनी सहमती दर्शविली; कारण श्याम त्यांना परत हवा होता– कुठल्याही स्वरूपात.

प्रा. ठाकूर सुन्नपणे बसून राहिले. शिवानीनं त्यांना पुढे काहीच विचारलं नाही.

वेळ असाच पुढे जाऊ लागला. शिवानीने भिंतीला टेकून डोळे मिटून घेतले होते आणि श्यामच्या सान्निध्यातील प्रसंग ती आठवू लागली.

सोळा तासांनंतर ऑपरेशन थिएटरबाहेरचा लाल दिवा बंद झाला. प्रा. ठाकूर व शिवानी दाराकडे झेपावले. वॉर्डबॉयने श्यामचा देह स्ट्रेचरवर ठेवून बाहेर आणला. त्याचं डोकं पूर्ण पांढऱ्या पट्ट्यांनी आच्छादलं होतं. शिवानीनं फक्त बघून घेतलं. तिला भडभडून आलं. प्रा. ठाकूरांनी तिला सांभाळलं. डॉक्टरांचा ताफाही बाहेर पडला होता. प्रत्येकाच्याच चेहऱ्यावर समाधान होतं; पण ताणही होता, थकवा होता. सलग सोळा तास त्यांनी शस्त्रक्रिया केली होती. श्यामला आय.सी.यू.त हलविण्यात आलं. डॉ. लवाटे चेहऱ्यावरचा मास्क काढत म्हणाले,

"ठाकूर सर, वेल डन. तुमचा सपोर्ट मिळाल्यानं शस्त्रक्रिया यशस्वी झाली. येत्या अठ्ठेचाळीस तासांत श्यामला मोठी झुंज द्यावी लागणार आहे. त्याच्या आत त्यानं प्रतिसाद देणं अपेक्षित आहे."

डॉ. लवाटेंच्या चेहऱ्यावरही ताण व थकवा स्पष्ट दिसत होता. ते सोळा तास सलग उभे होते. मध्ये कुणीही ब्रेक घेतला नव्हता. प्रा. ठाकूर कौतुकाने म्हणाले,

"डॉक्टर, ही तुमची कमाल व मोठा लढा आहे. सलग सोळा तास तुम्ही उभे आहात. तुम्ही यशस्वी व्हालच, याची मला खात्री आहे."

"डॉक्टर... थँक यू. परिणाम काहीही असू देत; पण माझ्या दृष्टीने तुमचे प्रयत्न हेच यश आहे." शिवानी आश्वासक उत्तरली.

"थँक यू ऑल! तुम्ही सलग सोळा तास उभे आहात. थोडा आराम करून घ्या. श्यामची काळजी करू नका. तो आता अठ्ठेचाळीस तास निगराणीखाली असेल." डॉ. लवाटेंनी सांगितलं.

डॉ. लवाटे निघून गेले. प्रा. ठाकूर व शिवानी त्यांच्या पाठमोऱ्या आकृतीकडे क्षणभर पाहत राहिले. त्यांच्या चालण्यात अजूनही उत्साह होता. शिवानी व प्रा. ठाकूरही बाहेर पडले. आता अठ्ठेचाळीस तास वाट पाहणं प्राप्त होतं.

तीस तासांनंतर श्यामला शुद्ध आली. डॉक्टर व नर्सेसची धावपळ सुरू झाली. सगळेच उत्साहात होते. डॉ. लवाटेंनी लागलीच श्यामचा ताबा घेऊन त्याला तपासायला सुरुवात केली. श्यामचा मेंदू उद्दीपित होऊन कार्यक्षम झाला होता. डॉ. लवाटेंनी डोळे तपासून नाडी पाहिली. उपकरणांवरचे विविध संकेत पाहिले. रक्तदाब, शुगर, नाडी, हार्टबीट्स सर्व काही नॉर्मल होतं. श्याम शुद्धीवर आला होता; पण प्रत्यक्षात त्याची प्रचिती यायची होती. डॉ. लवाटेंनी काही गोष्टींचं अनुमान आधीच लावलं होतं.

आय.सी.यू.त कुणालाही प्रवेश नव्हता; पण प्रा. ठाकूर आणि शिवानीला हॉस्पिटलचा ड्रेस परिधान करून आत जाण्यास परवानगी दिली होती.

श्यामचे डोळे मिटलेले होते; पण त्याची हालचाल पाहून शिवानी मात्र सुखावली होती. डॉ. लवाटे दोघांकडे पाहत म्हणाले,

"शिवानी, धोका टळला असला, तरी श्यामच्या मेंदूवर कुठलाही ताण येणार नाही याची दक्षता आपण घ्यायला हवी. वेळ जसा जाईल तशी मेंदूचीही रिकव्हरी होईल."

"निश्चित सर! मी त्याची काळजी घेईन."

डॉ. लवाटे आय.सी.यू.तनं बाहेर पडले. प्रा. ठाकूर त्यांच्यासोबत दारापर्यंत आले. श्यामचा चेहरा शिवानी न्याहाळत होती. ऑपरेशन्समुळे किती बदल झाला होता त्याच्यात! पण किमान आता त्याचं अस्तित्व परत आल्याने ती सुखावली होती.

चार दिवसांनंतर श्यामच्या प्रकृतीत बरीच सुधारणा झाली होती. डोळ्यांची उघडझाप करत, हाता-पायांची हालचाल होऊ लागली... पण, सुसंवाद अजून कुणाशीही नव्हता. त्याचं बोलणं ऐकायला शिवानी आतुर झाली होती; पण तिला घाई नव्हती; कारण श्याम आता तिच्याजवळ होता.

दोन दिवसांनंतर वॉर्ड क्रमांक तीनच्या खोली क्रमांक दहामध्ये श्यामला पुन्हा शिफ्ट करण्यात आलं. धोका पूर्णपणे टळला होता; पण अपेक्षा होती आता त्याच्या प्रतिसादाची. तो मिळवण्यास सर्वच आतुर होते.

एके सकाळी नर्सेस सगळं आवरून गेल्या होत्या. प्रा. ठाकूर कॉरिडॉरमध्ये होते, तर शिवानी श्यामजवळ शेजारीच बसली होती.

श्यामने डोळे उघडले. शिवानीनं सहजतेनं त्याच्याकडे पाहिलं. प्रथमच तो स्थिरपणे पाहत असलेला पाहून ती हसली; पण पुढच्याच क्षणी त्याच्या डोळ्यांतील अनोळखी हावभाव पाहून मात्र ती चरकली. हृदय धडधडलं. यानं ओळखलं नाही का आपल्याला? मग हा असा अनभिज्ञासारखा का पाहतो? ती आवेगाने विचारणार, तेवढ्यात प्रथमच त्याचे बोल उमटले,

"आपण कोण आहात? आणि इथं काय करत आहात?"

"अरेऽऽ! मी तुझी शिवानी. ओळखलं नाहीस तू मला?" तिनं त्याच्या हातावर हळूच हात ठेवला.

तो हळूच बाजूला काढून घेत म्हणाला,

"कोण शिवानी? मी नाही ओळखलं!"

श्यामच्या तोंडून आलेले अनोळखी शब्द ऐकून शिवानी हवालदिल झाली; पण तो सुसंवाद साधायला लागलेला पाहून ती हर्षोल्हासित झाली आणि बाहेर येऊन नर्सला म्हणाली,

"सिस्टर, श्याम बोलतोय!"

कॉरिडॉरमध्ये असलेले प्रा. ठाकूर लागलीच झपझप चालत खोलीत आले. दरम्यान, सिस्टरने डॉ. लवाटेंना फोन केला.

डॉ. लवाटे लागलीच हजर झाले. मोठ्या प्रयोगाची निष्पत्ती मिळालेली पाहून त्यांना आनंद झाला.

"हॅलोऽऽ यंग चॅप! हाउ आर यू?"

"आय ॲम फाइन डॉक्टर! पण या शिवानी कोण?" –श्यामचा प्रश्न.

"अरे श्याम, ही तुझी बायको– शिवानी." प्रा. ठाकूर आनंदाने म्हणाले.

"मग तुम्ही कोण?" –श्यामचा प्रतिप्रश्न.

"अरे, तू असं काय करतोस? मी तुझा सासरा. शिवानी माझीच मुलगी." प्रा. ठाकूर आठवण करून देत म्हणाले.

"ओऽऽ गॉड! मला काहीच कळत नाहीये; पण मी श्याम नाहीये." श्यामनं आपलं डोकं दाबून डोळे गच्च मिटून घेतले.

डॉ. लवाटे लागलीच प्रसंगावधान पाहून म्हणाले,

"ओ.के. मि. श्याम, बी रिलॅक्स्ड. आपण नंतर बोलू या. तुम्ही रेस्ट करा. सिस्टर, यांना इंजेक्शन द्या." शिवानी व प्रा. ठाकूरांकडे पाहत ते पुढे म्हणाले,

"ठाकूर सर, श्यामला थोडं शांतपणे झोपू द्या. इतक्यात मेंदूवर ताण देणं बरोबर नाही. तुम्ही या माझ्याबरोबर."

डॉ. लवाटे, शिवानी, प्रा. ठाकूर व इतर डॉक्टर्स केबिनमध्ये येऊन बसले आणि म्हणाले,

"शिवानी, श्याम जे काही म्हणाला, ते खरं आहे."

"काऽऽय?" आश्चर्याने उद्‌गारत शिवानी पुढे म्हणाली,

"मी समजले नाही, डॉक्टर!" या वेळी तिनं प्रा. ठाकूरांकडेही पाहून घेतलं. तेही स्थितप्रज्ञ वाटल्याने ती चांगलीच गोंधळली.

"हो शिवानी, हे सत्य आहे. श्याम हा श्याम नाही, तो कुणी दुसराच आहे." डॉ. लवाटेंनी वस्तुस्थिती सांगितली.

"दुसरा म्हणजे कोण?" –शिवानीचा आर्त प्रश्न.

"मलाही ठाऊक नाही. ते त्याच्याचकडून जाणून घ्यायला हवं." डॉ. लवाटेंनी सांगितलं.

"पण डॉक्टर, हे झालं कसं? श्यामचं ऑपरेशन तर तुम्हीच केलंत आणि बाह्यांगाने तोच तर आहे; मग हे असं का? बाबा, काय आहे हे?" शिवानी गोंधळून विचारत होती.

"बेटा शिवानी, डॉक्टर म्हणतात ते खरं आहे." प्रा. ठाकूरांनी दुजोरा दिला.

"माझा गोंधळ होतोय, बाबा. नेमकं काय आहे हे? कुठलं विज्ञान आहे का?" – शिवानीचा सरळ प्रश्न.

डॉ. लवाटेंनी घसा साफ केला आणि शिवानीकडे पाहत म्हणाले,

"शिवानी, हे बघ– मी तुला सविस्तर सांगतो. जेव्हा ऑपरेशन टेबलावर नेऊन श्यामचा मेंदू ओपन केला तेव्हा महत्प्रयासानंतर आमच्या असं लक्षात आलं, की बाद पेशींचं प्रत्यारोपण करणं खूपच अवघड होतं. त्यामुळे श्यामची परिस्थिती बिकट होऊ लागली. पेशी हाराकिरी करू लागल्या. बंड करू लागल्या. हे आश्चर्य होतं. सगळा मेंदूच त्या निकामी करू लागल्या होत्या. हा प्रयोग व शस्त्रक्रिया अयशस्वी होते की काय म्हणून, भीती वाटायला लागली; पण त्याच वेळी हा सर्वच मेंदू काढून, दुसरा मेंदू प्रत्यारोपण करणे– हा एकमेव पर्याय उपलब्ध होता. तसा फ्रेश मेंदू आम्हाला उपलब्धही झाला होता. एक बेवारस डेड बॉडी येऊन पडली होती. तिचा मेंदू तेवढा सक्षम होता; पण इतर अवयवांना खूपच इजा झाल्याने त्याचा मृत्यू झाला होता. ही संधी आम्हाला दवडायची नव्हती. म्हणून आम्ही प्रा. ठाकूरांना बोलावून घेतलं आणि त्या बिकट परिस्थितीची जाणीव दिली. मेंदूचं प्रत्यारोपण केलं नाही, तर श्यामचं अस्तित्वच संपणार होतं. ठाकूरांनी प्रत्यारोपणास परवानगी दिली होती... आणि आम्ही शस्त्रक्रिया यशस्वी केली."

"बाबा, म्हणजे तुम्हाला हे माहीत होतं?" –शिवानीचा प्रश्न.

"हो बेटा!.. माझ्यापुढे पर्यायच नव्हता. श्यामचं अस्तित्व राहणं माझ्या दृष्टीनं महत्त्वाचं होतं. नैतिकतेचा आधार मी घेतला." प्रा. ठाकूरांनी कबुली दिली.

"म्हणजे याचा अर्थ– श्याम माझ्याजवळ फक्त शरीरानं आहे, मनानं नाही." शिवानी हताशपणे म्हणाली.

"म्हणजे शिवानी, तसं म्हण हवं तर. शरीरानं का असेना; पण तो तुझ्याजवळ आहे, हे महत्त्वाचं. शिवाय मेंदू प्रत्यारोपणाची शस्त्रक्रिया यशस्वी झाली आहे." डॉ. लवाटेंनी समाधान व्यक्त केलं.

"पण डॉक्टर, ज्याचा मेंदू प्रत्यारोपित केला, तो नेमका आहे तरी कोण?" –प्रा. ठाकूरांचा प्रश्न.

"मलाही माहीत नाही, सर! आपण त्याच्याकडूनच जाणून घेऊ या. चला."

पुन्हा सगळे क्रमांक दहाच्या खोलीत आले. श्याम जागाच होता. त्याला डॉ. लवाटेंनी विचारण्याचा प्रयत्न केला; पण तो काकुळतीला येऊन म्हणाला,

"कृपया मला आता काहीही विचारू नका. मी खूप अस्वस्थ आहे."

"ठीक आहे. यू टेक युवर ओन टाइम. याविषयी आता कुणीही तुम्हाला विचारणार नाही. शिवानीऽऽ"

"हुंऽ डॉक्टर?"

"श्यामची तब्येत उत्तम आहे. उद्या तुम्हाला डिस्चार्ज देतो." डॉ. लवाटे म्हणाले.

"ठीक आहे, सर, आम्ही श्यामला घरी घेऊन जातो."

डॉक्टर निघून गेले.

शिवानी व प्रा. ठाकूरांनी तयारीला सुरुवात केली.

श्याम मात्र जास्तच अंतर्मुख होऊन अबोल झाला. श्याम नसला तरी किमान शरीरानं तो शिवानीचाच होता, म्हणून शिवानी त्याच्यात गुंतलेली होती. सकाळी-सकाळी तिघंही घरी गेले. रजनी ठाकूरांनी त्यांचं स्वागत केलं.

पुढचे पंधरा दिवस शिवानीने श्यामची मनापासून सेवा-शुश्रूषा केली. त्याच्या कलानं घेतलं. त्याच्या मेंदूवर अतिरिक्त ताण पडणार नाही, याचीही काळजी घेतली. शरीरानं का असेना; पण तो तिचा श्याम होता. त्याचं अस्तित्व होतं, त्यातच तिला ऊर्जा मिळत होती. तिनं परिस्थितीशी जुळवून घेण्याचा प्रयत्न केला होता.

श्याम मात्र अंतर्मुखच होता– स्वत:च्याच विश्वात. नेहमीच विचार करत असलेला. शिवानीचे कष्ट त्याला कळत होते. तिच्याशी तुसडेपणाने वागण्याचा त्याला त्रास होत होता. तो एकदा म्हणालाही,

"का करतेस हे तू माझ्यासाठी?"

"कारण तुझं शरीर माझं आहे– माझ्या श्यामचं. त्याच्यावर अधिकार आहेच ना?" यावर तो हताश व्हायचा आणि म्हणायचा,

"असेलही! पण मनाचं काय? मी दुसराच आहे."

"असू दे... आयुष्यभर मला असाही चालशील. माझी काहीही हरकत नाही." शिवानीच्या अशा उत्तराने तो मात्र निरुत्तर व्हायचा.

रात्री झोपतानाही तो अंतर राखूनच राहायचा. शिवानी स्मित करायची आणि त्याचं सर्व काही आवडीने करायची.

पहाटे-पहाटे तो असाच दचकून उठला आणि ओरडला –

"मोनिकाऽऽ मोनिकाऽऽ का केलंस तू हे असं? कशासाठी? पैशांसाठी? एवढा विश्वासघातऽ?"

शिवानी त्याच्या ओरडण्याने उठली ... आणि 'विश्वासघात' शब्द ऐकून ती हवालदिल झाली.

श्याम हमसाहमशी रडू लागला. शिवानीने त्याला आवेगाने छातीशी कवटाळलं. तसा श्यामचा बांध जास्तच फुटला. शिवानीनं त्याला तसंच रडू दिलं. त्याला हळुवारपणे कुरवाळून धीर देऊ लागली. बराच वेळ तो तिच्या कुशीत होता. जाणीव होताच तो वेगळा झाला आणि म्हणाला,

"सॉरी, शिवानी! मन भरून आलं. राहवलं नाही म्हणून हुंदके बाहेर आले आणि नकळत तुझा..."

त्याला मध्येच थांबवत शिवानी म्हणाली,

"असू दे. तसं सांगण्याची गरज नाही. एक विचारू?"

"हुंऽऽ" त्यानं फक्त हुंकार भरला.

"ही मोनिका कोण आहे? तिच्याशी तुझं काय नातं?" श्यामच्या मनाचा अंदाज घेत शिवानी म्हणाली.

त्यानं तो चांगलाच अस्वस्थ झाला. त्याचा चेहरा त्रासिक झाला. कदाचित त्याला वेदना होत असाव्यात. त्यानं शिवानीकडे पाहिलं आणि हळुवारपणे म्हणाला,

"मी श्याम नाही; पण श्यामचं शरीर मिळालं म्हणून भाग्यवान समजतो. तुझ्यासारख्या स्त्रीचा तो नवरा होता, याचाही अभिमान वाटतो. फक्त त्याचं शरीर असतानादेखील तू त्याची काळजी घेत आहेस, ही खरी तुझी प्रेमाप्रति समर्पित भावना. त्यामुळेच मी तुला हे सांगण्याचं धारिष्ट्य दाखवतो आहे. तसं माझं नाव संकर्षण. मोनिका माझी..."

आणि तो बराच वेळ सांगत राहिला. निःश्वास सोडत राहिला. शिवानी त्याची दुःखद घटना ऐकत राहिली. तीही अस्वस्थ झाली. तो पुढे निर्वाणीचं म्हणाला,

"शिवानी, मला तिला एकदा जाब विचारायचाच आहे. का, का म्हणून तिनं असं केलं? कशासाठी? त्यामुळे मी खूप अस्वस्थ आहे, शिवानी. गुदमरतोय मी. मोकाट आहे ती. अतिशय घाणेरडी कृती!" त्याचे डोळे ओलावले होते. शिवानीने त्याचे अश्रू हळूच टिपले आणि त्याला झोपवलं. विचारातच पहाटे-पहाटे तिचाही डोळा लागला.

शिवानीला थोडी उशिरानेच जाग आली... आणि शेजारी पाहिलं, तर संकर्षण नव्हता. तिनं घरात पाहिलं. कुठंही तो नव्हता. अंघोळ करूनच तो बाहेर पडला होता. तिच्या तत्काळ लक्षात येताच ती शहारली. लागलीच तिनं प्रा. ठाकूरांना फोन केला. दरम्यान, आवरून तीही बाहेर पडली.

***

"टिंगऽऽ टाँग" करीतच दारावरची बेल वाजली. आतून एका स्त्रीनं दार उघडलं. तिने प्रश्नार्थक मुद्रेने विचारलं,

"आपण?" तिने रेशमी गाउन परिधान केला होता आणि केस थोडे विस्कटलेले होते. तशातही ती सुंदर दिसत होती.

"मीऽऽ मी श्याम... श्याम कामटे. साहेब आहेत?"

"हो, आहेत ना! या, आत बसा." तिच्या आदरतिथ्यातही गर्व जाणवत होता. पुढे ती म्हणाली, "ते दहा मिनिटांत येतीलच."

“ठीक आहे! तुम्हीही बसा ना तोपर्यंत.” त्यानं आग्रह केला.

ती चुळबुळली. काय करावं, तिला सुचलं नाही. तो पुन्हा म्हणाला,

“बसा ना! मी काहीही करणार नाही. निश्चिंत राहा.”

त्याच्या बोलण्यानं ती सतर्क झाली; पण समोर सोफ्यात बसत तिनं काही धागे जुळवले.

“गुडऽऽ आता कसं बरं वाटलं! तुमच्या सहवासाची जाणीव अजूनही माझ्या मनात रेंगाळते.” तो पुटपुटला.

“कायऽऽ काय म्हणालात?” ती शंकेनं उत्तरली.

“अंऽऽ हं– हं, काही नाही. सहजच म्हणालो– मोनिका?” तो तिचा वेध घेत म्हणाला.

“काऽऽय, तुम्ही मला ओळखता?” विशिष्ट हेल ऐकताच ती शहारत म्हणाली.

“चांगलाच! नुसतंच ओळखत नाही, तर तुला अनुभवलंही!” तो स्मित करत उत्तरला.

“काय बोलता आहात, कळतं का तुम्हाला? माझे मिस्टरही येतीलच इतक्यात.” ती थोडं जोरातच म्हणाली; मात्र तिचं मन या वेळी चरकलं होतं.

“चांगलंच कळतं मोनिका मला!” संकर्षण शब्दाशब्दावर जोर देत पुढे म्हणाला, “का केलंस मोनिका तू असं?”

“मी काय केलं?... आणि कुणाशी?” –मोनिकाचा संदिग्ध स्वर. ती आता चांगलीच घाबरली होती.

“माझ्याशी.”

“तुमच्याशी? काय संबंध माझा?”

मोनिका गोंधळली.

“इतक्यात विसरलीस?” त्याचा प्रतिप्रश्न.

“कुणाला?”

“मला, अजून कुणाला?” तो हसत म्हणाला.

“तुम्ही कोण?” –मोनिकाचा सरळ प्रश्न.

“मी संकर्षण.”

संकर्षण नाव ऐकताच मोनिकाचे हावभाव क्षणात बदलले. तिचा चेहरा पडला; पण क्षणात स्वत:ला सावरीत म्हणाली,

“क... क... कोण संकर्षण? माझा त्याच्याशी काय संबंध?” –मोनिकाचा अडखळता स्वर.

“तुझा नवरा, मीच तो. तू अन् तुझ्या प्रियकरानं मला विश्वासघातानं का

मारलं?'' संकर्षणनं सरळ प्रश्नालाच हात घातला, त्यामुळे त्याची अस्वस्थता थोडी कमी झाली.

मोनिका गर्भगळीत झाली. तिला काहीच सुचलं नाही. तिनं गोंधळून विचारलं,

''तू मला फसवतो आहेस. मला ब्लॅकमेल करतो आहेस. तू पाहिलंस वाटतं त्याला मारताना? बोल, किती पैसे हवेत तुला? बोलऽऽ'' मोनिकाचं आवेशानं व तेवढ्याच निग्रहानं आव्हान.

''नाही, मी तुला फसवतही नाही... आणि ब्लॅकमेलही करत नाही. केवळ विज्ञानाच्या आविष्कारामुळे मी तुझ्यासमोर बसलेलो आहे. माझी काया वेगळी असली तरी माझा मेंदू या शरीरात प्रत्यारोपित झालाय. संकर्षणचा –म्हणजेच माझा. ही विज्ञानाची किमया! तसा मी शरीरानं दुसरा आहे; पण मनानं अजूनही संकर्षणच आहे. तुला सांगतोच. आपण फिरायला म्हणून तुझ्या आग्रहानं बाहेर गेलो– सिंहगडाकडे. तोही तुझाच आग्रह होता. धुंद वातावरण होतं. प्रेमाची शपथ देऊन, दरीच्या काठावर उभं राहून मला तुझं नाव घ्यायला भाग पाडलंस. मी प्रेमाने ते नाव 'मोनिकाऽऽ' म्हणून मोठ्यानं घेतलं. बराच वेळ त्या दरीत तुझं नाव प्रतिध्वनित होत राहिलं. मी गच्च डोळे मिटले होते. तुझ्या प्रेमाचा ओलावा अनुभवत होतो– माझ्या दृष्टीने; कारण मी प्रेमाने आंधळा झालो होतो. तेवढ्यात तुझा प्रियकर तिथे आला आणि त्यानं व तू दोघांनी मिळून मला ढकलून दिलंत. मी वेदनेने किंचाळलो आणि क्षणात तुझी हसरी विषारी छबी घेऊन वेदनाहीन झालो. किती ही प्रतारणा! किती विश्वासघात!! मोनिका, तुझ्यावर मी प्राणापलीकडे प्रेम केलं गंऽऽ मग का तू हे केलंस? का मला मारलंस?''

''कारण आम्हा दोघांनाही तू नको होतास; हवा होता फक्त तुझा पैसा. ही:ऽऽ ही:ऽऽ ही:ऽऽ''

मोनिका भेसूरपणे हसली. तिचं सौंदर्य या वेळी निखळून पडलं.

मागून मोनिकाचा आताचा पती व पूर्वाश्रमीचा प्रियकर शौनक हळुवारपणे संकर्षणच्या बेसावधपणाचा फायदा उचलीत आला. त्यानं संकर्षणचा गळा पकडला आणि पुढे म्हणाला,

''विज्ञानाने तुला हे शरीर दिलं ना? आता त्याचाही त्याग कर! तुझ्या रूपाने आम्हाला साक्षीदार नकोच आहे. तुझ्याच पावलानं आता तू दुसऱ्यांदा मरतोयसऽ!'' शौनकचे डोळे आग ओकीत होते...

त्यानं संकर्षणाचा गळा आवळायला सुरुवात केली. मोनिकाही छद्मीपणे जोरजोराने हसत होती. तिनं जवळचाच एक लोखंडी गज हाती घेतला आणि बेभानपणे म्हणाली,

''मला विचारतोस– का? मेंदूच्या रूपानं अस्तित्वात असलेलं तुझं हे संकर्षण

रूपच आता मी मिटवून टाकते– कायमचंच! गो टू हेलऽऽ''

मोनिका लोखंडाचा गज संकर्षणच्या डोक्यावर मारणार, तेवढ्यात मागून गज पकडण्यात आला.

''मोनिका मॅडमऽऽ आता पुरे झालं. हेलमध्ये हे नाही, तर तुम्हाला जायचंय!''

दार तोडून इन्स्पेक्टर भोसले, दोन पोलीस काटे व माने यांच्याबरोबर शिवानी व प्रा. ठाकूर आत आले. इन्स्पेक्टरने गज हिसकावून मोनिकाच्या थोबाडीत लगावली, तर दोघा पोलिसांनी शौनकला ताब्यात घेतलं. इन्स्पेक्टर भोसले म्हणाले,

''तीन महिन्यांपूर्वीच आम्ही बेवारस मृतदेह ससून हॉस्पिटलला दिला होता... आणि त्याचा तपासही करत होतो. तुमचा माग आम्हाला सापडलाच होता; पण ठोस पुरावा सापडत नव्हता. आता शिवानी मॅडमच्या रूपाने आम्हाला सर्व काही कळलेलं आहे. डॉ. लवाटेंशी सविस्तर चर्चा झालेली आहे. चला आता नरकात!''

शिवानीनं श्यामला सांभाळलं होतं. शिवानी मोनिकाजवळ येत म्हणाली,

''मोनिका, पैशांच्या हव्यासापोटी तू तुझ्या नवऱ्याचा जीव घेतलास. संकर्षण अतिशय कविमनाचा व प्रेमळ तरुण होता. त्याला फसवून तुला काय मिळालं? तो आता माझ्या श्याममध्ये अस्तित्वात आहे. तुझ्यासारखी स्त्री म्हणजे एक कलंक आहे. इन्स्पेक्टर, घेऊन जा यांना.''

दोघांनाही पोलिसांनी बाहेर व्हॅनमध्ये नेलं. व्हॅन सिंहगड पोलीस स्टेशनकडे जाऊ लागली.

शिवानीनं श्यामला हळुवार उठवलं. त्याला काही लागलं नाही ना, याची चाचपणी केली. श्याम म्हणाला,

''शिवानी, थँक यू. तू मला पुन्हा एकदा वाचवलंस. संकर्षण अन् श्यामही दुसऱ्यांदा मेले असते. तू हा अपघात होण्यापासून वाचवलंस आणि निसर्गाचाही समतोल राखलास.''

शिवानी पुढे होत त्याचा हात हाती घेत म्हणाली,

''असू दे संकर्षण. तुला न्याय मिळाला, एवढंच माझ्या दृष्टीने महत्त्वाचं आहे. शेजारी तू नसल्याचं जाणवताच माझ्या तत्काळ लक्षात आलं... आणि मी बाबांनाही मोबाइल केला, म्हणूनच मी वेळेवर पोहोचू शकले.''

संकर्षण हळुवारपणे शिवानीच्या हातावर दुसरा हात ठेवत म्हणाला,

''शिवानी, मला आता श्यामच राहू दे– तुझा म्हणून! मला आवडेल; कारण त्याच्याच शरीरात मी आहे... आणि गेल्या काही दिवसांमध्ये माझं अंतर्मन बदललंय. तुझी निष्ठा, प्रेम, काळजी यानं मी भारावलो. संकर्षणचं अस्तित्व मला नाहीसं करायचंय... आणि मी ते केलं आहे. आता मी फक्त तुझाच श्याम आहे. तसं कर्तृत्व मी तुला करून दाखवीन. आय प्रॉमिस!''

श्यामने आपले दोन्ही बाहू पसरले. शिवानी त्यात क्षणात सामावून गेली. श्यामनं तिला घट्ट मिठी मारली होती. शिवानीला तिचा श्याम भेटला होता. तो परतला होता. तिच्या डोळ्यांतून आनंदाश्रू वाहत होते. शिवानीला या वेळी श्याम व तिची पहिली भेट प्रकर्षाने आठवली ... आणि त्याचीच अनुभूती ती या वेळी श्यामच्या बाहुपाशात घेत होती. एक नवं प्रेम फुलताना दिसत होतं.

प्रा. ठाकूरांनी हळूच डोळे टिपले. शिवानीला तिचा श्याम भेटल्याने ते निश्चिंत झाले. त्या वेळी विज्ञानालाही त्यांनी मनोमन सलाम केला आणि एक कालचक्र पूर्ण झालं.

❖

मनोरंजनाबरोबर कुतूहल जागृत करणाऱ्या लक्षवेधक विज्ञानकथा

डिंभक

डॉ. संजय ढोले

नॅनो तंत्रज्ञानाद्वारे मृतांना जिवंत करण्याचा प्रयोग... मृत माणसाच्या मेंदूचं रोपण जिवंत कुत्रीच्या शरीरात करणे... भविष्यात नेऊ शकणारी खुर्ची आणि एका राजकीय नेत्याने तिचा केलेला गैरवापर... शिशाच्या अणूचे सोन्याच्या अणूमध्ये रूपांतर करण्यात यशस्वी झाल्याने मालामाल झालेला शास्त्रज्ञ... परग्रहावरील डिंभक... पिंजकांमुळे लाभलेल्या अदृश्य होण्याच्या शक्तीमुळे एका शास्त्रज्ञाने अतिरेक्यांचा केलेला खात्मा... क्लोननिर्मिती... गर्भाबरोबरच वाढणाऱ्या ट्यूमरला शास्त्रज्ञाने दिलेली मात... ग्राफीनच्या कणांवरचं संशोधन... विशिष्ट प्रयोगाद्वारे खुन्यांपर्यंत पोचणारा शास्त्रज्ञ... एक विचित्र कीटक... अशा विविध वैज्ञानिक संकल्पनांचा सदुपयोग, दुरुपयोग करणारे शास्त्रज्ञ... त्यातून घडणारं मानवी मनाचं दर्शन... वैज्ञानिक संकल्पना आणि मानवी मन यांच्या गुंफणीतून साकारलेल्या रंजक विज्ञानकथांचा वाचनीय संग्रह.